जगाच्या अंगणात...

(वेध आंतरराष्ट्रीय घडामोडींचा)

श्रीराम पवार

सकाळ प्रकाशन

सकाळ प्रकाशन

Jagachya Anganat...

(Vedh Aantarrashtriya Ghadamodincha)

जगाच्या अंगणात...

(वेध आंतरराष्ट्रीय घडामोडींचा)

लेखक	:	श्रीराम पवार
प्रथम आवृत्ती	:	जून २०१८
अक्षरजुळणी व मांडणी	:	सकाळ प्रकाशन
मुखपृष्ठ	:	शिवदास मोरे
प्रकाशक	:	सकाळ मीडिया प्रा. लि. ५९५, बुधवार पेठ, पुणे ४११ ००२
ISBN	:	978-93-87408-20-3
संपर्क	:	०२०-२४४० ५६७८ / ८८८८८ ४९०५० sakalprakashan@esakal.com

वृत्तपत्रीय लेखनात भूमिका घेण्याचं
महत्त्व बिंबवणारे
ज्येष्ठ पत्रकार जगन फडणीस
यांच्या स्मृतीस...

मनोगत...

आंतरराष्ट्रीय घडामोडींचा आपल्या रोजच्या जगण्यावरचा परिणाम जसा वाढतो आहे तसा या विषयातील लोकांचा रसही वाढतो आहे. या घडामोडीमधील गुंतागुंत उलगडून दाखवण्याची गरजही वाढते आहे. 'जगाच्या अंगणात' या पुस्तकात आंतरराष्ट्रीय घडामोडी, देशादेशांमधील संबंध, त्यातील चढउतार आणि त्याचे परिणाम यांची मांडणी केली आहे. आपल्या देशाबाहेर काय घडतं याच्याशी आपल्याला काय देणंघेणं या प्रकारची उदासीनता परवडणारी नाही अशा कालखंडात आपण वावरत आहोत. डब्ल्यूटीओच्या करारातील तपशिलांचा थेट परिणाम आपल्या शेताच्या बांधावर होतो, तेलाच्या किंमतीतील चढउतार आपल्या खिशावर परिणाम घडवतात, अमेरिकेनं तिथल्या नोकऱ्या देण्याच्या धोरणात बदल केले की इथून तिकडं करिअरसाठी, पोटापाण्यासाठी गेलेल्या लाखोंच्या परिवारांवर परिणाम होतो हे सारं देशाच्या अर्थव्यवस्थेशीही जोडलं जातं. इतिहासाच्या प्रत्येक टप्प्यावर जागतिक महत्त्वाच्या घडामोडींचा प्रभाव पडल्याचे दिसेल. अलीकडे जग अधिक घट्टपणे एकमेकांशी जोडलं जात असताना हा वेग आणखी वाढला. जग जवळ येतं आहे जगाचं वैश्विक खेड्यात रुपांतर होतं आहे हे केवळ बोलण्यापुरतं नाही, तर व्यवहारात कधी नव्हे इतके जगाच्या कानाकोपऱ्यात विखुरलेले मानव समूह एकमेकांजवळ आले आहेत, एकमेकांवर ते अधिकधिक अवलंबून राहू लागले आहेत. भारतातही उदारीकरणाची प्रक्रिया, आर्थिक धोरणं अधिक खुली होण्यास सुरवात झाली तसं जगाशी जोडलं जाण्याचा अनुभव तीव्रतेनं येऊ लागला आहे. जागतिकीकरणाच्या प्रक्रियेत कुशल मनुष्यबळ आणि भांडवलाची देवाणघेवाण अनिवार्य असते. या दोन्ही बाबी आपल्यासोबत काही सांस्कृतिक गुणही घेऊन जातात. यातून निरनिराळे हितसंबंध तयार होतात. जुन्या चौकटींना तडे जातात किंवा त्यांचे संदर्भ बदलतात. यात आंतरराष्ट्रीय राजनयाचीही एक भूमिका असते. आपल्या देशाचा स्वार्थ हा आंतरराष्ट्रीय राजनयाचा गाभ्याचा भाग असतोच; मात्र तो साधताना त्यातच दुसऱ्याचेही भले सामावले आहे हे पटवून देण्यात मुत्सद्देगिरीचा कस लागतो. ही मुत्सद्देगिरी देशाचा प्रभाव टिकवण्यात, वाढवण्यात कळीची ठरते. देशाची जगाच्या पटलावरची प्रतिमा आपण कोणत्या भूमिका घेतो आणि इतरांना त्या कशा पटवून देतो यावर ठरते.

असं हे आंतरराष्ट्रीय संबंधाचं जग कधी प्रत्यक्ष तर कधी अप्रत्यक्षपणे प्रत्येकाच्या जगण्याशी जोडलं गेललं दिसेल. त्याविषयी कुतूहल वाढतं आहे. भारत आर्थिक आघाडीवर तंत्रज्ञानाच्या क्षेत्रात लक्षणीय प्रगती करू लागला तसं जगाचं लक्ष इथल्या अमर्याद संधींकडं वेधलं जाणं स्वाभाविक होतं. प्रचंड आकाराचा, लोकसंख्येचा कुशल मनुष्यबळ असणारा देश आणि मोठी बाजारपेठ म्हणूनही भारताला जागतिक व्यवहारात

महत्त्व येणं स्वाभाविक आहे. अर्थात असं महत्त्व देताना आपले हितसंबंध जपण्याची काळजी इतर देश घेणारच. सध्याच्या जागतिक रचनेत कोणाच्या कच्छपि न लागता जागतिक व्यवहारत काही भरीव करून दाखवणं ही बाब सोपी नाही, आणि या आघाडीवर देश आणि सरकार कुठवर मजल मारते हे वेळवेळी तापसून पाहायलाच हवं. 'जगाच्या अंगणात' या पुस्तकातील अनेक लेखांतून असा प्रयत्न केला आहे. जागतिक राजकारणाची चर्चा अनेकदा सैद्धांतिक अंगानं होते. ज्यात सर्वांना फार रस असतोच असं नाही किंवा त्या त्या वेळचे आंतरराष्ट्रीय करारमदार, देशांच्या नेत्यांच्या भेटीगाठी आंतरराष्ट्रीय परिषदा या अनुषंगाने चर्चा होते. ती वरवरची राहण्याच धोका असतो. जागतिक घडामोडींचा मागच्या संदर्भासह आणि भविष्यात होऊ शकणाऱ्या परिणामांची मांडणी करत वेध घेण्याचा प्रयत्न या पुस्तकात केला आहे. या पुस्तकातील लेख 'सकाळ'च्या सप्तरंग या रविवारी प्रसिध्द होणाऱ्या पुरवणीत 'करंट अंडरकरंट' या सदरात यापूर्वी प्रकाशित झाले आहेत. हे सदर चालवताना दर आठवड्याला अनेक वाचक, अभ्यासक, विद्यार्थी या लेखांचंच पुस्तक करावं असं सुचवत होतं. साप्ताहिक सदरात प्रामुख्यानं त्या त्या वेळच्या एखाद्या महत्त्वाच्या घडामोडीच्या अनुषंगानं लेखन झालेलं असतं. त्यात तात्कालिकता अनिवार्यपणे असते. मात्र 'करंट अंडरकरंट' मध्ये तत्कालिक घडामोडींपलिकडे त्यामागचे न दिसणारे राजकारण मांडण्याचा प्रयत्न केला आहे. या लेखांचे पुस्तक करताना ते जिज्ञासूंना, अभ्यासकांना अधिक उपयुक्त व्हावं यासाठी अनेक नवे संदर्भ, आणि माहितीची जोड दिली आहे. लेखांमधील ओघात आलेल्या अनेक संदर्भाचे स्पष्टीकरण देणाऱ्या या चौकटी वाचकांना विषय मुळापासून समजण्यात उपयुक्त ठरतील. स्वतंत्रपणे लेख वाचतानाही त्याचा व्यापक अन्वयार्थ लावणं अधिक सोपं बनणारं आहे. यासाठी सकाळ प्रकाशनच्या सहकाऱ्यांना घेतलेली मेहनत उल्लेखनीय आहे.

जागतिक संबंध एका वळणावर आले आहेत अशा कालखंडातील घडामोडींचा वेध या पुस्तकात आहे. जागतिकीकरण अनिवार्य आहे. मुक्त व्यापारावर आधारलेली भांडवलशाही आणि त्यासाठीचे नियम प्रमाण मानण्याच्या चौकटीत जगाचा व्यवहार चालेल असं सांगितलं जात असताना जगभरात आपल्या देशापुरतं पाहू या असं म्हणणाऱ्या शक्ती उदयाला येऊ लागल्या, बळकट होऊ लागल्या. टोकाचा राष्ट्रवाद पुन्हा डोकं वर काढू लागला. ब्रिटनमधील ब्रेक्झिटचा कौल, अमेरिकेचं डोनाल्ड ट्रम्प यांच्यासारख्या नेत्याचा उदय किंवा जगभरात अनेक ठिकाणी समोर येणारं उजवीकडं झुकलेलं नेतृत्व या घटना जागतिक स्तरावर बलिष्ट असलेल्या उदारमतवादी, सर्वसमावेशकतेचं बोलणाऱ्या प्रवाहाला आव्हान देत आहेत. रूढ समीकरणांना धक्के बसत आहेत. शीतयुध्दानंतर स्थिर होत असलेल्या जागितक रचनेला मुळापासून धक्के बसण्याची सुरूवात झाली आहे. जगाच्या फौजदारीत रस नाही आणि जगाचं नेतृत्व करताना आपल्या खिशाला तोशिस लावून घ्यायचीही इच्छा नाही अशा मानसिकतेत महाशक्ती अमेरिका जाऊ लागली आहे. हवामान बदलाच्या करारातून बाहेर पडणं असो, टीपीपीसारख्या बहुराष्ट्रीय व्यवस्थेला नकार देणं असो किंवा नाटो सदस्यांनी सुरक्षेच्या खर्चाचा भार उचलला पाहिजे असं तडकावणं असो ट्रम्प यांची अमेरिका खुलेपणाकडून भिंती घालण्याकडे निघाली आहे. याच वेळी झपाट्यानं आर्थिक प्रगती साधलेला चीन आता आपली वेळ आल्याच्या भावनेनं जागतिक राजकारणाकडं पाहू लागला आहे. जागतिकीकरणाचं नेतृत्व करायला कम्युनिस्ट चीन सरसावतो आहे आणि उदारमतावादचा बालेकिल्ला असलेली अमेरिका दूर जाऊ पाहते आहे असं चित्र याच काळात उभं राहिलं आहे. 'वन बेल्ट वन रुट'सारख्या महाप्रकल्पातून जगाच्या व्यवहारांवर प्रभाव टाकण्याचं स्वप्न चीनचे अध्यक्ष

शी जिनपिंग पाहात आहेत. या बदलातून तयार होणारे तणाव भारताच्या अंगणात येणं स्वाभाविक आहे. याशिवाय आपल्या शेजारी अनेक आव्हानं आहेतच. केवळ चीन, पाकिस्तानच नव्हे तर नेपाळ, श्रीलंकेपासून ते मालदीव, भूतानपर्यंत परराष्ट्र व्यवहारात संतुलन ठेवणं, दक्षिण आशियातील आपलं स्थान भक्कम करत राहणं हे आंतरराष्ट्रीय राजनयातील महत्त्वाचं सूत्र आहे. 'जगाच्या अंगणात' या पुस्तकात भारताकडून होत असलेल्या प्रयत्नांचे मूल्यमापन केले आहे. आंतरराष्ट्रीय संबंधातील दाखवला जाणारा भाग आणि त्यामागचे वास्तव याचा वेध घेण्याचा प्रयत्न केला आहे. भारत क्रमाक्रमाने अमेरिकेशी अधिक जवळीक वाढवतो आहे. मनमोहन सिंग सरकारच्या काळातील अणुकरारनं यात महत्त्वाचं वळण आणलं होतं. आता ही मैत्री अधिक गहिरी होताना दिसते. अमेरिकेचे जागतिक राजकारणातील आणि आशियातील बदलते प्राधान्यक्रमही याला कारणीभूत आहेत. भारताने अमेरिकेशी दोस्ताना वाढवताना जागतिक राजकारणात अमेरिकेच्या गोटात जायचे का हा पेचाचा मुद्दा आहे. चीनचं आव्हान दोघांनाही जाणवतं आहे. मात्र त्यासाठी आतापर्यंतचं अलिप्ततावादी धोरण सोडायचं का? रशियासारख्या काळाच्या कसोटीवर उतरलेल्या मित्रराष्ट्रासोबत संबंधावर याचा काय परिणाम होईल याची चर्चा आवश्यक ठरते. पाकिस्तानसोबतच्या संबंधात नरेंद्र मोदी यांच्या नेतृत्वाखालील सरकारने जवळीक साधण्याचे अचानक लाहोरला पंतप्रधानांनी भेट देण्यासारखे धाडसी प्रयोग ते अजिबात चर्चाच नाही असं वर्तुळ पूर्ण केलं आहे. यातली प्रत्येक कृती सरकारी पातळीवरून योग्यच ठरवली जाते मात्र त्याची चिकित्सा गरजेची असते. नेपाळसारखा भारतावर अवलंबून असणारा चिमुकला देशही प्रसंगपरत्वे विरोधाची भूमिका घेतो तेव्हा असं का घडतं हे अभिनिवेश बाजूला ठेवून तपासणं महत्वाचं ठरतं. परराष्ट्र धोरण हा नेहमीच प्रतिमा चकचकीत ठेवण्यासाठीचा उद्योग नसतो. हेडलाईन्सचं व्यवस्थापन दीर्घकालीन काही ठोस घडवणं यात अंतर असतं ते स्पष्ट करण्याचा प्रयत्न पुस्तकातील काही लेखांतून केला आहे. परराष्ट्र व्यवहारातील आव्हानं चिकाटीनं पेलायचं प्रकरणं आहे, असा धडा मधल्या काळातील अनेक घडामोडींनी दिला आहे. भारताच्या संदर्भात महत्त्वाच्या असणाऱ्या जागतिक घडामोडी तसंच चीनच्या विस्तारवादापासून तुर्कस्थानातील उठावाचे परिणाम, बलुचिस्तानचा मुद्दा, तैवानविषयीची चीनी संवेदनशीलता, इसिस आणि अन्य दहशतवादी संघटनांनी सुसंस्कृत मानव समुहापुढंच तयार केलेलं आव्हान, त्याच्या मुकाबल्यासाठीच्या व्यूहनीतीतील मतभेद, दहशतवाद पोसणाऱ्या पाकिस्तानलाच दहशतवाद्यांनी दिलेल झटके अशा अनेक पैलूंची चर्चा 'चिकित्सा' या पुस्तकातून केली आहे. ती जागतिक घडामोडीत रस असणाऱ्या वाचकांच्या, अभ्यासकांच्या पसंतीला उतरेल, *'करंट अंडरकरंट'* या सदराला वाचकांनी चांगलाच प्रतिसाद दिला तसाच प्रतिसाद हे लिखाण पुस्तकरूपानं प्रसिध्द होतानाही लाभेल अशी आशा आहे.

साप्ताहिक सदरासाठी लिहिलेल्या लेखांना नेटकेपणाने पुस्तकबध्द करण्यासाठी मेहनत घेतलेल्या सकाळ प्रकाशनच्या सर्व सहकाऱ्यांना मनःपूर्वक धन्यवाद!

■ ■ ■

अनुक्रमणिका

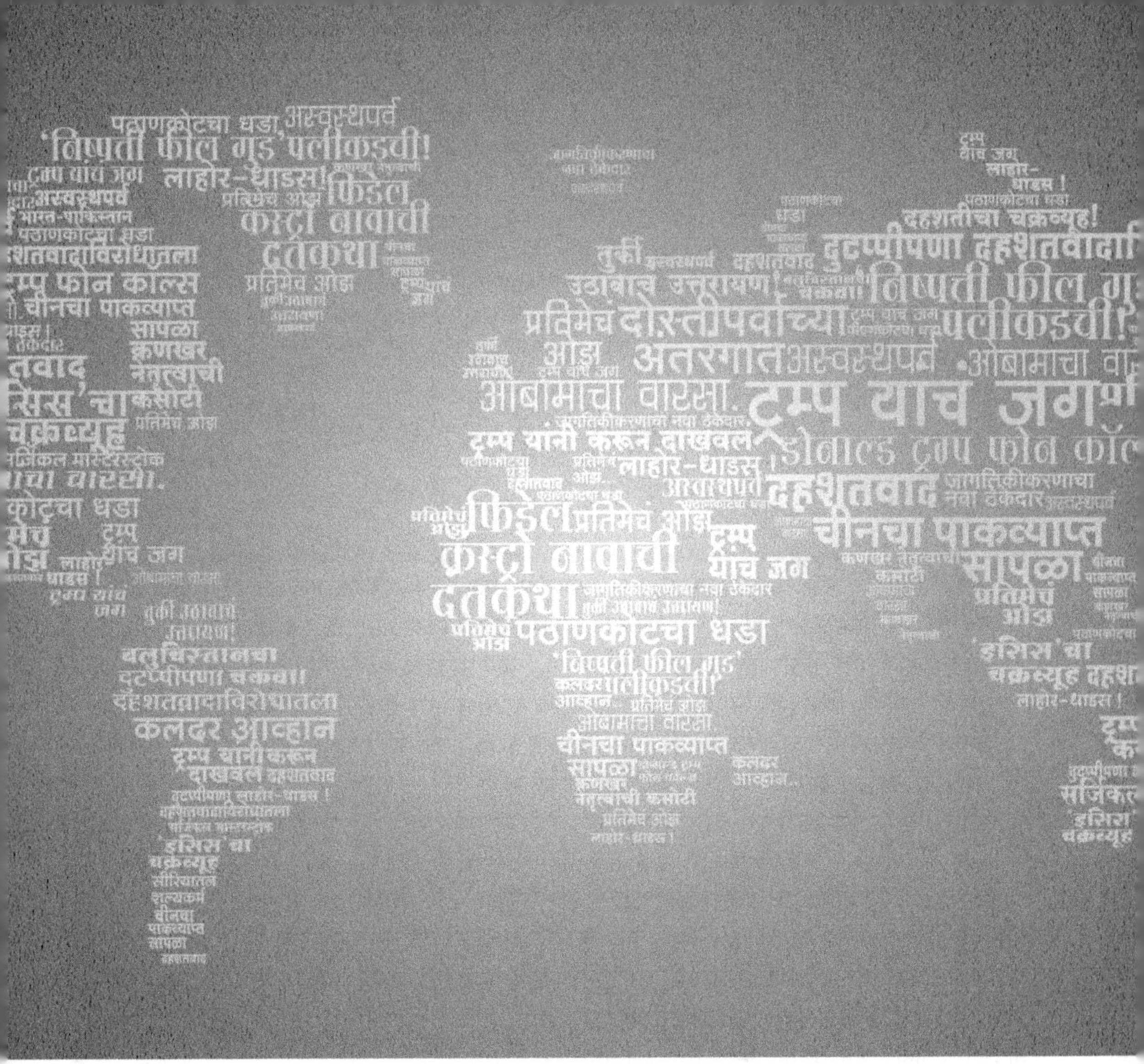

विभाग १

आंतरराष्ट्रीय घडामोडी

निष्पत्ती 'फील गुड' पलीकडची!

> भारतानं जगाच्या व्यवहारात अधिक सहयोग द्यावा असं अमेरिकेला वाटतं याचा एक अर्थ अमेरिकेच्या वतीनं केल्या जाणाऱ्या लष्करी मोहिमांमध्ये भारताचा सहभाग असावा, तसंच अमेरिकेला भारतातले लष्करीतळ वापरू देणं हा आहे. 'एनएसजी'चं सदस्य मिळवण्यासाठी अमेरिकेनं यापूर्वीही पाठिंबा दिला होता. अमेरिकेला सगळं आपल्या बाजूनं हवं आहे. मोदी यांच्या दौऱ्यात याचीच झलक दिसली. संबंध वाढवण्याच्या दिशेनं या दौऱ्यात काही पावलं जरूर पडली. मात्र, भारत-अमेरिका संबंधांना निर्णायक वळण म्हणावं असं काही घडलेलं नाही.

पंतप्रधान नरेंद्र मोदी यांचा पाच देशांचा दौरा गाजतोय. अमेरिकेच्या भेटीतली त्यांची कामगिरी आणि त्याची फलनिष्पत्ती यावर दीर्घकाळ चर्चा घडत राहील. या दौऱ्यानं काय दिलं, काय राहिलं, जे दाखवलं जातं त्याच्यामागं नेमकं काय असू शकतं, याची मात्र वास्तवात राहून चिकित्सा करण्याची गरज आहे. अमेरिकन काँग्रेससमोरच्या भाषणानं मोदींची प्रतिमा झळाळून निघाली. स्वामी विवेकानंद यांच्यानंतर अमेरिका जिंकणारं भाषण मोदींनी कसं केलं, याच्या कहाण्या रंगवायला मोदीसमर्थकांना एक धागा मिळाला. ओबामा व्हाइट हाउसमधून गाशा गुंडाळण्याच्या तयारीत असतानाही 'बराक-नरेंद्र' यांच्या मैत्रीची केमिस्ट्री कायम असल्याचं दिसलं. दोन देश एकमेकांच्या जवळ येऊ इच्छितात यावर पुन्हा सहमती दाखवली गेली. हे सारं खरं आहे, मात्र ज्या बाबींना मोदींच्या दौऱ्याची यशस्वी फलनिष्पत्ती असं मानलं जात आहे, त्या खरंच प्रत्यक्षात आल्या का? किंवा आल्या तरी त्याचा भारताला नेमका किती लाभ होणार? यावरच दौऱ्याचं यश तोललं पाहिजे.

मोदी यांच्या या दौऱ्यात तिथल्या भारतीय समुदायासमोर भाषणासारखा इव्हेंट नव्हता. त्याची

मोदींचा पाच देशांचा दौरा

- पंतप्रधान नरेंद्र मोदी यांनी जून २०१६ मध्ये अफगाणिस्तान, कतार, स्वित्झर्लंड, अमेरिका व मेक्सिको या पाच देशांचा दौरा केला.
- भारताच्या आण्विक पुरवठादार गटाच्या सदस्यत्वासाठी पाठिंबा मिळविणे हे या दौऱ्यामागचे मुख्य कारण होते.
- पंतप्रधानांनी अफगाणिस्तानमध्ये 'सलमा' धरणाचे उद्घाटन केले, तर कतारमधील उद्योगांना भारतामध्ये गुंतवणुकीचे आवाहन केले.
- स्वित्झर्लंड व मेक्सिकोसोबत 'आण्विक पुरवठा गटा'च्या सदस्यत्वासाठी पाठिंब्याची चर्चा करण्यात आली.

कसर त्यांनी काँग्रेससमोर केलेल्या जोरदार भाषणानं भरून काढली. मोदींच्या दौऱ्याचा मुहूर्त अमेरिकेत अध्यक्षीय निवडणुकांचा माहोल सुरू झाला असतानाचा होता. खरं तर भारताशी अमेरिकेचे संबंध कोणत्या दिशेनं जाणार याची निश्चिती तिथं हिलरी क्लिंटन अध्यक्ष होणार की डोनाल्ड ट्रम्प, यावर अवलंबून आहे. मावळते अध्यक्ष आता परराष्ट्र धोरणात संपूर्ण नवं काही घडवण्याच्या स्थितीत नाहीत. ओबामा यांना आपली कारकीर्द यशस्वी झाल्याची काही प्रतीकं मागं ठेवायची आहेत. युद्धखोर देश यापासून व्हिएतनाम आणि क्यूबासारख्या दीर्घकालीन शत्रूंशीही हस्तांदोलन करणारं लवचिक राष्ट्र ही आपल्या कारकीर्दीची देणगी म्हणून त्यांना मागं सोडायची आहे. तसंच अमेरिकेचं दीर्घकालीन धोरण असलेल्या भारताला व्यूहात्मक सहकारी बनवण्याच्या दृष्टीनं काही पावलं टाकणं हेही त्यांच्या परतीच्या काळातलं महत्त्वाचं यश ठरू शकतं, याची त्यांना जाणीव आहे. म्हणूनच भारताच्या अपेक्षा आणि अमेरिकेला भारताकडून संरक्षण ते व्यापार यात हवी असलेली लवचिकता यात कोणी काय मिळवलं, यावर दौऱ्याची फलनिष्पत्ती ठरवली पाहिजे. अर्थात, त्यासाठी प्रत्येक भाषण ऐतिहासिक आणि प्रत्येक दौरा संबंधांना नवं वळण देणारा ठरवण्याच्या भ्रामक कल्पनेतून बाहेर पडावं लागतं. ओबामा निवृत्त होत आहेत, तसंच ज्या काँग्रेससमोर मोदींचं भाषण झालं त्यातल्या 'रिप्रेझेंटेटिव्ह ऑफ व्हाइट हाउस'ची निवडणूकही तोंडावर आहे, तर सिनेटमधले एकतृतीयांश सदस्य बदलले जाणार आहेत. मोदी यांची जी काही चर्चा-संवाद झाला तो बव्हंशी मावळत्यांसोबत होता, दौरा सुरू असताना अमेरिकेचे परराष्ट्रमंत्री आणि संरक्षणमंत्री दोघंही चीनमध्ये होते, हेही पुरेसं बोलकं आहे. अशा स्थितीत भारताच्या पदरी ठोस असं काय पडेल यावर अनेकांनी शंका उपस्थित केल्या होत्या. तरीही परराष्ट्र धोरण सातत्यपूर्ण असतं आणि सत्ताबदलाने त्यात फार प्रचंड बदल होत नाहीत हे गृहीतक जमेला धरूनही हाती काय लागलं, हे तपासायला हवं.

(अणुइंधन पुरवठादार गट)

(NSG - Nuclear Supplier Group)

- स्थापना - मे १९७५
- अण्वस्त्र प्रसारबंदी (NPT) करारावर सही केलेले सदस्य या गटाचे सदस्य देश आहेत.
- सध्या NSG मध्ये एकूण ४८ सदस्य राष्ट्र आहेत.
- भारताचे एनएसजीचे सदस्यत्व मिळवण्याचे प्रयत्न चीनच्या विरोधामुळे अयशस्वी झाले.
- भारताने NPT कराराचा स्वीकार केला नाही या मुद्यावर चीन व स्वित्झर्लंडने विरोध दर्शविला.

अणुतंत्रज्ञान पुरवठादार समूह किंवा एनएसजीचं सदस्यत्व मिळवणं म्हणजे त्यासाठी पाठिंबा मिळवणं हा मोदींच्या पाच देशांच्या दौऱ्यातला एक महत्त्वाचा भाग होता. अमेरिकेनं भारताच्या या उमेदवारीला पाठिंबा दिला, हे यश असल्याचं नगारे लगेचच वाजू लागले. हे प्रथेला धरूनच असलं तरी अमेरिकेच्या पाठिंब्यात नवं काही नाही. अमेरिकेनं आधीही यासाठी भारताला पाठिंबा दिलाच होता. त्याचा 'बराक-नरेंद्र' भाईचाऱ्यात पुनरुच्चार झाला इतकंच. या गटात भारताला सहभागी व्हायचं आहे आणि तो गट अस्तित्वात आला तोच भारताच्या पहिल्या अणुचाचणीनंतर अणुतंत्रज्ञानाचा प्रसार होऊ नये, त्यावर निर्बंध असावेत यासाठी. अण्वस्त्रविरहित जगाचं स्वप्न दाखवणारा, मात्र १९६७ पूर्वी अण्वस्त्र

भोपाळ वायुगळती-

२ डिसेंबर १९८४ रोजी **युनियन कार्बाइड इंडिया लि. (आता डाऊ केमिकल्स), या** भोपाळमधील कंपनीत **मिथाइल आयसोसाइनाइट** या विषारी वायूची गळती सुरू झाली.

यामध्ये **२२५९** लोक मृत्युमुखी पडले.

भोपाळ वायुगळती अपघातानंतर भारताने पर्यावरण संरक्षण नियम अधिक कडक करत 'पर्यावरण संरक्षण कायदा - १९८६' संमत केला.

तयार केलेल्या जगातील महासत्तांना मोकळीक ठेवणाऱ्या या गटातल्या सहभागाला निश्चित महत्त्व आहे. या गटात आज भारत सहभागाची आशा बाळगतो आहे, त्याला पार्श्वभूमी आहे २००८च्या भारत-अमेरिकेतील नागरी अणुकराराची. जो डॉ. मनमोहनसिंग आणि धाकट्या बुश यांच्यातल्या मैत्रीचा कळसाध्याय होता. भारताचा अणु-वनवास संपवण्यातलं निर्णायक पाऊल म्हणजे तो करार. भारतानं अण्वस्त्रप्रसारबंदी करारावर सही केली नसली तरी हा जबाबदार अणुसंपन्न देश आहे हे या करारानं मान्य केलं. त्याचं पुढचं तार्किक पाऊल म्हणजे जगातल्या अणुतंत्रज्ञान आण्विक साहित्य पुरवठादारांनी प्रत्यक्ष पुरवठा करणं आणि एनएसजीमधला प्रवेश. यात करार झाला तरी डॉ. मनमोहनसिंगांना त्यांच्या कारकीर्दीत प्रत्यक्ष अणुतंत्रज्ञान मिळवणं किंवा अणुभट्ट्यांच्या उभारणीला मार्गी लावणं जमलं नव्हतं. या पार्श्वभूमीवर मोदींच्या दौऱ्यात काय साधलं? एनएसजीसाठी अमेरिकेने दिलेला पाठिंबा तर नवा नाही. उलट भरपूर टाळ्या घेणाऱ्या काँग्रेससमोरच्या भाषणात मनमोहनसिंग-जॉर्ज बुश यांच्यातील अणुकरार दोन देशातल्या संबंधासाठी कसा निर्णायक वळण देणारा होता, याचं कौतुक दोघांची नावं न घेता का असेना पण मोदींना करावं लागलं. हे सांगायचं कारण इतकंच की, जेव्हा हा करार झाला तेव्हा भाजप विरोधी पक्ष होता आणि या पक्षानं देशाची अस्मिता गहाण टाकल्याची टीका केली होती. सुषमा स्वराज यांनी तर मोगलसम्राट जहाँगिरानं ईस्ट इंडिया कंपनीशी करार करण्याची तुलना त्या अणुकराराशी केली होती. अडवानींनी तो करार लोकद्रोही ठरवला होता. याच भाजपचे पंतप्रधान आता एनएसजीत पाठिंबा मिळाला तरी कौतुकाचे धनी होत आहेत. अर्थात, सत्तेवर आल्यानंतर आपलं आधीच धोरण चुकीचं होतं, भारताचं नुकसान करणारं होतं, याची जाणीव मोदी आणि भाजपला झाली असेल तर हा 'यू टर्न'ही स्वागतार्हच. सिंग यांना कराराचे दृश्य लाभ घेता आले नाहीत याचं कारण अणुपुरवठादारांकडून अणुभट्ट्या उभ्या केल्यानंतर त्यात काही अपघात झालाच त्याची जबाबदारी या कंपन्यांवर किती, याविषयीचे मतभेद आहेत. भोपाळकांडाचा अनुभव असलेल्या भारतात यासाठीचे नियम कडेकोटच असले पाहिजेत असं धोरण ठेवणं स्वाभाविकच. आता मोदी यांच्या दौऱ्यातून अणुभट्ट्या स्थापन करण्यासाठी नव्यानं चर्चा सुरू झाली आहे. आण्विक दायित्वाचा मुद्दा आता फार ताणला जाण्याची शक्यता कमी आहे. मात्र, ६ अणुभट्ट्या उभारताना व्यावसायिक अटी-शर्तींचा सापळा ओलांडावा लागेल. कस लागणार आहे तो देशाच्या मूळ भूमिकेशी तडजोड न करता हे गुंते सोडवण्यात. तोवर अणुतंत्रज्ञान मिळणार आणि भारत अणुऊर्जेने संपन्न होणार या विधानांना आशावाद यापलीकडं अर्थ नाही.

एनएसजीमध्ये सहभागात खरी अडचण आहे ती चीनची आणि अमेरिकेच्या पाठिंब्यानं त्यात काही फरक पडण्याची शक्यता नाही. चीननं भारताला या गटात सहभागी करायचं तर तोच न्याय इतरांनाही लागू करावा

असा पवित्रा घेतला आहे. याचा सरळ अर्थ भारताला प्रवेश देत असाल तर पाकिस्तानलाही द्या. भारतानं आजवर निभावलेली जबाबदार अण्वस्त्रधारी देशाची भूमिका पाहता आपल्या प्रवेशावर या गटातल्या बहुतांश सदस्यांना हरकत नाही; मात्र पाकिस्तानचं रेकॉर्ड पाहता त्या देशाला असा प्रवेश दिला जाणं जवळपास अशक्य आहे. चीनला पाकिस्तानचं प्यादं पुढं करून भारताचा प्रवेश रोखायचा आहे. अमेरिकेशी नागरी अणुकरार झाला तेव्हाही चीनचा विरोध होताच, मात्र तेव्हाचे अमेरिकन अध्यक्ष जॉर्ज बुश यांनी चीनच्या तत्कालीन अध्यक्षांना दूरध्वनी करून पाठिंबा देण्यास पटवलं होतं. अमेरिका चीनमध्ये वाढत्या व्यापारामुळं तेव्हा बरे संबंध होते. दोन्ही अध्यक्षांचंही जमत होतं. आज ती स्थिती नाही. किंबहुना अमेरिका भारताचा चीनविरोधात वापर करेल, असाच संशय चिनी राज्यकर्त्यांच्या मनात आहे. साहजिकच एनएसजीसंदर्भातील घडामोडी भारतासाठी सकारात्मक असल्या तरी निर्णायक नाहीत आणि हा प्रश्न सुटलेला नाही, लगेचच सुटण्याची शक्यताही नाही. तरीही हे मोदींच्या दौऱ्याचं यशच मानायचं. त्यांनी जरूर आनंदोत्सव साजरा करावा. एक लक्षणीय फलनिष्पत्ती म्हणजे क्षेपणास्त्र तंत्रज्ञानाच्या प्रसारावर नियंत्रणासाठी बनवलेल्या 'एमटीसीआर' गटातल्या सहभागाची निश्चिती. मोदींच्या या दौऱ्यात यश म्हणता येईल असं एवढंच घडलं आहे. लांब पल्ल्याच्या क्षेपणास्त्रांचं तंत्रज्ञान मिळवणं, मानवरहित विमानं मिळवणे यांसारख्या बाबींना हे सदस्यत्व पूरक ठरू शकतं. अर्थात, नागरी अणुकरार आणि प्रत्यक्ष अणुभट्टी उभारणे यात जशा पण-परंतुच्या व्यावहारिक अडचणी आल्या तशा यातही येण्याची शक्यता आहेच. हा प्रवेशही शक्य झाला तो इटलीनं विरोध सोडल्यानं आणि हे घडण्यापूर्वी मच्छीमारांच्या खुनाच्या आरोपावरून पकडलेले इटलीचे दोन नौसैनिक भारतातून सुखरूप मायदेशी परतल्यानंतर.

अमेरिकेच्या बाजूनं भारताबरोबरच्या संबंधातली उद्दिष्टं स्पष्ट आहेत. एकतर भारताची बाजारपेठ अमेरिकन उद्योगांना विशेषतः संरक्षण उत्पादन कंपन्यांना हवी आहे, दुसरं तितकेच स्पष्ट उद्दिष्ट आहे, व्यापारविषयक.

भारत – अमेरिका नागरी अणुकरार –

» तत्कालीन पंतप्रधान मनमोहनसिंग व राष्ट्रपती जॉर्ज बुश यांच्यात २००५ मध्ये नागरी अणुसहकार्यासाठी करार झाला.

२००८ मध्ये करारास दोन्ही देशांच्या संसदेकडून मान्यता मिळाली.

» या करारामुळे भारतावरील आण्विक निर्बंध दूर झाले व अणुइंधन मिळण्याचा मार्ग मोकळा झाला.

» ८ जून २०१६मध्ये - भारतात सहा अणुभट्ट्या उभारण्यास मंजुरी मिळाली.

» या करारान्वये भारताच्या नागरी वापराच्या अणुभट्ट्या आंतरराष्ट्रीय अणुऊर्जा संस्थेच्या निरीक्षणासाठी खुल्या करण्यात आल्या आहेत.

क्षेपणास्त्र तंत्रज्ञान नियंत्रण करार –(MTCR)

एमटीसीआर गटाची स्थापना एप्रिल १९८७ मध्ये G-7 राष्ट्रांकडून करण्यात आली.

» क्षेपणास्त्र व मानवविरहित विमानांच्या (UAV) (३०० किमीपेक्षा जास्त पल्ला असणाऱ्या क्षेपणास्त्रांच्या तंत्रज्ञान हस्तांतरणावर बंदी) हा या कराराचा मुख्य उद्देश आहे.

» या गटाचे एकूण ३५ देश सदस्य आहेत, भारत २७ जून २०१६ रोजी या गटाचा ३५ वा सदस्य बनला. सदस्य झाल्यामुळे भारत इतर देशांना क्षेपणास्त्र व तंत्रज्ञान निर्यात करू शकतो.

» चीन या गटाचा सदस्य नाही.

मुक्त व्यापारातले सारे अडथळे हटवावेत हा अमेरिकेचा प्रयत्न आहे. यात अमेरिकन संरक्षणसामग्री खरेदी करण्यासाठी भारत अधिकाधिक सकारात्मक बनतो आहे. या क्षेत्रातली दोन्ही देशांतली देवाणघेवाण वेगानं वाढत आहे. आतापर्यंत रशिया भारताला सर्वाधिक संरक्षणसामग्री पुरवणारा देश होता, ती जागा अमेरिका घेऊ पाहतो आहे. मात्र, कितीही जवळीक वाढली तरी ड्रोनसारखं हत्यार किंवा त्याचं तंत्रज्ञान देण्याचं नावही अमेरिका काढत नाही. मुक्त व्यापारात भारत आणि अमेरिकेच्या दृष्टिकोनात मूलतः फरक आहे. मात्र, सायबर सुरक्षेच्या मुद्द्यावरही अमेरिकेनं 'ट्रान्स पॅसिफिक प्रोटोकॉल' या बहुराष्ट्रीय कराराचा संदर्भ आणून भारताला कसलीही सवलत द्यायला तयार नसल्याचं दाखवलं आहे. अमेरिकेचं तिसरं उद्दिष्ट संरक्षणदृष्ट्या भारताला आपल्या प्रभावक्षेत्रात खेचण्याचं. यात अमेरिकेला भारताचा वापर चीनला शह देण्यात करायचा असल्यास नवल नाही. विशेषतः दक्षिण चीन समुद्रातल्या तणावात भारतानं भूमिका बजवावी, असं अमेरिकेला वाटतं. आजवर भारत अशा कोणत्याही आंतरराष्ट्रीय संघर्षापासून दूर राहिला आहे, भारताचा थेट संबंध नाही अशा आंतरराष्ट्रीय लढाईत भारतीय सैन्य कधी लढलं असेल तर संयुक्त राष्ट्रांच्या झेंड्याखाली शांतिसेना म्हणून. अमेरिका भारताला संरक्षण क्षेत्रातला व्यूहात्मक सहकारी म्हणायला लागली आहे. तसं हे प्रकरण मनमोहन-बुश मैत्रिपर्वाचंच अपत्य आहे. मात्र, याचा अर्थ काय हे समजून घेण्याची गरज आहे. भारतानं जगाच्या व्यवहारात अधिक सहयोग द्यावा, असं अमेरिकेला वाटतं म्हणजे कोरड्या गप्पांपेक्षा जिथं खरंच काही कृती सुरू आहे तिथं साथ द्यावी असं वाटतं. भारताला जगातली मान्यताप्राप्त शक्ती व्हायचं तर हे करावंच लागेल, असं सांगणारे लॉबिस्ट सक्रिय झाले आहेत. आजवर भारतानं कोणत्याही लष्करी मोहिमेत अमेरिकेला साथ दिलेली नाही. सद्दामविरोधातली चढाई असो की अफगाणिस्तानातली लढाई, भारत अलिप्तच राहिला. तशी साथ अन्य कोणालाही दिलेली नाही. डिफेन्स पार्टनर म्हणजे अमेरिकन संरक्षण सामग्री तयार करणाऱ्या कंपन्यांना कंत्राटं मिळवून देणं आणि अमेरिकेच्या लोकशाही निर्यात करण्याच्या जगभरातल्या कथित उपक्रमात भारताचा प्रत्यक्ष सहभाग मिळवणं हे अमेरिकेचं लांबपल्ल्याचं उद्दिष्ट आहे. आज केवळ गोड भाषेत एकमेकांचे सहकारी व्हायच्या आणाभाका घेतल्या जात असल्या तरी हे प्रकरण पुढं याच

नाटो - (North Atlantic Treaty Organisation)

» नाटोची स्थापना ४ एप्रिल १९४९ रोजी तत्कालीन सोव्हिएत महासंघाविरुद्ध संयुक्त आघाडी म्हणून करण्यात आली.

» मुख्यतः युरोपमधील २५ राष्ट्रे नाटोचे सदस्य आहेत.

» नाटोचे मुख्यालय ब्रुसेल्स (बेल्जियम) येथे आहे.

MTCR (Missile Technology Control Regime)

» कॅनडा, फ्रान्स, जर्मनी, इटली, जपान, अमेरिका, ब्रिटन (G-T संस्थापक सदस्य १९८७)

» स्पेन, नॉर्वे, डेन्मार्क, बेल्जियम, ऑस्ट्रेलिया (प्रवेश १९९०)

» स्वीडन, न्यूझीलंड, फिनलँड, ऑस्ट्रिया (१९९१)

» स्वित्झर्लंड, पोर्तुगाल, आयर्लंड, ग्रीस (१९९२)

» हंगेरी, आइसलंड (१९९३)

» द. आफ्रिका, रशिया, ब्राझील (१९९५)

» तुर्कस्तान, पोलंड (१९९७), चेक प्रजासत्ताक, युक्रेन (१९९८)

» द. कोरिया (२००१), बल्गेरिया (२००४), भारत (२०१६, ३५ वा देश)

» अर्जेंटिना (१९९३), लंक्झेबर्ग, नेदरलँड (१९९०)

दिशेनं नेण्याचा अमेरिकेचा प्रयत्न असेल, मुद्दा हा आहे की भारत हे मान्य करणार काय? मोदी सरकार या टोकाला जाण्याची शक्यता आज तरी दिसत नाही. मात्र, आपल्याला ठरवलेलं मिळत नाही तोवर अमेरिका समोरच्याला हवं ते घडू देत नाही; मग तिथं सत्तेवर कोणीही असो. हा तिढा सोडवून अमेरिकेच्या कह्यात न जाता आपले हितसंबंध जपणं ही कसरत आहे. ती एका दौऱ्यापुरती किंवा मोदींपुरती नाही, भारताच्या परराष्ट्र धोरणासाठीची आहे. अमेरिकेशी संरक्षणविषयक जवळिकीत मूलभूत मानल्या जाणाऱ्या करारांनुसार उभय देशांना एकमेकांचे लष्करीतळ वापरता येतील असं कलम आहे. याचा व्यवहारातला अर्थ अमेरिकेला भारताच्या तळांचा वापर करता येईल, अमेरिकन तळ वापरून भारत जगात अन्यत्र लष्करी हस्तक्षेप करण्याची शक्यता आज तरी कुणी कल्पनेतही आणत नाही. संरक्षणात भारताशी सहकार्य म्हणजे अमेरिकन शस्त्रनिर्मिती कंपन्यांना बाजारपेठ मिळवून देणं असाच आहे. यात भारताचाही लाभ असू शकतो. तो घेण्यात गैर काहीच नाही, मात्र अमेरिका भारताला संरक्षणविषयक तंत्रज्ञान देईल किंवा एकत्रित उत्पादन संशोधनात काही प्रत्यक्ष घडेल हा निव्वळ आशावाद आहे. अमेरिकेच्या वळचणीला असलेल्या नाटो देशांशीही अमेरिका याबाबतीत फारच कंजुषीने वागत आली आहे.

NATO (North Atlantic Treat Organisation) 29

» सदस्य : अल्बानिया, अमेरिका, बेल्जियम, बल्गेरिया, कॅनडा, क्रोशिया, चेक प्रजासत्ताक, डेन्मार्क, इस्टोनिआ, फ्रान्स, जर्मनी, ग्रीस, हंगेरी, आइसलँड, इटली, लॅटिव्हिआ, लिथुनिआ, लक्झेंबर्ग माँटेगेरो, नेदरलँड, नॉर्वे, पोलंड, पोर्तुगाल, रोमानिआ, ग्लोव्हाकिया, स्लोव्हानिया, स्पेन, तुर्की, ब्रिटन

दोन वर्षांत चार वेळा अमेरिका दौरा आणि सात वेळा अमेरिकन अध्यक्षांची भेट यातून मोदी यांनी अमेरिकेशी जवळीक वाढवण्याचे स्पष्ट संकेत दिले आहेत. बदलत्या जागतिक रचनेत त्याला आक्षेप घेण्याचे कारण नाही. या दिशेनं मोदी यांच्या ताज्या दौऱ्यात काही पावलं जरूर पडली. मात्र, भारत-अमेरिका संबंधांना निर्णायक वळण म्हणावं असं काही घडलेलं नाही. एक नेता म्हणून मोदींनी अमेरिकन काँग्रेसमध्ये टाकलेली छाप, भाषणाला ६४ वेळा टाळ्या आणि ९ वेळा स्टँडिंग ओव्हिएशन याचं कौतुक जरूर होत राहील. जागतिक नेत्याला लागणारं वलय आणि आत्मविश्वास मोदींनी कमावल्याचं त्या भाषणानं दाखवून दिलं. ओबामांशी सातवी भेट, प्रचंड स्वागत, काँग्रेससमोरचं दणदणीत भाषण, उभय देशांकडून एकमेकांवर कौतुकाचा वर्षाव, असं सारं फिल गुडचं वातावरण हे यशाचं, त्या पलीकडं सांगण्यासारखं काय आणि किती एवढाच मुद्दा!

लढाऊ ड्रोन (Unmanned Combat Aerial Vehicle - UCAV)

» मानवविरहित हवाई हल्ल्यांसाठी वापरता येणारे विमान.

» अमेरिका, इस्त्रायल, चीन, भारत, पाकिस्तान व तुर्की या देशांकडे सध्या लढाऊ ड्रोन आहेत.

» अमेरिकेने ड्रोनचा वापर अफगाणिस्तानमध्ये तालिबानविरुद्ध लढण्यासाठी केला होता.

» भारताच्या लढाऊ ड्रोनचे नाव 'रुस्तम' असे आहे.

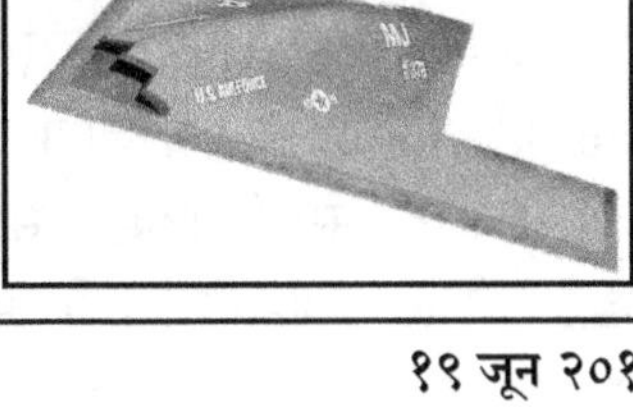

१९ जून २०१६

■

तुर्की उठावाचं उत्तरायण!

> “तुर्कस्तानातल्या फसलेल्या बंडानं काही उत्तरं मिळण्यापेक्षा तिथले प्रश्न अधिक गंभीर केले आहेत. लोकशाही हक्कांची गळचेपी आणि सरसकट विरोधकांना उखडण्याचे प्रयत्न, हे तातडीनं दखल घेतले गेलेले मुद्दे आहेत; पण तुर्कस्तान कट्टरतेकडं जाणार असेल तर बंडाचं आणि त्याविरोधातल्या उठावाचं हे उत्तरायण अधिक गंभीर असेल. धार्मिक कट्टरतावादाचं लोण तुर्कस्तानपुरतं नाही, ते अन्यत्रही दिसू लागलंय. संपूर्ण जगासमोर तणावाचं हे नवं केंद्र तयार होणार असेल तर ते गंभीर आहे.

लष्कराचं बंड मोडलं तर लोकशाहीचा विजय मानायचा का? लोकशाही व्यवस्था ही केवळ लोकांनी मतपेटीतून निवडून देण्याचं कर्मकांड पार पाडल्यानं येते की, त्या पलीकडं लोकशाही मूल्यांच्या जपणुकीचा भारही अशा शासनव्यवस्थेनं वाहायचा असतो? बंड फसल्यानं, लोकशाहीच्या गळचेपीला बळ मिळणार असेल तर बंड फसलं असलं तरी लोकशाहीचा विजय कसा? अशा प्रश्नांची भेंडोळी तुर्कस्तानातल्या फसलेल्या लष्करी बंडानं पुढं आणली आहे. याचे परिणाम तुर्कस्तानवर, या देशाचं 'युरोपियन समुदाय आणि नाटो' यांच्याशी असलेल्या नात्यावर, अमेरिकेबरोबरच्या संबंधावर होतीलच. मात्र, तुर्कस्तानात उदारमतवादी धर्मनिरपेक्षतेच्या वाटेवरून धार्मिक, सामाजिकदृष्ट्या पुराणमतवादाकडं जाण्याची, त्यालाच राष्ट्रवादाचा आधार बनवण्याकडं जाण्याची चिन्हं स्पष्ट आहेत. मतमतांतर असलीच तर या वाटचालीला 'जिहादी' म्हणायचं की, त्याच्या अलीकडचा टप्पा म्हणायचं इतकीच.

जगात कुठंही लष्करानं सत्ता ताब्यात घेतली की, लोकशाहीचा गळा घोटला जातो हा समज चुकीचा नाही; मात्र लष्कराचं असलं साहस फसलं किंवा लोकांनी हाणून पाडलं तरी लोकशाहीची खात्री असतेच असं नाही असा नवा धडा तुर्कस्तानातल्या घडामोडी देत आहेत. या देशात लष्कराचं बंड फसलं. त्यात लोकांनी बंडवाल्या जवानांच्या समोर जाऊन थेट दिलेलं आव्हान आणि त्यांना शरणागतीला

घटनाक्रम –

- १५ जुलै २०१६ - तुर्की सैन्यामधील बंडखोर गटाने उठाव करण्याचा प्रयत्न केला. सरकारने या उठावामागे फत्तेहउल्ला गुलेन यांचा हात असल्याचा आरोप केला.
- या उठावामध्ये ३०० हून अधिक लोक मारले गेले. तुर्कस्तानच्या संसदेवर व राष्ट्रपती भवनावर देखील हवाई हल्ले करण्यात आले. तुर्की सैन्याने हा उठाव मोडून काढला.

रेसिप एर्दोगान – (Recep Erdogan)

- २०१३-१४ या कालावधीमध्ये तुर्कस्तानचे पंतप्रधान. न्याय व विकास पक्षाचे प्रमुख
- ऑगस्ट २०१४ पासून तुर्कस्तानचे राष्ट्रपती.
- कारकीर्दीची सुरुवात इस्तंबुलचे महापौर (१९९४-९८) म्हणून केली.

भाग पाडण्याचा वाटा मोठा होता. कुठलीही सत्ता केवळ शस्त्राच्या बळावर कायम राज्य करू शकत नाही, शस्त्राचं भय दाखवून काही काळ हे करता येतं, मात्र हे भयच उरलं नाही तर शस्त्रबळ अर्थहीन ठरतं, हेही तुर्कस्तानात दिसलं. त्या देशाचे अध्यक्ष रेसेप तायिप एर्दोगन यांनी बंड झाल्यानंतरच्या गोंधळाच्या काळात लोकांना रस्ते सोडू नका, असं सांगून केलेलं आवाहन त्यांच्या समर्थकांनी तंतोतंत पाळलं आणि लष्कराला बराकींमध्ये परतावं लागलं. याचा बहुतेकांनी लोकशाही जिंकली असा अर्थ लावला. कदाचित लष्कराला लोकांनी थोपवलं, या दृष्टिकोनातून तो लावला गेला. मात्र, बंड संपल्यानंतर एर्दोगन यांनी ज्याप्रकारे विरोधकांची मुस्कटदाबी सुरू केली आहे आणि आपल्याला विरोधच होऊ नये, अशी वाटचाल लोकशाहीच्या बुरख्याआडून सुरू केली आहे ती चिंताजनक आहे. उदारमतवादी मुस्लिम राष्ट्र असा लौकिक असलेल्या तुर्कस्तानात धर्माचा वापर सुरू झाला यासाठी ती चिंताजनक आहे. तुर्कस्तानातलं हे उजवं वळण आशिया आणि युरोपला जोडणाऱ्या अतातुर्कच्या देशासाठी बरं नाही.

तुर्कस्तानातलं सरकार आणि अध्यक्ष, लोकांनी मतपेटीतून निवडले आहेत हे खरंच आहे. साहजिकच जे लोकशाही प्रक्रियेतून सत्तेवर आलेले आहेत आणि त्यांना हटवायचं तर अशाच प्रक्रियेतून जायला हवं, त्याऐवजी एर्दोगन यांच्या विरोधकांनी आणि लष्करी अधिकाऱ्यांनी बंडाचा मार्ग अवलंबला, तो फसला. त्यापाठोपाठ त्या देशात आणीबाणी लावण्यात आली आणि प्रचंड अटकसत्र सुरू झालं. बंड मोडल्यानंतर बंडखोरांना चाप लावण्याची कारवाईही अपेक्षितच असते. मात्र, तुर्कस्तानात तीन हजार न्यायाधीश, अनेक विद्यापीठातले डीन, शिक्षण विभागातले हजारो कर्मचारी, पदांनुसार जनरल किंवा ॲडमिरल असणारे शंभरवर अधिकारी, शेकडो पत्रकार एर्दोगन यांच्या रोषाचा बळी ठरले. सव्वाशेवर माध्यमांना टाळं लावणं भाग पाडण्यात आलं. बंड फसताच अध्यक्षांनी आपली पकड मजबूत करताना सुरू केलेली स्वातंत्र्याची गळचेपी न लपणारी आहे. लष्करानं सत्तासूत्रं हाती घेणं मूलतः लोकशाही तत्त्वांशी विसंगत असलं तरी तुर्कस्तानला आधुनिक बनवण्यात, ठेवण्यात लष्कराचा वाटा मोठा आहे. लष्करानं यापूर्वी तीन वेळा सत्ता ताब्यात घेतली होती.

तुर्कस्तानची धर्मनिरपेक्षतेकडून कट्टरतेकडं होणारी वाटचाल आणि त्याला सत्तेतून मिळणारं समर्थन हा उदारमतवाद्यांसाठी चिंतेचा मामला बनतो आहे. फसलेल्या बंडासाठी एर्दोगन यांनी अमेरिकेत निर्वासित म्हणून वास्तव्यास असलेल्या फत्तेउल्लाह गुलेन या नेत्याला जबाबदार धरलं आहे. या गुलेन यांचा पंथ तुर्कस्तानच्या साऱ्या यंत्रणात शांतपणानं हातपाय पसरत चालला होता. त्यांची भूमिकाच आधी यंत्रणा ताब्यात घ्या, नंतर मध्यवर्ती सत्तेचं पाहू अशी आहे. त्यांच्या अनुयायांनी धर्मनिरपेक्षतेचे राखणदार मानल्या गेलेल्या लष्करात प्रवेश केला आणि याच मंडळींनी बंडाचा कट रचला, असा एर्दोगन समर्थकांचा दावा आहे. खरंतर गुलेनपंथीय लष्करात घुसू शकले याचं कारण एर्दोगन-गुलेन यांच्या युतीतच आहे. दोघांच्याविरोधातही धर्मनिरपेक्षतेला बाधा करणाऱ्या कृतीसाठी कारवाई झाली होती. एर्दोगन यांना तुरुंगवासासह राजकारणात बंदी घातली होती. गुलेन अमेरिकेत परागंदा झाले तरी त्यांच्या अनुपस्थितीत त्यांच्यावर देशात इस्लामी राजवटीचा घाट

घातल्याचा आरोप ठेवला होता. दोघांनाही धर्मवादाचं वावडं नाही. मात्र, काळाच्या ओघात दोघांचे रस्ते बदलले आणि ते एकमेकांच्या विरोधातही उभे ठाकले. दोघांचंही स्वप्न आणि कृती देशाला इस्लामी सत्ता बनवण्याकडं नेणारीच होती. दोघं एकविचारानं कार्यरत असताना लष्करात धार्मिक प्रवृत्तींचा शिरकाव झाल्याचं मानलं जातं. नेहमी धर्मनिरपेक्षतेच्या बाजूनंच सामर्थ्य वापरणाऱ्या लष्कराचं या वेळचं बंड मात्र गुलेनपंथीयांचं कारस्थान असल्याचा दावा आहे. हे खरं असेल तर तुर्कस्तानात बंड यशस्वी झालं असतं तरी इस्लामीकरणाला बळ मिळालं असतं आणि ते फसलं तरी वाटचाल त्याच दिशेनं सुरू आहे. हेच परिवर्तन एर्दोगन आणि गुलेन यांनी घडवलं आहे. तुर्कस्तानचं जगाच्या नकाशावरचं स्थान पाहता भविष्यात धोकादायक ठरू शकतं. एर्दोगन यांच्या कारकीर्दीतल्या भ्रष्ट व्यवहाराच्या टेप्स बाहेर आल्या आणि यात गुलेनपंथाचा हात असल्याचा संशय एर्दोगन यांना आल्यानंतर गुलेन आणि एर्दोगन समर्थकांचं म्हणजेच इस्लामीकरणासाठी प्रयत्न करणाऱ्यांच्याच दोन प्रवाहांत संघर्ष सुरू झाला. सत्ता हाती असलेल्या एर्दोगन यांनी गुलेनपंथाला प्रशासनातून हद्दपार करायला सुरुवात केली. आता बंड फसल्यानंतर या बंडाच्या प्रयत्नाचा आधार घेऊन एर्दोगन गुलेनपंथीयांसह विरोधकांना संपवायला सज्ज झाले आहेत. तुर्कस्तानातले धार्मिक नेते या बंडाविरोधात एर्दोगन यांच्या बाजूनं मोठ्या प्रमाणात उभे राहिले. मशिदीतून लष्कराला विरोध करण्याचं आवाहन रात्रभर केल्याच्या बातम्या प्रसिद्ध झाल्या आहेत. देशातल्या धार्मिक नेत्यांचा स्पष्ट पाठिंबा एर्दोगन यांच्यासोबत आहे.

फत्तेहउल्ला गुलेन (Fethullah Gulen)

» राष्ट्राध्यक्ष एर्दोगन यांचे राजकीय प्रतिस्पर्धी.
» लेखक, धर्मगुरू व राजकीय नेता म्हणून कार्य.
» तुर्कस्तानमधील एर्दोगन यांच्या हुकूमशाही राजवटीला विरोध.
» सध्या पेनस्लिव्हनिया (Pennsylgvania), अमेरिका येथे वास्तव्य.

आता मुद्दा एर्दोगन यांचा तुर्कस्तान भविष्यात कशी वाटचाल करणार हा आहे. अंतर्गत प्रतिस्पर्धी शत्रूंचा काटा काढणं होईलच. त्यासाठी सर्व प्रकारच्या हक्कांची मुस्कटदाबी सुरू झाली आहे. यावर आक्षेप घेणाऱ्या पाश्चात्त्यांवर त्यांना तुर्कस्तानातल्या नागरिकांची जीवनपद्धतीच समजत नसल्याचा टिपिकल आक्षेप घेणंही सुरू झालं आहे. एर्दोगन अगदी कडव्या पंथांचे नाहीत किंवा ते जगापुढं समस्या बनलेल्या टोकाच्या जिहादी वाटचालीकडं जाणार नाहीत, असं अनेकांना वाटतं. मात्र, एर्दोगन यांनी सत्तेवर असताना धर्मसत्तेकडं जाणारी धोरणं राबवायला सुरुवात केली होती आणि आता बंड फसल्यानंतर त्यांच्या नेतृत्वाखालचा तुर्कस्तान अधिक वेगानं धर्मवादाकडं झुकलेला असेल, याबद्दल कोणाला शंका नाही. आता एकदा हे झुकणं सुरू झालं की, त्याला अंत नसतो हे जगभरात दिसलं आहे. मुस्लिम जगताचं नेतृत्व करायची त्यांची इच्छा लपलेली नाही. बंड फसल्यानंतर मुस्लिम ब्रदरहूडसारख्या संघटनांपासून जिहादसाठी सैद्धांतिक मांडणी करणाऱ्या अल मकदिसीपर्यंत अनेकांना यात दैवी इच्छा दिसली हे नजरेआड करण्यासारखं नाही. तुर्कस्तानातल्या घडामोडींकडं लक्ष ठेवून असणाऱ्यांसाठी तिथं सलाफी विचारसरणीला बळ मिळण्याचा धोका वाटतो आहे.

'तुर्कस्तान नाटो'चा महत्त्वाचा सदस्य देश आहे. 'नाटो'साठी अमेरिकेनंतर सर्वाधिक लष्करी मनुष्यबळ तिथूनच पुरवलं जातं. सीरियातल्या इसिसच्या कथित खिलाफतीविरोधातल्या लढाईत तुर्कस्तानचा वाटा महत्त्वाचा आहे. यात तुर्कस्तान अमेरिकेसोबत असला तरी कारवाई हातची राखूनच होते, हेही दिसलं आहे. सीरियातली असद राजवट आणि एर्दोगन यांचं जमत नाही. बंड फसल्यानंतर एर्दोगन अधिक सामर्थ्यशाली बनले

सलाफी विचारसरणी –

» सलाफी विचारसारणी ही सुन्नी इस्लामची उपशाखा असून, ती पुरातन धर्मआचरणावर भर देते.

» सलाफी विचारसारणी मानणारे लोक प्रामुख्याने अरब राष्ट्रांमध्ये आहेत. या विचारसरणीचा उदय अठराव्या शतकाच्या मध्याला अरब राष्ट्रांमध्ये झाला.

» सलाफी विचारसारणी कुठल्याही प्रकारच्या आधुनिक मांडणीला (धर्माच्या) विरोध करत, धर्माच्या मूळ आचरणावर भर देते.

» अल् कायदा, इसिस, बोको - हराम या संघटना सलाफी विचारसारणीला मानणाऱ्या दहशतवादी संघटना आहेत.

आहेत. सत्तेवर आल्यानंतर त्यांनी हळूहळू धर्मवाद्यांना आणि त्याभोवती राष्ट्रवादाची कल्पना मांडणाऱ्या कट्टरपंथीयांना चुचकारणारे अनेक निर्णय घेतले आहेत. त्याला आता वेग येण्याची उघड शक्यता आहे. धार्मिक शाळांना उघड प्रोत्साहन दिलं जातं आहे. विद्यापीठीय अभ्यासक्रमातून इस्लामच्या वैचारिक तत्त्वज्ञानात्मक भागाऐवजी कट्टरवादाकडं झुकणाऱ्या अभ्यासक्रमाला प्राधान्य मिळू लागलं आहे. आजघडीला हा देश कडव्या धर्मांध राजवटीसाठी तयार नाही; मात्र बंडानंतरचे एर्दोगन त्या दिशेनं वेगानं जाण्याची शक्यता नाकारता येत नाही.

तसा तुर्कस्तानातल्या घटनांचा परिणाम भारतावर फार तातडीने होण्याची शक्यता नाही. द्विपक्षीय व्यापार मागच्या दहा-बारा वर्षांत वाढला असला तरी फार प्रचंड नाही. सत्ता कुणाचीही आली तरी आर्थिक व्यवहारात फार मोठे बदल होत नाहीत. मात्र, धर्मनिरपेक्षतेचं तत्त्व मानणारा एक देश कडव्या धर्मवादाकडं ढकलला जात असेल तर मुद्दा फक्त भारताचा नाही जगासाठी चिंतेचं कारण असायला हवा. लष्करी बंड फसल्यानंतर जगभरातल्या जिहादी गटांना झालेला आनंद लपणारा नाही. एर्दोगन हे त्यातले मवाळ मानले जातात हे खरं; मात्र त्यांचं बळकट होणं पुराणमतवाद्यांना भल्याचं वाटतं. तुर्कस्तानातल्या फसलेल्या बंडानं काही उत्तरं मिळण्यापेक्षा प्रश्न अधिक गंभीर केले आहेत. लोकशाही हक्कांची गळचेपी आणि सरसकट विरोधकांना उखडण्याचे प्रयत्न हे तातडीनं दखल घेतले गेलेले मुद्दे आहेत. पण, तुर्कस्तान कट्टरतेकडं जाणार असेल तर बंडाचं आणि त्याविरोधातल्या तुर्कांच्या उठावाचं हे उत्तरायण अधिक गंभीर असेल. आर्थिक आघाडीवर उदारमतवाद आणि सांस्कृतिक, धार्मिक आधारावर टोकाच्या बहुसंख्याक राष्ट्रवादाच्या कल्पना उभ्या करून राजकीय उद्दिष्ट साध्य करण्याचं हे लोण तुर्कस्तानपुरतं नाही ते अन्यत्रही दिसू लागलं आहे. परंपरेनं वैचारिक मोकळेपणाचा वारसा असलेल्या राष्ट्रांतही होत असलेली ही लागण जगासमोर नवे तणाव निर्माण करणारी असेल. अशा वाटचालीतून काय होतं याचं आपल्या शेजारच्या पाकिस्तानचं उदाहरण तर समोर आहेच.

३१ जुलै २०१६

■

दोस्तीपर्वाच्या अंतरंगात

> चीनची भीती दाखवून भारताला आपल्या कह्यात घेण्याचा अमेरिकेचा प्रयत्न सुरू आहे का? देशाच्या बदलत्या परराष्ट्रनीतीतला हा मुख्य प्रश्न असून, अलिप्ततावादाला आपण बगल दिली आहे का, हा त्यातला उपप्रश्न. भारत-अमेरिका यांच्यातल्या नव्या सहकार्यपर्वाची सुरुवात 'लिओमा' करार असल्याचं सांगितलं जातंय. या करारानंतर भारताला आपल्या गोटात ओढणं हा अमेरिकेच्या दीर्घकालीन राजकारणाचा भाग आहे. अमेरिकेच्या गोटात न जाणं हे भारतापुढचं आव्हान असेल.

भारतानं अमेरिकेसोबत एकमेकांच्या सामरिक तळांवर सुविधा पुरवणारा करार म्हणजे 'लिओमा' (लॉजिस्टिक एक्स्चेंज मेमोरंडम ऑफ ग्रिमेंट) नुकताच केला. तो ऐतिहासिक असल्याची हाकाटी सुरू होणं सध्याच्या सरकारच्या कार्यपद्धतीला आणि त्यांच्या समर्थक वर्गाच्या मानसिकतेला धरूनच आहे. या करारानं भारत आणि अमेरिका एकमेकांच्या अधिक जवळ आल्याचं चित्र तयार झालं आहे. ते खरंही आहे. हा करार जवळपास दशकभरापेक्षा अधिक काळ रखडला होता. अमेरिकेनं संरक्षण आणि व्यूहात्मक सहकार्यासाठीच्या प्रस्तावित पायाभूत करारातील हा एक. त्यातला 'अॅन्ड यूजर व्हेरिफिकेशन अॅग्रिमेंट' हा करार झाला तो 'यूपीए'च्या काळात. तेव्हा भारताचं सार्वभौमत्व गहाण टाकल्याची टीका करताना आता सत्ताधारी असलेल्या भाजपच्या नेत्यांच्या जिभेला धार आली होती. भारताला अमेरिकेच्या जवळ नेण्यात सर्वांत महत्त्वाची भूमिका बजावणाऱ्या किंबहुना खऱ्या अर्थानं मैलाचा दगड असलेल्या नागरी अणुकराराच्या वेळीही अशीच टीका, थयथयाट लालकृष्ण अडवानी, सुषमा स्वराज आदींनी केला होता. आता तीच मंडळी, तीच वाटचाल पुढं नेण्याची कृती ऐतिहासिक असल्याचं सांगताना दमत नाहीत. हा दुतोंडीपणाही आता अंगवळणी पडावा इतका सतत होत आहे. अर्थात, तो भाजपचाच एकाधिकार नाही. अणुकरार झालाच पाहिजे म्हणून सरकारही पणाला लावणाऱ्या काँग्रेसला, आता मनोहर पर्रीकर आणि श्टन कार्टर यांनी केलेला करार खुपायला लागलाय. देशाच्या सार्वभौमत्वाचं काय? असले प्रश्न पडायला लागले आहेत. अशा भूमिका बदलायला, कमावलेलं निर्ढावलेपण आवश्यक असतं आणि ते आपल्या राजकारणात पक्कं मुरलेलं आहे. त्यात डावं-उजवं करायचं कारण नाही.

आपल्याकडं राजकारण याच रीतीनं चालणार हे गृहीत धरून या कराराचे संदर्भ तपासायला हवेत. एक करार आणि त्यातून एकमेकांच्या सहमतीनं सामरिक तळ वापरण्याची मुभा देणं एवढ्यापुरतेच त्याचे परिणाम

मर्यादित नाहीत. उदारीकरणाच्या धोरणानंतर हळूहळू भारत बहुध्रुवीय जगाचं स्वप्न टाकून शीतयुद्धोत्तर काळात आकाराला आलेल्या अमेरिकाकेंद्रित भूराजकीय समीकरणांशी जुळवून घ्यायचा प्रयत्न करतो आहे. ते करताना महाशक्तीच्या वळचणीला किती जायचं आणि किती अंतर राखायचं यावरची चर्चा न संपणारी आहे. सोव्हिएत रशियाच्या पतनानंतर अमेरिका हीच महाशक्ती उरली आणि पुढं चीन किमान आर्थिक आघाडीवर शह देण्याचा प्रयत्न करू लागला. यात चीनचं वाढतं सामर्थ्य अमेरिकेला खुपतंय आणि भारतासाठीही चीन अडथळे आणणारा शेजारी ठरलाय. साहजिकच चीनसोबत दक्षिण चिनी समुद्रात होऊ घातलेल्या शीतयुद्धसदृश स्थितीत अमेरिकेला भारताची साथ हवी आहे. पाकिस्तानसोबतची चीनची जवळीक आणि भारतासभोवतीच्या शेजारी देशांत चीनचा वाढता प्रभाव पाहता भारतालाही चीनला शह देणारी व्यवस्था हवी आहे. 'लिओमा' ही अशा सहकार्याची नांदी असल्याचं अनेक तज्ज्ञ सांगतात, मात्र यातून आतापर्यंत आंतरराष्ट्रीय व्यवहारात संपूर्ण स्वतंत्र भूमिका घेणाऱ्या भारताला अमेरिकेची री ओढावी लागेल अशी स्थिती दीर्घकाळात तयार होईल का? हा करारानंतरचा खरा मुद्दा आहे.

'लॉजिस्टिक एक्स्चेंज मेमोरंडम ऑफ ॲग्रिमेंट' असं नाव असलेल्या या करारानं भारत आणि अमेरिका परस्परांचे लष्करी तळ गरजेनुसार वापरू शकतील. यात आवश्यक त्या वस्तू, औषधं, सुटे भाग, दुरुस्ती यांसारख्या सुविधा एकमेकांच्या सैन्याला या करारामुळं पुरवता येतील. याचा अर्थ अमेरिकन सेना गरजेनुसार भारतीय तळ वापरू शकेल. आता भारतही अमेरिकेचे तळ वापरू शकेल; पण निदान आज तरी भारत दूर कुठंतरी कारवाईसाठी अमेरिकन तळ वापरण्याचा विचार कुणी स्वप्नातही आणत नाही. अमेरिकेनं मात्र जगाच्या पोलिसाची भूमिका आपल्या हाती घेतल्यानं, या करारातल्या भारतीय तळांचा वापर या तरतुदीचा फायदा अमेरिकेलाच अधिक होण्याची शक्यता आहे. आशियात फेरसंतुलन ही अमेरिकेची अधिकृत-उघड भूमिका आहे. ती प्रत्यक्षात आणण्यासाठी ही करार मालिका आणि त्यापाठोपाठ सुरू होणाऱ्या दोस्तीपर्वाचा अमेरिका वापर करेल. अर्थात, याच करारातल्या तरतुदीनुसार करारानंतरही अशा प्रत्येक वापरावेळी संबंधित देशांची पूर्वअनुमती गरजेची असेल. या करारानं अमेरिकेच्या प्रत्येक मोहिमेत सहकार्य गृहीत धरलेले नाही. कराराचे समर्थक याकडं आवर्जून बोट दाखवतात. तांत्रिकदृष्ट्या ते खरंही आहे, मात्र असं जर असेल तर कराराची गरजच काय होती? तसंही आवश्यकतेनुसार त्या त्या वेळी एकमेकांना सहकार्य करण्याचा निर्णय दोन्हीकडची सरकारं घेऊ शकतच होती. करारातले तपशील जाहीरपणानं सांगितले जातात तेवढीच त्याची मर्यादा नाही; किंबहुना अमेरिकेसारखं राष्ट्र भारताशी सामरिक व्यूहात्मक सहकार्यासाठीच्या पायाभूत करारात या कराराचा समावेश करते तेव्हा तो इतका वरवरचा असण्याची शक्यता नाही. यात एक

लिमोआ (Logistic Exchange Memorandum of Agreement)

- भारताचे तत्कालीन संरक्षणमंत्री मनोहर पर्रीकर व ॲश्टन कार्टन यांच्यामध्ये एप्रिल २०१६ मध्ये लिमोआ (LEMOA) हा संरक्षण करार झाला.
- या करारामुळे भारत व अमेरिकेच्या सैन्याला परस्परांचे लष्करी तळ इंधन, अन्नसामग्री व इतर वाहतूक सुविधांकरिता वापरता येतील.
- या करारामुळे आपत्तीच्या काळात व मदतकार्यातदेखील एकमेकांच्या लष्करी तळाचा वापर करता येणार आहे.
- एकमेकांच्या देशांमध्ये लष्करी तळ (Military Bose) उभारणे या करारामध्ये अंतर्भूत नाही.

लक्षात घेण्यासारखी बाब म्हणजे दोन्ही देशांकडून या करारामुळं कुठल्याही सहकार्याचं कायमचं बंधन नाही असं पुन्हा पुन्हा सांगितलं जात असलं तरी कराराचा नेमका तपशील अजून जाहीर झालेला नाही. अर्थात, या कराराच्या निमित्तानं दोन्हीकडून जाहीरपणे सांगितल्या गेलेल्या बाबीही महत्त्वाच्या आहेत. त्यातून काही प्रमाणात भविष्यातल्या वाटचालीचं दिशादर्शन होतं. हा करार संरक्षण क्षेत्रातल्या सहकार्याचा करार आहे. संरक्षण क्षेत्रात भारतानं आणि अमेरिकेनं असं एकत्र येणं, समान मूल्यं आणि हितसंबंधांवर आधारित जागतिक शांतता आणि सुरक्षेसाठीच असल्याचं करारानंतरच्या संयुक्त निवेदनात म्हटलंय. अमेरिकेच्या दृष्टिकोनातून इराक, अफगाणिस्तानात फौजा पाठवणं जागतिक शांततेसाठीच होतं. आता अमेरिकेसाठी जागतिक शांततेला धोका निर्माण करण्याची क्षमता असलेल्यांमध्ये चीनचा समावेश आहे. भारताची भीती वेगळी नाही. साहजिकच या कराराचा अर्थ चीनविरोधी आघाडीची नांदी असा लावला जाणं स्वाभाविक आहे. तसा तो नाही हे अधिकृतपणे सांगितलं जाईलही. मात्र, त्यातला छुपा अर्थ स्वयंस्पष्ट आहे.

खरा मुद्दा आहे, भारतानं अलिप्ततावादाच्या दीर्घकालीन धोरणाला सोडचिठ्ठी दिली का? किंवा त्या दिशेनं प्रवास सुरू झाला काय? आज जगात अमेरिका हीच महाशक्ती आहे. २००८च्या आर्थिक मंदीच्या काळात जग बहुध्रुवीय होण्याची शक्यता अनेकांनी वर्तवली; मात्र त्या मंदीवर मात करत पुन्हा अमेरिकेनं जगातलं आपलं स्थान व्यापारीदृष्ट्या आणि लष्करीदृष्ट्याही टिकवलं आहे. त्याला आव्हान देण्याची क्षमता काही प्रमाणात चीन आणि तशी इच्छाशक्ती विकलांग झाला तरी रशियात आहे. चीन ही विभागीय महासत्ता निर्विवाद आहे. चीनच्या महत्त्वाकांक्षा फार विस्तारू नयेत, यासाठी जमेल तिथं वेसण घालण्याची अमेरिकन नीतीही स्पष्ट आहे. भारतानं दीर्घकाळ शीतयुद्धकालीन द्विध्रुवीय जगापासून वेगळ्या अलिप्ततावादाचा पुरस्कार केला. सोव्हिएत रशिया आणि अमेरिका या दोहोंतील वर्चस्व स्पर्धेपासून दूर राहात विकसनशील देशांची मोट बांधण्याचा हा प्रयत्न होता. शीतयुद्धाच्या समाप्तीनंतरच या प्रयोगाचं प्रयोजन काय असं विचारलं जाऊ लागलं आणि विकसनशील देशांचे हितसंबंध राखण्यासाठी बड्या शक्तींपासून दूर राहणाऱ्या देशांचे परस्पर सहकार्य ही गरज असल्याचं सूत्र मांडणंही सुरू राहिलं. मात्र, शीतयुद्धानंतर बदलत्या जगाचे परिणाम आता स्पष्टपणानं दिसू लागले आहेत आणि त्यात अलिप्ततावादापेक्षा अमेरिकेशी जवळीक अधिक लाभाची अशा नव्या सूत्रापर्यंत भारतातले धोरणकर्ते आणि सध्याचं सरकार आलं असल्याचं दिसतं.

ही प्रक्रिया संथगतीनं दीर्घकाळ सुरूच आहे. राजकीयदृष्ट्या सत्तेवर असलेल्या कुणीही अमेरिकेशी जवळीक साधण्याचा प्रयत्न करणं, दीर्घकाळ डावीकडं झुकलेल्या विचारसरणीचा प्रभाव असलेल्या भारतात संशयानं पाहण्याचं प्रकरण बनतं. मनमोहनसिंग यांच्या पहिल्या पाच वर्षांत अणुकरारानं अमेरिकेकडं झुकण्याचा वेग वाढवला होता; तो दुसऱ्या पाच वर्षांत मंदावला. 'निष्क्रियता हाच स्वच्छ राहण्याचा मार्ग असल्याचं' ठाम मत बनलेल्या ए. के. अँटनी यांच्यासारख्या संरक्षणमंत्र्यांच्या काळात संरक्षणविषयक बाबींत काही घडण्याची शक्यताच नव्हती. मोदी सरकार आल्यानंतर मात्र अमेरिकेशी जुळवून घेण्याच्या प्रक्रियेला अधिकच वेग आला. या सरकारनं परराष्ट्र धोरणातला दीर्घकालीन बदल कुठला केला असेल तर तो अमेरिकेविषयीचा आहे. बाकी पाकिस्तानविषयीच्या कोलांटउड्या वगैरे बाबी अधिक चर्चेत असल्या तरी अमेरिकेशी वाढत्या जवळकीचे परिणाम हे त्यापेक्षा कैकपटीनं अधिक आहेत. संरक्षणविषयक ताज्या कराराचा पुढचा भाग अमेरिकेनं लष्करी तंत्रज्ञान हस्तांतर करावं हाही आहे. यात अमेरिका आपला फायदा पाहीलच. तो तिथल्या उद्योगांच्या हिताचा असेल. अमेरिकेची सगळी धोरणं, लष्करी मोहिमा या अनेक वेळा अर्थकारणाशी जोडलेल्या असतात. भारताबरोबरची जवळीकही, केवळ चीनला दक्षिण चिनी समुद्रात शह देणं किंवा आशियात चीनपुढं

आव्हान तयार करणं एवढ्यापुरती मर्यादित नाही. तसंही संरक्षण सामग्री आणि हत्यारं खरेदीच्या बाबतीत भारत रशियाकडून अमेरिकेकडं झुकायला लागलाच आहे. सौदी अरेबियानंतर भारत हा अमेरिकेचा संरक्षण सामग्रीतला सर्वांत मोठा ग्राहक बनला आहे. हेच तर अमेरिकेला कित्येक दशकं हवं होतं. आर्थिक पातळीवरची अशी निकटता नकळत अमेरिकेच्या व्यूहात्मक रचनेचा भाग बनू पाहत आहे. अमेरिकेच्या जवळ जाणं याचा अर्थ अलिप्ततावादाला सोडून देणं असाच लावला जातो. मागच्या वर्षी अलिप्ततावादी देशांची परिषद व्हेनझुएलानं पुढं ढकलली ती पंतप्रधान नरेंद्र मोदींसाठी. ते त्यावेळी ताजिकिस्तान, कझाकिस्तान आदी देशांच्या दौऱ्यावर जाणार होते. आता यंदाही या परिषदेला पंतप्रधान जाणार नाहीत. यातून संदेश स्पष्ट आहे. आता नव्या सत्ताधाऱ्यांना अलिप्ततावादाचं नेतृत्व करण्यापेक्षा अमेरिकेशी जवळीक व्यवहारवाद अधिक मोलाचा वाटतो.

तसा तो वाटण्यात गैर काय असं वाटू शकते. शेवटी परराष्ट्र व्यवहारात देशाचा स्वार्थ, हितसंबंध राखणं हेच सूत्र असतं. त्यामुळं अलिप्ततावाद भारताच्या भविष्यातील व्यूहात्मक रचनेत अडथळा वाटत असेल तर त्यापासून बाजूला होणं स्वाभाविक असा युक्तिवाद होऊ शकतो. मात्र, त्यासाठी अमेरिकासन्मुख होणं किंवा अमेरिकेच्या व्यूहात्मक रचनेचा भाग बनणं हे दीर्घकाळात किती लाभाचं यावर चर्चा व्हायला हवी. अमेरिकेचा सहकारी म्हणवून घ्यायला अजून तरी आपल्याकडं तयारी नाही आणि अमेरिकेला त्याची घाईही नाही, त्यामुळंच सह्या झालेला 'लिओमा' खास भारतासाठी तयार केला गेला. 'लिओमा'वर सह्या केल्यानंतर पुढचे दोन करार (कम्युनिकेशन इंटरपोलॅबिरिटी अँड सिक्युरिटी मेमोरंडम किंवा सिस्मोआ व बेसिक एक्स्चेंज अँड को ऑपरेशन ॲग्रिमेंट ऑन जिओस्पेशल सर्व्हिसेस किंवा बेसा) वाटच पाहत आहेत. तेही भारतासाठी काही बदल केल्याचं दाखवून आणि असा बदल करायला लावणं हाच विजय असल्याचं दाखवत केले जातील यात शंकेचं कारण नाही. मनानं अमेरिकेत गेलेला एक मोठा वर्ग नेहमीच भारतात आहे आणि या वर्गाला अमेरिकेशी सलगीवरचा कुठलाही आक्षेप मागासलेपणाचा किंवा डावीकडं झुकलेल्या मानसिकतेतून आलेली निराधार भीती वाटतो. हा वर्ग अशा करारांनी भारत अमेरिकेच्या कह्यात जाईल हा कल्पनाविलास असल्याचं सांगत राहील. मात्र, वास्तव हेच आहे की, अलिप्ततावादापासून सुटका करून घेताना सुरू झालेली अमेरिकेशी सलगी अमेरिकन प्रभावक्षेत्राचा भाग बनवण्याच्या दिशेनं घेऊन जाईल असाच अमेरिकेचा प्रयत्न राहील. सरकार कुणाचंही असो, यासाठीचा आपसूक येणारा दबाव झुगारणं हे आव्हान असेल. भारताच्या परराष्ट्र धोरणाचं सूत्र, नेतृत्व करणारी शक्ती बनण्याची आकांक्षा ठेवणारं आहे, केवळ संतुलन ठेवणारी शक्ती राहण्याचं नव्हे, असं परराष्ट्र सचिवांनी मागच्या वर्षी सांगितलं होतं. अशी आकांक्षा ठेवायलाच हवी, मात्र अमेरिकेशी जवळीक या आकांक्षेसाठी कितपत उपयोगाची हेही समजून घ्यायला हवं. जागतिक घडामोडीत खरंच निर्णायक ताकद बनायचं असेल तर कुठल्याही विद्यमान शक्तीच्या कच्छपी लागून ते कसं साधेल. अधिक सामर्थ्यशाली राष्ट्रांना आपल्या प्रभावक्षेत्रापासून दूर ठेवावं हे तर यातलं सनातन सूत्र आहे. आपल्याकडं असाही एक लोकप्रिय समज आहे, भारत अमेरिका जवळ येतील तितका चीनला धाक बसेल. चीनबरोबरच्या युद्धानंतर चीनविषयीची अढी भारतीय जनमानसात स्वाभाविक आहे. चीन भारताला

सिस्मोआ (Communication Interoperability and security Memorandum of Agreement)

» दळणवळण व सुरक्षितपणे माहितीचे आदानप्रदान हा या कराराचा मुख्य उद्देश आहे. नाविक दळणवळणामध्ये आधुनिक तंत्रज्ञानाचा वापर करण्यात येणार असून, या करारामुळे भारताला आधुनिक दळणवळण तंत्रज्ञान (Modern Communication Technology) मिळण्यास मदत होईल.

आशियातही ताकद बनू देत नाही हेही खरं आहे. मात्र हे चित्र बदलताना अमेरिकेचा किती उपयोग होईल? दक्षिण चीन समुद्रात चीनच्या वर्चस्ववादाला रोखणं हे अमेरिका आणि पाश्चात्त्य देशांच्या प्राधान्याचा विषय आहे. भारताबरोबरीच्या जवळिकीत अमेरिकेसाठी हा मुद्दा असू शकतो. अमेरिकेच्या योजनेनुसार भविष्यात ६० टक्के नौदल आशिया पॅसिफिक परिसरात ठेवलं जाणार आहे. अमेरिकेचा भारतीय भूमीत तळ नाही आणि होण्याची शक्यता नाही, तरीही या करारानं अमेरिकेच्या नौदलास आवश्यक त्या सुविधा भारतीय तळांवरून मिळू शकतात. मात्र, चीनशी कदाचित प्रत्यक्ष संघर्ष झालाच तर अमेरिकेचा आपल्याला किती फायदा होईल हा मुद्दा आहे. फिलिपाइन्सच्या लुझॉन बेटालगतचा छोटा, पण व्यूहात्मकदृष्ट्या महत्त्वाचा भूभाग चीननं घशात घातला तेव्हा अमेरिकेची फिलिपाइन्सशी मैत्री असूनही त्याचा काय उपयोग झाला? त्या दोन देशांत तर परस्पर संरक्षण करारही झाला आहे. म्हणजेच वेळ पडते तेव्हा आपलं आपल्यालाच निस्तरावं लागतं.

अमेरिकेच्या आशिया पॅसिफिक नौदल विभागाचे प्रमुख ॲडमिरल हॅरिस यांनी अलीकडेच अमेरिकेची भारताशी संरक्षणविषयक जवळीक २१ व्या शतकातील निर्णायक भागीदारी असेल असं सांगितलं होतं. अमेरिकेतील निरनिराळे धुरीण शब्द बदलून हीच भाषा वापरू लागले आहेत. मात्र, अमेरिकेची वाटचाल पाहता ही भागीदारी निर्णायक असेल तर ती अमेरिकेच्या कल्पनाचित्रातल्या २१ व्या शतकासाठी. पाकिस्तान, अफगाणिस्तानला आपल्या कह्यात ठेवून भारतालाही आपल्या प्रभावक्षेत्रात आणणं हे अमेरिकेचं दीर्घकालीन उद्दिष्ट आहे. भारतानं कुठल्याही महासत्तेकडं झुकण्यापेक्षा, सातत्यानं स्वतंत्र धोरण राबवण्याला प्राधान्य दिलं, त्याचे बरेवाईट परिणामही झाले. अलिप्ततावादाचं नेतृत्व करणं याच स्वतंत्र बाण्याचा भाग होता. हे चित्र बदलणं सोपं नाही याची जाणीव अमेरिकेलाही आहे; त्यामुळंच दीर्घकाळ वाट पाहणं आणि वाटाघाटी करण्याला ते कंटाळत नाहीत. अमेरिकेशी संरक्षण क्षेत्रातील जवळीक ठळकपणानं सुरू झाली ती १९९५ च्या भारत-अमेरिका लष्करी सहकार्य करारानं. यामध्ये प्रामुख्यानं भारतीय लष्करी अधिकाऱ्यांना प्रशिक्षणासाठी पाठवण्याचाच समावेश होता. तिथून अमेरिकेला गरजेनुसार तळ वापरू देण्यापर्यंतची मजल मारली आहे. भारत दक्षिण आशियातली निर्विवाद आणि स्वयंभू ताकद आहे. हे स्थान आपण कुणाच्याही वळचणीला न जाता टिकवलं आहे. जगावर प्रभाव टाकू पाहणाऱ्या अमेरिका किंवा चीनला भारताचं हे स्थान अमान्य नसतं. मात्र, हे स्थान असलंच तर आपल्या प्रभावक्षेत्राखालच्या भारताचं असलं पाहिजे असा त्यांचा प्रयत्न असतो. चीनला यासाठी दाद देण्याचा कधी मुद्दाच नसतो. मात्र, चीनकडं बोट दाखवून अमेरिका तेच करतोय का? हा मुद्दा नक्कीच आहे.

४ सप्टेंबर २०१६

■

ट्रम्प यांचं जग

> “राजकीय विश्लेषकांचे, मीडियापंडितांचे अंदाज चुकवत रिपब्लिकन नेते डोनाल्ड ट्रम्प यांनी अमेरिकेच्या राष्ट्राध्यक्षपदाची निवडणूक जिंकली आहे. अमेरिकेसह इतरही देशांमधल्या अभिजनवर्गासाठी हा फार मोठा धक्का आहे. मात्र, प्रचलित राजकीय व्यवस्थेबाहेरची, नेहमीच्या ‘पॉलिटिकली करेक्ट’ भाषेपेक्षा वेगळी, अस्मितांना कुरवाळणारी, संरक्षण देणारी, वंशवादाकडं झुकलेली भाषा बोलणारा ट्रम्प यांच्या रूपातला उमेदवार सर्वसामान्य अमेरिकी नागरिकांना आपलासा वाटला आणि ट्रम्प यांचा मोठा विजय झाला. जागतिकीकरणाच्या सूत्रांच्या विरोधात जाणाऱ्या, अस्मितांवर आधारलेल्या आणि उजवीकडं झुकणाऱ्या राष्ट्रवादाच्या कल्पनांनी उचल खाण्याचा काळ जगाच्या इतिहासात आता स्पष्टपणे आला आहे, याची जाणीव ट्रम्प यांच्या विजयाच्या निमित्तानं पुन्हा एकदा ठळक झाली आहे.

अमेरिकेच्या अध्यक्षपदी ध्रुवीकरणाचं, अन्यवर्ज्यक विचारांचं मूर्तिमंत प्रतीक बनलेल्या डोनाल्ड ट्रम्प यांची निवड अनेकांना धक्का देणारी ठरली आहे. ‘हे घडलंच कसं’, असा सूर प्रसारमाध्यमांतून रोज विद्वत्तेचं दर्शन घडवणाऱ्या बहुतांश पब्लिक इंटेलेक्च्युअल म्हणवणाऱ्यांतून उमटतो आहे. तो सूर ‘आपलं चुकलंच कसं’ किंवा ‘आपण जे विचारधन देतो, त्यानुसार सामान्यजनांनी मतं बनवायला हवीत,’ या समजाला तडा जाण्यातून आहे. ट्रम्प यांच्या विजयानं अमेरिकेला नव्या वळणावर आणून ठेवलं आहे. हा अमेरिकी जनतेनं जाणीवपूर्वक घेतलेला निर्णय आहे...तो चुकीचा की बरोबर, यावर विश्लेषणं होत राहतील. मात्र, स्वतःच्या प्रेमात पडलेल्या आणि सगळ्या समस्यांना सोपी, लोकप्रिय उत्तरं शोधणाऱ्या ट्रम्प यांच्यासारख्या व्यक्तिमत्त्वाच्या हाती जगातल्या सगळ्यात शक्तिमान राष्ट्राची धुरा येणं, हे चिंता वाढवणारं नक्कीच असू शकतं.

ट्रम्प यांनी अमेरिकेचं अध्यक्ष होणं हे अनेकार्थांनी अभूतपूर्व आहे. इतका वादग्रस्त आणि वाद ओढवून घेणारा उमेदवार अमेरिकेच्या निवडणुकीत याआधी क्वचितच उतरला असेल. उघडपणे वंशवादाची भूमिका घेणारा लिंगभेदवादी, संपत्तीचं जाहीर प्रदर्शन करणारा, जवळपास २० वर्षं कर भरलाच नसल्याचे आक्षेप असलेला, मुस्लिम जगत, चीन आणि भारतीयांना मिळणाऱ्या नोकऱ्या ते मेक्सिकन स्थलांतरित यांविषयी अत्यंत कडवट बोलणारा उमेदवार सहजपणे विजयी होतो, हे तसं अमेरिकेच्या आतापर्यंतच्या वाटचालीतलं आश्चर्यच. ट्रम्प यांच्या निमित्तानं खऱ्या अर्थानं राजकीय वर्तुळाबाहेरचा माणूस व्हाइट हाउसमध्ये जाणार,

असं सांगितलं जातं, ते त्यांच्या या सगळ्या गुणांमुळंच. ट्रम्प यांचा प्रचार स्पष्टपणे धार्मिक ध्रुवीकरण करणारा, मुस्लिमांच्या आणि हिस्पॅनिकांच्या विरोधातला होता. किमान २४ महिलांनी त्यांच्याविरुद्ध अत्याचाराच्या जाहीर तक्रारी केल्या होत्या. तरीही कणखर देशाचं आश्वासन देणाऱ्या ट्रम्प यांना हिलरी क्लिंटन यांच्याहून अधिक श्वेतवर्णीय महिलांनी पाठिंबा दिला.

ब्रिटिश नागरिकांनी युरोपियन युनियनच्या बाहेर पडण्यासाठी कौल देणं, रशियात पुतिन यांच्या मागं जनता ठामपणे उभी राहणं, तुर्कस्तानात लोकशाही आणि धर्मनिरपेक्षतेसाठी आग्रही राहण्याची परंपरा असलेल्या लष्कराच्या उठावाला लोकांनी मोडीत काढून एर्डोजन यांच्या पाठीशी राहणं, युरोपात उजव्या राष्ट्रवाद्यांना पाठिंबा मिळू लागणं आणि जे अमेरिकेसारख्या प्रगल्भ लोकशाहीत निवडणुकीला उभे राहायलाही पात्र नाहीत, असं मानलं जात होतं अशा ट्रम्प यांनी अगदी स्वपक्षीयांचा विरोध मोडून उमेदवारी तर मिळवलीच; पण अध्यक्षपदाची शर्यतही हिलरी यांच्यासारख्या अधिक अनुभवी, सत्तेच्या आणि अभिजनवर्तुळात अधिक स्वीकारार्ह असलेल्या प्रतिस्पर्ध्याला निर्णायकपणे पराभूतही केलं. या सगळ्या घडामोडी उदारमतवाद, धर्मनिरपेक्षता आणि जागतिकीकरण यांतच जगाचं हित सामावलं आहे, असं मानणाऱ्यांना बुचकळ्यात टाकणाऱ्या आहेत. ट्रम्प यांच्या विजयानंतर या अभिजनवर्गातून उमटणाऱ्या प्रतिक्रिया म्हणजे याचाच परिणाम होय. कदाचित ट्रम्प यांनी अध्यक्ष होणं जगाच्या, अमेरिकेच्या हिताचं नसेलही; पण त्यांना लोकांनी मान्य केलं आहे, हे या वर्गाला समजूनच घेता आलं नाही. ब्रेक्झिटचा निर्णयही समंजस, विचारी मानल्या जाणाऱ्या जगाला धक्काच होता. मात्र, युरोपियन युनियनमध्ये राहण्यापायी अडचणीतल्या युरोपीय देशांच्या समस्यांचं ओझं ब्रिटनन का वाहावं? हा सहज लोकप्रिय होणारा सवाल होता. तो टाकणारे जिंकले. 'भांडवल-गुणवत्ता यांच्या नियंत्रणमुक्त वहनातून जागतिकीकरणाचं मॉडेल साकारलं आहे आणि ते क्रमाक्रमानं देशांच्या-नेशन स्टेटच्या- सीमा धूसर बनवत जाईल, आर्थिकदृष्ट्या परस्परावलंबी जगात एकमेकांशी संघर्ष अशक्य बनत जाईल,' अशी ही मांडणी आहे. मात्र, या जागतिकीकरणाच्या प्रक्रियेत काही ना काही गमवावं लागलेला एक वर्ग तयार झाला. 'भांडवल अधिकाधिक नफा मिळेल तिकडं जाईल, नोकऱ्या कमीत कमी मोबदल्यात अधिक श्रम देणाऱ्यांच्या वाट्याला येतील,' या सूत्रातून व्यवसाय-रोजगाराच्या संधी हिरावलेल्यांची कोंडी सुरू झाली. ती जागतिकीकरणाच्या पुरस्कर्त्यांना, उदारमतवाद्यांना समजून घेता आली नाही. ब्रेक्झिट हा जसा त्यांच्यासाठी धक्का होता, तसाच ट्रम्प यांचा विजय हाही धक्काच आहे. जगाच्या प्रश्नांची धुणी अमेरिकेनं का धुवावीत, असं वाटणारा वर्ग अमेरिकेतही आहे. प्रचलित राजकीय व्यवस्थेबाहेरची, नेहमीच्या 'पॉलिटिकली करेक्ट' भाषेपेक्षा वेगळी, अस्मितांना कुरवाळणारी, संरक्षण देणारी, वंशवादाकडं झुकलेली भाषा बोलणारा उमेदवार या मंडळींना आपला वाटायला लागला. जागतिकीकरणाच्या

डोनाल्ड ट्रम्प (Donald Trump) यांच्याविषयी

- » डोनाल्ड जॉन ट्रम्प जन्म : १४ जून १९४६, न्यूयॉर्क
- » अमेरिकेचे ४५ वे अध्यक्ष म्हणून निवड
- » पक्ष : रिपब्लिकन
- » वॉर्टन स्कूलमधून अर्थशास्त्राची पदवी.
- » ट्रम्प हे अमेरिकेतील उद्योगपती असून, द ट्रम्प ऑर्गनायझेशन या रिअल इस्टेट कंपनीचे सर्वेसर्वा आहेत.
- » अमेरिकेतील 'द अॅप्रेंटिस' या रिअॅलिटी शोचे सूत्रसंचालन त्यांनी केले आहे.
- » अध्यक्षीय निवडणुकीत डोनाल्ड ट्रम्प त्यांनी डेमॉक्रेटिक पक्षाच्या हिलरी क्लिंटन यांचा पराभव केला.

बर्नी सँडर्स

(Berine Sanders)

- हे अमेरिकी अध्यक्षपदाच्या निवडणुकीत डेमॉक्रॅटिक पक्षाकडून इच्छुक उमेदवार होते. प्राथमिक (Primary) निवडणुकांमधून हिलरी क्लिंटन यांच्यासाठी माघार.
- २००७ पासून अमेरिकन सिनेटचे सदस्य, १९९१ मध्ये अमेरिकी प्रतिनिधीगृहावर अपक्ष सदस्य म्हणून निवड.
- बर्नी सँडर्स अमेरिकेच्या संसदेचे सर्वांत जुने सदस्य आहेत.

सूत्रांच्या विरोधात जाणाऱ्या अस्मितांवर आधारलेल्या आणि उजवीकडं झुकणाऱ्या राष्ट्रवादाच्या कल्पनांनी उचल खाण्याचा काळ जगाच्या इतिहासात स्पष्टपणे आला आहे, याची जाणीव देणाऱ्या या घडामोडी आहेत. त्यातून ब्रिटिशांनी ब्रेक्झिटच्या बाजूनं कौल देऊन चूक केली आणि अमेरिकी नागरिक असं कसं वागू शकतात?' असं म्हणून सुटका होऊ शकत नाही. इतरांचं नुकसान करूनही आपल्या देशाचं भलं करू, असं सांगणाऱ्या, कणखरपणाची झूल पांघरलेल्या आणि आपण प्रचलित राजकीय व्यवस्थेच्या बाहेरचे आहोत, असं जाणीवपूर्वक दाखवणाऱ्या नेत्यांच्या चलतीचा हा काळ आहे. जागतिकीकरणविरोधी आघाडीवर आणि आर्थिक आघाडीवर संरक्षणवादी अजेंडा व्यापक समर्थन मिळवू लागला आहे. अमेरिकेत ट्रम्प यांच्यासोबतच आर्थिक आघाडीवर मुक्त अर्थव्यवस्थेचा अधिक लाभ विकसनशील देशांना झाला आणि तो अमेरिकेच्या तोट्याच्या मोबदल्यात झाला, अशी मांडणी बर्नी सँडर्स हे डावीकडं झुकलेले उमेदवारही करत होते. दोघांची विचारसरणी पूर्णतः भिन्न, व्यक्तिमत्त्वंही निराळी; मात्र आर्थिक राष्ट्रवादाची त्यांची कल्पना जवळपास सारखीच आहे. या कल्पनेला अमेरिकेत मिळणारं समर्थन भारतासह जगाला विचार करायला लावणारं नक्कीच आहे. उदारमतवादी आंतरराष्ट्रीयवादाची पीछेहाट सुरू झाली आहे, हे वास्तव आता समजावून घ्यायला हवं. अर्थात, अशी पीछेहाट होणं म्हणजे, जी मूल्यं हा प्रवाह वागवतो ती चुकीची होती किंवा त्यांचं भवितव्यच संपलं, असं मानायचं काहीच कारण नाही. या मूल्यांवर विश्वास असणाऱ्यांची लढाई अधिक जिकिरीची झाली आहे इतकंच.

सन २००८च्या मंदीतून अमेरिका अद्यापही पूर्णतः सावरलेली नाही. यातून प्रस्थापितांविरुद्धचा राग तिथं आहेच. या संतापाला वाट देण्याचं काम ट्रम्प यांच्या आक्रस्ताळ्या प्रचारमोहिमेनं अगदी चोखपणे केलं. १९४५पासून सलग दोन वेळा एकाच पक्षानं निवडणूक जिंकल्याचे १० प्रसंग आहेत. त्यापैकी आठ वेळा सत्तारूढ पक्षाला पराभवाला सामोरं जावं लागलं आहे. जागतिकीकरणाची गोड फळंच वाट्याला आलेल्या आणि पुरोगामी मंडळींना वाटत होता, त्यापेक्षा अमेरिकी साधनं अमेरिकनांचीच या स्थानिकवादाचा पगडा अधिक आहे, हे या निकालानं सिद्ध केलं. 'अमेरिकेला महान बनवू या' या घोषणेची मोहिनीही याच प्रकारची आहे. अमेरिकेत वंशवाद कायमच होता. मात्र, सत्तेच्या वर्तुळातल्या मग ती राजकीय सत्ता असेल, आर्थिक असेल किंवा सांस्कृतिक-सामाजिक असेल, अमेरिकेचा चेहरा सर्वसमावेशक ठेवायचा प्रयत्न झाला.

अमेरिका हे जगभरातल्या गुणवत्तेचं आणि त्यासोबत येणाऱ्या विविधांगी सांस्कृतिक-सामाजिक ताण्याबाण्यांचं मेल्टिंग पॉट आहे, असं अभिमानानं सांगितलं जायचं. तरीही तिथं कृष्णवर्णीयांना मिळणारी वागणूक अनेकदा चर्चेचा विषय होतीच. बाहेरून येणाऱ्यांविषयीची असूयाही दिसण्याइतपत होती. बाहेरून येणारे आपल्या साधनसंपत्तीवर डल्ला मारतात; आपल्या हक्काच्या रोजगारसंधी हिरावतात, ही भावना नवी नाही. या भावनेला मागच्या दोन-तीन दशकांतल्या सगळ्या अध्यक्षांना कमी-अधिक प्रमाणात तोंड द्यावं लागलं

आहे. अमेरिकी व्हिसाचे नियम कठोर करण्यासारखे तात्पुरते उपाय हे बहुधा जनमत मॅनेज करण्यासाठीच असतात. उदारमतवादी आणि जागतिकीकरणवाद्यांचा गड असलेल्या अमेरिकेत उघडपणे वंशवादाला बळ देणं पॉलिटिकलमध्ये मोडणारं नाही. मात्र, अमेरिकी श्रेष्ठत्वाची, श्वेतवर्णीयांची इतरांहून वेगळे, अधिक पुढारलेले असण्याची भावना तिथं आहेच. या भावनेला स्पष्टपणे गोंजारणारा उमेदवार अमेरिकी राष्ट्राध्यक्षपदाच्या निवडणुकीत मोठ्या पक्षाकडून पहिल्यांदाच उतरला होता. ट्रम्प यांची मतं, भाषणं त्यांच्या रिपब्लिकन पक्षातही सगळ्यांना पसंत पडणारी नव्हती. सिनेटच्या अनेक उमेदवारांनी अध्यक्षीय उमेदवाराहून वेगळी भूमिका आपापल्या मतदारसंघात घेतली ती त्यामुळंच. मात्र, लोकांच्या मनातली वंशवादाची, श्वेतवर्णीय श्रेष्ठत्वाच्या गंडाची व्याप्ती, खोली वॉशिंग्टनमधल्या राजकीय अभिजनांना आणि त्यांच्याभोवतीच फिरणाऱ्या विश्लेषकांना समजली नाही. हे सगळे जण मतदान झाल्यानंतरही हिलरी क्लिंटनच विजयी होतील, असं ठामपणे सांगत राहिले. अमेरिका योग्य हाती राहावी, अशी या सगळ्यांची प्रामाणिक इच्छा असेलही; पण जनमत समजण्यातलं त्यांचं अपयश स्पष्ट आहे.

ट्रम्प यांच्या विजयाचे अमेरिकेतले परिणाम काय, यावर त्या देशात घनघोर चर्चा सुरू झाली आहेच. ओबामा यांची किती धोरणं ते फिरवणार, याचे अंदाज बांधले जात आहेत. यात पहिला बळी ओबामांनी प्रतिष्ठा पणाला लावून आणलेल्या आरोग्यविषयक धोरणाचा असेल. अध्यक्षपदासोबतच दोन्ही सभागृहांत रिपब्लिकनांचं बहुमत झाल्यानं ट्रम्प यांना त्यांची धोरणं राबवायला तसाही अडसर नाही. खरा मुद्दा आहे तो आंतरराष्ट्रीय राजकारणात ट्रम्प यांची नेमकी भूमिका काय राहील हा. शीतयुद्धानंतर अमेरिका हीच महासत्ता उरली आणि अमेरिकेनं आपले हितसंबंध जपत 'जगाच्या पोलिसा'ची भूमिका बऱ्याच अंशी निभावली. शीतयुद्ध संपलं तरी रशियाशी आणि पुढं चीनशी अमेरिकेचा संघर्ष सुरूच आहे. पुतिन यांच्या नेतृत्वाखालचा रशिया आणि अमेरिका यांच्यात एका अर्थानं नवं शीतयुद्धच सुरू आहे. ट्रम्प हे पुतिनधार्जिणे असल्याचं मानलं जातं. त्यांची ही व्यक्तिगत निवड अमेरिकेची निवड बनली, तर जगातल्या राजकारणाचे पदर बदलतील. 'नाटो'मधला सहभाग आणि आशियातली लष्करी गुंतवणूक लक्षणीयरीत्या कमी करण्याचा ट्रम्प यांचा इरादा आहे... 'नाटो'च्या छत्राखाली अमेरिकी संरक्षण अनुभवणाऱ्या अनेक देशांसाठी हा चिंतेचा मुद्दा बनू शकतो. आतापर्यंत अमेरिका निदान जाहीरपणे तरी 'इस्लामी दहशतवादाला विरोध' आणि 'इस्लामी जगताला विरोध' यांत अंतर ठेवत आली आहे. ट्रम्प प्रचारात तरी मुस्लिमविरोधी मांडणी करत होते. हीच भूमिका जर 'प्रेसिडेंट ट्रम्प' कायम ठेवतील, तर इस्लामी जग आणि अमेरिकेच्या संबंधांत मोठाच बदल येऊ घातला आहे. ट्रम्प यांच्या धोरणात्मक कल्पना

ब्रेक्झिट (Brexit) – घटनाक्रम

- सन १९७५ मध्ये सर्वांत पहिले सार्वमत ब्रिटनने युरोपीय समुदायामध्ये राहावे की नाही, याबाबत घेण्यात आले होते. त्यावेळी ब्रिटनच्या नागरिकांनी युरोपीय समुदायामध्ये राहण्याच्या बाजूने निर्णय दिला.
- १ नोव्हेंबर १९९३ रोजी मास्ट्रिच करारान्वये युरोपियन युनियनची स्थापना झाली.
- २०१२ मध्ये तत्कालीन पंतप्रधान डेव्हिड कॅमेरून यांनी सार्वमताची मागणी फेटाळली होती.
- २२ फेब्रुवारी २०१६ ला डेव्हिड कॅमेरून यांनी संसदेत युरोपियन युनियनमध्ये राहायचे की नाही, यासाठी सार्वमत घेण्याची घोषणा केली.
- २३ जून २०१६ रोजी सार्वमत घेण्यात आले व यात ७२.२१ टक्के इतके मतदान झाले.
- यावेळी ५१.८९ टक्के लोकांनी युरोपियन युनियनमधून बाहेर पडण्याचा कौल दिला. ११ जुलै २०१६ रोजी हुजूर पक्षाच्या नेतेपदी थेरेसा मे यांची निवड झाली.
- १३ जुलै २०१६ रोजी थेरेसा मे यांची पंतप्रधानपदी निवड झाली.

या पर्यावरण असो, लष्करी ताकदीचा वापर असो, प्रचलित व्यापारविषयक जागतिक धोरणं असोत, प्रत्येक बाबतीत वेगळ्या आहेत. अमेरिकेचं सामर्थ्य पाहता या कल्पना प्रत्यक्षात आणण्याचा प्रयत्न त्यांनी केल्यास जगाची रचना नव्या दिशेनं जाईल.

आत मुद्दा, भारतावर काय परिणाम होतील? आपल्याकडं अनेक अतिउत्साही मंडळींनी आधीच ट्रम्प यांच्या विजयासाठी होमहवनं केली होती आणि विजयानंतर त्यांच्या पोस्टरला पेढे भरवण्याचा बालिशपणाही! यामध्ये अनेकांचा ते पाकिस्तान आणि चीनच्या विरोधातही खंबीर पावलं टाकतील, म्हणजे त्याचा फायदा भारतालाच, असा समज आहे. मात्र, हेच ट्रम्प 'एच वन बी वन' व्हिसाच्या विरोधातही आहेत, ज्याचा थेट फटका भारतीयांना बसू शकतो. भारताची प्रशंसा करतानाच 'अमेरिकन नोकऱ्या परत आणू' अशी डबल ढोलकी ते प्रचारादरम्यान वाजवत राहिले. नोकऱ्यांच्या आउटसोर्सिंगवर बंधनं आल्यास त्याचा फटकाही भारतीयांनाच बसेल. भारताची सॉफ्टवेअरमधली निर्यात ८२ अब्ज डॉलर आहे. यातला ६० टक्के वाटा उत्तर अमेरिकेचा आहे. यावरही परिणाम होऊ शकतो, जो भारतासाठी तातडीच्या चिंतेचा विषय असेल. चीन आणि भारतानं अमेरिकेचा अवाजवी लाभ घेतल्याचंही त्यांचं निदान आहे. ट्रम्प हे सर्वसामान्य अमेरिकी माणसाविषयी काहीही बोलत असले तरी ते ज्या अतिश्रीमंत वर्गाचं प्रतिनिधित्व करतात, त्यांच्यावरची करमर्यादा ३५ टक्क्यांवरून १५ टक्क्यांवर आणण्याचं त्यांचं आश्वासन आहे. हे घडलं तर अनेक अमेरिकी कंपन्या परत अमेरिकेतच विस्तार सुरू करतील. चीन आणि पाकिस्तानवर सातत्यानं टीका करणारे ट्रम्प आशियातलं भूराजकीय वास्तव, त्यातून आतापर्यंत जपलेले अमेरिकी हितसंबंध यांचा संपूर्ण फेरविचार करतील काय, हा उत्सुकतेचा भाग असेल.

बुश यांच्या काळात जगातली अमेरिकी पत घसरणीला लागली होती, निदान तिचा वेग कमी करायचा प्रयत्न ओबामांच्या अमेरिकेनं केला. ट्रम्प हे 'अमेरिकेला पुन्हा महान बनवू या' असं स्वप्न विकत अध्यक्ष बनले आहेत. महान करण्याची त्यांची रेसिपी देशाला आंतरराष्ट्रीयवादाकडून संकुचित राष्ट्रवादाकडं नेणारी ठरू शकते. कणखर म्हणवल्या जाणाऱ्या नेत्यांनी लोकभावनांवर स्वार होत संकुचित राष्ट्रवादाला गोंजारण्याचा काळ जगभर दिसतो आहे. अमेरिकेनं आतापर्यंत जगाचं नेतृत्वच करायचा ध्यास ठेवला. अध्यक्ष ट्रम्प यांची अमेरिका ही दिशा देणाऱ्या नेतृत्वापेक्षा स्पर्धकांच्या भूमिकेत शिरणार काय? प्रचारातला नेता सत्तेत बसला की बदलतो; किंबहुना त्याला बदलावं लागतं, असा अनुभव आहे. ट्रम्प हे स्वतः बदलतील की ते जगालाच बदलतील...?

१३ नोव्हेंबर २०१६

■

फिडेल कॅस्ट्रो नावाची दंतकथा

> “फिडेल कॅस्ट्रो गेले. जिवंतपणी दंतकथा बनण्याचं भाग्य लाभलेला एक कणखर; पण तितकाच वादग्रस्त आणि घेतला वसा जीवनभर जपणारा, जगाच्या इतिहासावर अर्धशतकभर प्रभाव टाकलेला नेता काळाच्या पडद्याआड गेला. अमेरिकेच्या अंगणात अमेरिकेच्या नाकावर टिच्चून समाजवादी व्यवस्था उभी करणारा आणि अमेरिकेसह पाश्चात्यांच्या आर्थिक निर्बंधापुढं न झुकता ती सुरू ठेवणारा नेता ही कॅस्ट्रोंची ओळख. तसंच आपल्या मतांच्या विरोधात उभे राहू पाहणाऱ्या प्रत्येकाला चिरडून टाकणारा, अमेरिकाद्वेषाच्या हट्टपायी देशाला आर्थिक आघाडीवर मागास ठेवणारा हुकूमशहा अशीही त्यांची दुसरी बाजू. कॅस्ट्रो यांनी क्यूबाला काय दिलं आणि काय हिरावलं, यावर गेली ५० वर्षं चर्चा सुरू आहे. कॅस्ट्रो यांचा नेमका वारसा काय, यावरही अशीच चर्चा होत राहील. आपल्या काळावर आणि एका राष्ट्राच्या जगण्यावर; किंबहुना श्वास घेण्यावरही-हुकमत म्हणावी इतका प्रभाव ठेवणारा हा नेता कायम वादाच्या भोवऱ्यात राहिला. जग बदलत असताना एक मागासलेला, जिथं मोकळेपणे व्यक्त होणंही शक्य नाही असा क्यूबा मागं सोडणारा नेता म्हणून कॅस्ट्रोंचे टीकाकार त्यांचं वर्णन करतील, तर संपूर्ण आर्थिक कोंडी असूनही देश जगवणारा, ताठ मानेनं देशाला उभं करणारा तत्त्ववादी नेता,'' असं त्यांचे प्रशंसक सांगतील. देशाची सगळी सूत्रं ५० वर्षं कॅस्ट्रो यांच्या हाती होती आणि आयुष्याच्या सायंकाळी अगदीच विकलांग झाल्यानंतर त्यानं ती आपलाच धाकटा भाऊ आणि क्यूबाच्या क्रांतीतला साथीदार राऊल कॅस्ट्रो यांच्याकडं सोपवली. त्यानंतर क्यूबाची दारं पाश्चात्त्य जगासाठी किंचित किलकिली जरूर झाली आहेत.

तब्बल ९० वर्षं जगलेल्या कॅस्ट्रो यांनी क्यूबात क्रांती घडवली, तेव्हा हा बंडखोर नेता देशाचा हीरो होता आणि कॅस्ट्रो ही मंडळी क्रांतिवाद्यांसाठी नेहमीच प्रेरणा देणारा आदर्श अशी राहिली. वकिली करता करता राजकारणाकडं ओढले गेलेले कॅस्ट्रो आपल्या दाढीधारी सहकाऱ्यांसह हवानात घुसले केव्हा आयसेनहॉवर, मॅक्मिलन आणि क्रुश्चेव्ह हे जगाला आकार देणारे राज्यकर्ते सत्तेत होते. क्यूबातले अमेरिकी उद्योग आणि भांडवलाचं बिनदिक्कत राष्ट्रीयीकरण करून टाकणारे कॅस्ट्रो अमेरिकेसाठी खलनायक बनले. त्यांना संपवण्याचे, सत्तेवरून हटवण्याचे किती प्रयत्न झाले याला गणती नाही. अमेरिकेच्या तब्बल ११ अध्यक्षांची कारकीर्द आणि आर्थिक निर्बंध कॅस्ट्रो यांनी अनुभवले. शीतयुद्धाच्या काळात आधी लोकशाहीची, खुल्या निवडणुकांची

भाषा करणारे कॅस्ट्रो हे अमेरिकेकडून झिडकारलं जात असल्याचं लक्षात येताच सोव्हिएत संघाकडं झुकले. साम्यवादाच्या वैचारिक जवळिकीतून क्यूबा सोव्हिएत संघाचा मित्र बनला. तेलसंपन्न व्हेनेझुएलाच्या ह्यूगो चावेझ यांनी क्यूबाला मदत केली. मात्र, तंत्रज्ञान आणि भांडवल या आघाड्यांवर कॅस्ट्रो यांचा क्यूबा मागंच राहिला.

कॅस्ट्रो यांच्या हत्येचे कथित प्रयत्न, त्यासाठी अमेरिकी गुप्तचर संस्थांनी केलेले प्रयोग यांची तर जंत्रीच दिली जाते. हत्येच्या ६००च्या वर प्रयत्नांतून कॅस्ट्रो बचावल्याचं सांगितलं जातं. सिनेमातच शोभाव्यात अशा अनेक मार्गांनी कॅस्ट्रो यांच्या हत्येचे प्रयत्न झाले. कॅस्ट्रो यांना स्कूबा डायव्हिंगचा शौक होता आणि त्याचा फायदा घेऊन डायव्हिंग सूटद्वारे बुरशीचा संसर्ग करून त्यात कॅस्ट्रो यांचा अंत होईल इथपासून ते पाण्याखाली स्फोटकं ठेवून त्यांना उडवून द्यायचं ते अगदी त्यांची प्रसिद्ध दाढी जाळून टाकायची इथपर्यंतच्या प्रयत्नांची चर्चा अनेक दशकं होत राहिली. यातल्या काही प्रयोगांचं नियोजन निदान कागदावर तरी झालं होतं, हे अमेरिकेनंच नंतर गोपनीयतेच्या आवरणातून बाहेर आणलेल्या कागदपत्रांतून स्पष्ट होतं.

क्यूबाबत :

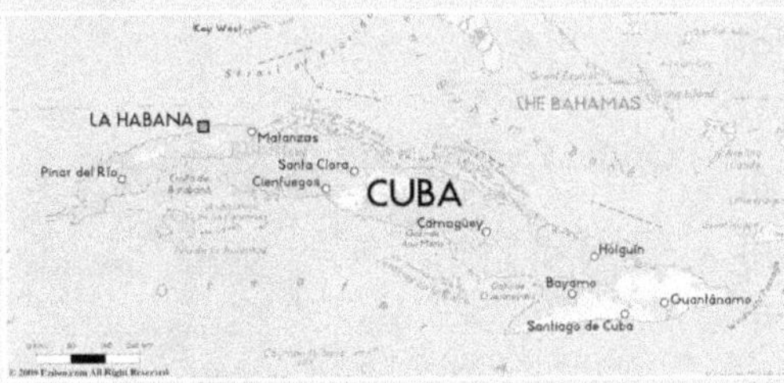

» क्यूबा मेक्सिकोच्या आखातामधील, अमेरिकेच्या दक्षिणेला असलेला देश आहे.
» क्यूबाचे क्षेत्रफळ १,०९,८८४ कि.मी. वर्ग असून, लोकसंख्या १,१२,३९,००४ एवढी आहे. हवाना हे क्यूबाच्या राजधानीचे शहर आहे. स्पॅनिश क्यूबाची अधिकृत भाषा आहे.
» १९०२ मध्ये क्यूबाला स्पेनपासून स्वातंत्र्य मिळाले.
» १९५९ मध्ये क्यूबामध्ये राजकीय क्रांती होऊन फिडेल कॅस्ट्रो यांच्या नेतृत्वाखालील साम्यवादी राजवट सुरू झाली. आजही क्यूबामध्ये साम्यवादी (Unitary Marxist - Leninist one party socialist Republic) पक्षाची राजवट आहे.
» १९६२ च्या क्यूबन पेचप्रसंगामुळे जग आण्विक युद्धाच्या उंबरठ्यावर येऊन ठेपले होते.
» क्यूबाची अर्थव्यवस्था विकसनशील गटात मोडत असली तरी राहणीमानाचा (शिक्षण, आरोग्य) दर्जा उच्च आहे. क्यूबाची सार्वजनिक आरोग्यव्यवस्था (Public Health System) जगामध्ये सर्वोत्तम समजली जाते.

कॅस्ट्रो यांची राजवट कम्युनिस्ट म्हणूनच ओळखली गेली. तेही अखेरपर्यंत तसेच राहिले. मात्र, हवानात चे गव्हेरा, राऊल कॅस्ट्रो आणि ८० साथीदारांसह आलेल्या कॅस्ट्रो यांचं मूळ आश्वासन कम्युनिस्ट राजवटीचं नव्हतं; किंबहुना कॅस्ट्रो यांच्या नेतृत्वाखाली क्यूबातल्या बॅटिस्टा यांची जुलमी राजवट उलथून टाकणारे सगळे क्रांतिकारी किंवा त्यांचं बंड ही कम्युनिस्ट क्रांती नव्हती. विचारानं डावीकडं झुकलेल्या कॅस्ट्रो यांनी साम्यवादाचा अधिकृत स्वीकार नंतरच केला. त्या विचारसरणीचा वापर संपूर्ण एकाधिकारशाहीसाठी केला. 'संघर्षातून सिद्धान्ताकडं' अशी कॅस्ट्रो यांची वाटचाल होती. आधीच समाजवादी मूल्यांनी भारावून त्यासाठी क्यूबाची क्रांती झाली, असं घडलेलं नाही. बाटिस्टा यांच्या जुलमी सत्तेला उलथवून राजकीय स्वातंत्र्य देण्याचं कॅस्ट्रो यांचं आश्वासन होतं. मात्र, एकदा कम्युनिस्ट विचार स्वीकारल्यानंतर हा बंडखोर नेता पक्का कम्युनिस्ट बनला. अमेरिकाविरोधासाठी कॅस्ट्रो यांची ती गरजही होती. जगभरात लाल बावट्याची पीछेहाट होत असताना एकापाठोपाठ एक असे पूर्व युरोपातले कम्युनिस्ट बुरुज ढासळत असताना अमेरिकेच्या नाकावर टिच्चून दक्षिण अमेरिकेतच कॅस्ट्रो

यांच्या क्रांतीचा लाल ध्रुव अढळस्थानी राहिला. शीतयुद्धात अमेरिकेचा विजय आणि सोव्हिएत संघाची पीछेहाट झाल्यानंतर जगभरातल्या कम्युनिस्टांसाठी, बंडखोरांसाठी प्रेरणा देणारं राज्य कॅस्ट्रो यांचंच उरलं. ती धमक, करिष्मा कॅस्ट्रो यांच्यामध्ये नक्कीच होता. त्यामुळंच कॅस्ट्रो यांच्या राजवटीत मानवी अधिकारांचं काय, असल्या प्रश्नाला वावच नव्हता. अमेरिकेला विरोध आणि त्यातून ओढवून घेतलेले आर्थिक निर्बंध हेच त्यांनी आपलं बलस्थान बनवलं आणि क्यूबन राष्ट्रवादाची वीण अमेरिकाविरोधावर त्यांनी घट्टपणे बेतली. आरोग्य, शिक्षणात क्रांतिकारी म्हणावं असं काम क्यूबानं करून दाखवलं. कॅस्ट्रो यांची खरी क्रांती ती याच क्षेत्रातली. पाश्चात्त्य राष्ट्रांनाही दखल घ्यावी लागेल अशी प्रगती त्यांनी आरोग्याच्या क्षेत्रात करून दाखवली. क्यूबामधली आरोग्यसेवा आणि या क्षेत्रातील प्रगती जगासाठी आदर्श वाटावी अशी बनवली. वैद्यकीय क्षेत्रातल्या उच्च दर्जाच्या संशोधनाचं क्यूबा हे केंद्र बनलं. क्रीडाक्षेत्रातही कॅस्ट्रो यांनी क्यूबाला अभिमान वाटावा अशा प्रगतीच्या मार्गावर नेलं. या छोट्याशा कॅरेबियन देशानं जगाच्या क्रीडाक्षेत्रावर लक्षणीय छाप सोडली, हेही कॅस्ट्रो यांच्या राजवटीचं फलित. कॅस्ट्रो यांचे शिक्षणातले प्रयोगही जगाला दखल घ्यायला लावणारे होते. त्यांनी शिक्षण सक्तीचं आणि मोफतही केलं. देश साक्षरतेत आघाडीवर नेला. इतका की कॅस्ट्रो एका मुलाखतीत म्हणाले होते : 'माझ्या देशातल्या वेश्यासुद्धा पदवीधर आहेत.' पहिल्या जगातल्या आरोग्य आणि शिक्षणाच्या सुविधा प्रत्येक नागरिकाला मिळायलाच हव्यात, यावर कटाक्ष असणारे कॅस्ट्रो यांनी स्वतंत्र अभिव्यक्तीच्या साऱ्या शक्यताही चिरडून टाकल्या. त्यांना विरोध करणाऱ्यांना क्यूबात स्थान उरलं नाही. आर्थिक आघाडीवर आकांक्षा असणाऱ्या वर्गासाठी आवश्यक तो खुलेपणा कधीच त्यांनी दिला नाही. समाजवादाच्या नावाखाली या आकांक्षा दडपल्या गेल्या. कॅस्ट्रो यांना विरोध तर सोडाच; वेगळा सूर लावणारेही त्यांच्या तडाख्यातून सुटले नाहीत. शांततेनं विरोध करणाऱ्यांना थेट तुरुंगात टाकण्यासारखे उपाय कॅस्ट्रो यांच्या राजवटीचं वैशिष्ट्य बनलं होतं. धार्मिक स्वातंत्र्य कधीच संपलं होतं. साहजिकच अभिव्यक्ती-स्वातंत्र्याचे पुरस्कर्ते कॅस्ट्रो यांचे विरोधक बनले. अशा कित्येकांना तुरुंगात जावं लागलं. अनेकजण परागंदा झाले. कॅस्ट्रो यांच्या मृत्यूनंतर आनंद साजरा करणाऱ्यांत बव्हंशी हीच मंडळी आहेत. जगात स्वातंत्र्यवादी चळवळी यशस्वी होत असताना, हुकूमशाही उलथवली जात असताना क्यूबातली कॅस्ट्रो यांची सत्ता कायम राहिली. तिचा चिराही ढासळला नाही. कोणताही राजकीय, नागरी समूहाचा विरोध त्यांनी कधीच जुमानला नाही. अमोघ वक्तृत्वाचा धनी, प्रचंड काम करण्याची ऊर्जा, थेटपणे जनतेशी सतत संवाद ठेवतानाच आपल्या विरोधकांबाबत अखंड सावधानता हे अनेक हुकूमशहांप्रमाणं कॅस्ट्रो यांचंही वैशिष्ट्य होतं. मुळात कॅस्ट्रो यांचा अमेरिकेला विरोध होता, असंही नाही.

फिडेल कॅस्ट्रो
(Fidel Castro)

» क्यूबन क्रांतीचे प्रणेते फिडेल कॅस्ट्रोंचा जन्म १३ ऑगस्ट १९२६ रोजी झाला.
» हवाना विद्यापीठामधून त्यांनी पदवी शिक्षण घेतले. तेथेच वसाहतवादविरोधाचे व साम्यवादाचे धडे गिरविले.
» ८ जानेवारी १९५९ रोजी बतिस्ता राजवट उलथवत हवानामध्ये प्रवेश व क्युबन क्रांतीची घोषणा.
» १९५९-१९७६ पर्यंत क्यूबाच्या पंतप्रधानपदी, तर १९७६-२००८ पर्यंत क्यूबाच्या राष्ट्रपतिपदी कार्यरत होते.
» २५ नोव्हेंबर २०१६ रोजी मृत्यू, त्यांच्या इच्छापत्रानुसार क्यूबामध्ये त्यांच्या नावाचे स्मारक, रस्ता वा इमारत उभारण्यात येणार नाही.

राऊल कॅस्ट्रो (Raul Castro)

- » फिडेल कॅस्ट्रो यांचे बंधू व क्रांती कार्यातील सहकारी.
- » २००८ पासून क्यूबाच्या राष्ट्रपतिपदी.
- » अमेरिकेसोबत परराष्ट्र संबंध सुरळीत करण्यासाठी पुढाकार.

हनिमूनलाही ते अमेरिकेतच गेल्याचं सांगितलं जातं. क्यूबाची सत्ता घेतल्यानंतर ते अमेरिकेत गेले तेव्हा अमेरिकेचे तत्कालीन अध्यक्ष आयसेन हॉवर यांनी त्यांना भेटण्यापेक्षा गोल्फ खेळण्याला प्राधान्य दिलं. क्यूबाचे आधीचे हुकूमशहा बाटिस्टा हे अमेरिकेच्या कलानं चालणारे होते. अमेरिकेला हुकूमशाहीचं वावडं नव्हतंच. मुद्दा हुकूमशहा अमेरिकेच्या हिताचं रक्षण करणारा असला म्हणजे झालं इतकाच! बाटिस्टा यांची सत्ता उलथवणारे बंडखोर कॅस्ट्रो हे 'अमेरिकेची पसंती' बनू शकले नाहीत. यातून कॅस्ट्रो यांचा अमेरिकाद्वेष सुरू झाला. तो कॅस्ट्रो यांनी क्यूबन राष्ट्रवादाशी जोडला. देश कितीही अडचणीत आला तरी देशाची प्रतिष्ठा या आवरणाखाली अमेरिकेचा विरोध त्यांनी क्यूबातला एकमेव विचार बनवला. अमेरिकेच्या विरोधात म्हणून क्यूबा सोव्हिएत संघाकडं खेचला गेला. साखरेच्या निर्यातीवर अवलंबून असलेल्या क्यूबाची साखर घेणं अमेरिकेनं बंद केलं, तेव्हा सोव्हिएत संघ पुढं आला. सोव्हिएत संघाचं विघटन होईपर्यंत सतत मिळणारी अब्जावधी डॉलरची मदत, पुढं व्हेनेझुएलाकडून मिळणारं तेल हा अमेरिकेविरोधात टिकून राहण्यासाठीचा क्यूबाचा दीर्घकाळचा आधार होता. त्या काळी जगाची विभागणीच अमेरिकेच्या बाजूचे की सोव्हिएतच्या? अशी होती. कॅस्ट्रो यांनी विरोध करणारे विचारवंत, कलाकार, पत्रकार, अगदी आधीचे सहकारी यांचीही पत्रास ठेवली नाही. सरकारी माध्यमांचा आपल्या उदात्तीकरणासाठी वापर, जमेल तेवढी सेन्सॉरशिप ही क्यूबातल्या सार्वजनिक जीवनातली वैशिष्ट्यं राहिली. समाजजीवनावर नकळत भीतीची छाया राहिली पाहिजे, असा हुकूमशहांचा प्रयत्न असतोच. त्या भीतीला देशाच्या उद्धारासाठीची आवश्यकता आणि नेत्याविषयी आदर म्हणून सादर करण्याच्या हातोटीत कॅस्ट्रो हे अग्रणी ठरावेत.

कॅस्ट्रो जगभरातल्या तरुणांना क्रांतीची प्रेरणा देणारं नेतृत्व ठरले. जगभर समाजवाद कोसळत असताना क्यूबावरचा लाल बावटा फडकवत ठेवणारा करिष्मा त्यांनी दाखवला. हा नेता अमेरिकेच्या ११ अध्यक्षांच्या कारवायांना पुरून उरला. अमेरिकेच्या सक्रिय पाठिंब्यावर त्यांची राजवट उलथवण्यासाठीचं बंड त्यांनी १९६१ मध्ये मोडून काढलं. सोव्हिएत संघाची क्षेपणास्त्रं बोलावून जगाला १३ दिवस का असेना अणुयुद्धाच्या छायेनं ग्रासलं. हे सगळं खरं असलं तरी कॅस्ट्रो यांची राजवट एकाधिकारशाहीची होती आणि कोणत्याही हुकूमशहाप्रमाणं त्यालाही स्वतंत्र विचारांची, अभिव्यक्तीच्या मोकळेपणाची ॲलर्जीच होती. राष्ट्रवादाची भाषा करत व्यक्त होण्याच्या मूलभूत प्रेरणांनाच दडपणाऱ्या, हवं तसं वाकवू इच्छिणाऱ्या, डाव्या असोत की उजव्या कर्मठांच्या चलतीचा काळ सुरू असताना या मालिकेत मुकुटमणी शोभावा असा नेता कॅस्ट्रो यांच्या निधनानं निघून

आयसेन हॉवर (Eisen Hower)

- » अमेरिकेचे ३४ वे राष्ट्राध्यक्ष (१९५३-१९६१)
- » दुसऱ्या महायुद्धादरम्यान दोस्त राष्ट्रांच्या संयुक्त सेनेचे प्रमुख म्हणून कार्य
- » राजकीय पक्ष : रिपब्लिकन पक्ष
- » आयसेन हॉवर यांच्या राष्ट्राध्यक्षपदाच्या कालावधीमध्ये शीतयुद्धाची तीव्रता वाढली होती.

गेला आहे. त्यांची अमेरिकेसारख्या महासत्तेला टक्कर देण्याची जिगर लक्षात राहील तशीच लाल हुकूमशाहीसुद्धा!

भविष्यातला क्यूबा कसा असेल, यावर आता जगातले शहाणे स्वाभाविकपणे अधिक विचार करू लागले आहेत. तसेही कॅस्ट्रो जवळपास विकलांग झाले आणि भाऊ राउल यांच्याकडं सूत्र दिली तेव्हापासून फिडेलपेक्षा हे धाकटे कॅस्ट्रो काहीसे वेगळे आहेत, याची जाणीव करून देत आहेतच. शत्रू राष्ट्र ठरवलेला अमेरिकेच्या अध्यक्षांशी हस्तांदोलन करण्याचा धाडसी बदल राऊल यांनी दाखवला आहे. तरीही आर्थिक आघाडीवर मुक्ततेची धोरणं क्यूबामध्ये किती वेगानं येतील, यावर साशंकता आहेच. क्यूबाच्या नागरिकांसाठी नावीन्य असलेली घरं, वाहनांची खरेदी-विक्री, त्यावरची व्यक्तिगत मालकी राऊल यांच्या पुढाकारानं प्रत्यक्षात आली. कदाचित क्यूबा राजकीयदृष्ट्या साम्यवादाची पोलादी चौकट कायम ठेवून व्यवहारात चीनसारखा भांडवलदारी मार्गानं जाऊ शकतो किंवा लाल हुकूमशाहीचा संपूर्ण त्याग करून लोकशाहीकडंही वळू शकतो. राऊलही ८५ वर्षांचे आहेत आणि २०१८मध्ये पदत्यागाची घोषणा त्यांनी आधीच केली आहे. साहजिकच क्यूबात सत्ता घेणारी पुढची पिढी कोणती, याला महत्त्व असेल. यात दोन्ही कॅस्ट्रोंची मुल-बाळंही असू शकतात. याच वेळी क्यूबाशी पुन्हा राजनैतिक संबंध जोडणाऱ्या बराक ओबामा यांच्यानंतर अमेरिकेची धुरा अधिक आक्रमक असलेल्या डोनाल्ड ट्रम्प यांच्याकडं येते आहे. बदलत्या स्थितीत क्यूबालाही अधिक खुल्या व्यापाराच्या, आर्थिक सुधारणांच्याच मार्गानं जावं लागण्याची शक्यता अधिक.

सन १९५३मध्ये बाटिस्टा सरकार उलथवण्याच्या प्रयत्नात कॅस्ट्रो यांना अटक झाली, त्या वेळच्या खटल्यात ते म्हणाले होते : 'इतिहास मला दोषमुक्तच करेल.' तेव्हा १५ वर्षांची शिक्षा झालेला हाच बंडखोर क्यूबाचा सूत्रधार झाला. त्यांना लोकशाहीलाच नाकारणारा हुकूमशहा ठरवायचं की, अमेरिकेशी दोन हात करत चिमुकल्या कॅरेबियन बेटाला निदान काही क्षेत्रात प्रगतीच्या अत्युच्च शिखरावर नेणारा, जगभरातल्या तरुणांना क्रांतीची भुरळ घालणारा महान नेता ठरवायचं यावर इतिहास वाद घालतच राहील. कॅस्ट्रो यांचं आयुष्य कोणत्याही एका बाजूनं ठाम मतं नोंदवावं असं नाहीच. म्हणूनच 'फिडेल कॅस्ट्रो नावाची दंतकथा' अमर असेल!

निकिता क्रुश्चेव्ह (Nikita Khruschev)

» १९५३ - १९६४ या कालावधीमध्ये साम्यवादी पक्षा(सोव्हिएत युनियन)चे महासचिव म्हणून (स्टॅलिननंतर) कार्य
» निकिता क्रुश्चेव्ह यांचा जन्म १५ एप्रिल १८९४ मध्ये तत्कालीन रशियन साम्राज्यामध्ये झाला.
» दुसऱ्या महायुद्धाच्या काळात स्टॅलिनग्राडच्या बचावात प्रमुख भूमिका.
» क्यूबन पेचप्रसंगावेळेस सोव्हिएत महासंघाचे प्रमुख.

सोव्हिएत महासंघ (Soviet Union)

» सोव्हिएत महासंघाची स्थापना १९२२ मध्ये रशियन क्रांतीनंतर करण्यात आली. (३० डिसेंबर १९२२)
» रशिया, युक्रेन, उझबेकिस्तान, कझाकस्तान, फिरिगीस्तान, ताजकिस्तान, तुर्कमेनिस्तान, अझरबैझान, जॉर्जिया, लिथुनिया, अमेनिया, इस्टोनिआ, लॅटिव्हिआ, बेलारुस, मोल्दोवा या १५ देशांचे मिळून सोव्हिएत महासंघ तयार झाला होता.
» २६ डिसेंबर १९९१ रोजी सोव्हिएत महासंघाचे विघटन करण्यात आले.

४ डिसेंबर २०१६

■

डोनाल्ड ट्रम्प फोन कॉल्स

" अमेरिकेचे अध्यक्ष डोनाल्ड ट्रम्प यांच्या जागतिक धोरणांबाबत अजून नेमकं काहीच स्पष्ट झालेलं नाही. ते आपला परराष्ट्रमंत्री ठरवत नाहीत तोवर पुरती स्पष्टता होणारही नाही; मात्र गेल्या काही दिवसांत त्यांच्या फोन कॉल्सनी हा माणूस काहीही करू शकतो, निदान बोलू तरी नक्कीच शकतो यावर शिक्कामोर्तब झालं आहे. तैवानच्या अध्यक्षांशी अमेरिकेच्या निर्वाचित अध्यक्षानं कोणत्याही निमित्तानं का होईना बोलणं म्हणजे चीनला डिवचण्यासारखंच. चीनमधली त्यावरची प्रतिक्रिया संतापाचीच आहे. तैवानच्या अध्यक्षांशी संवाद हा आंतरराष्ट्रीय राजकारणातला सर्वांत मोठा धक्का आहे. त्याच्यापलीकडे ट्रम्प यांचं तैवान धोरण जाणार काय, हा केवळ तैवानसाठी नाही तर जगाचं लक्ष वेधणारा मुद्दा असेल.

अमेरिकेचे निर्वाचित अध्यक्ष डोनाल्ड ट्रम्प त्यांच्या वाटेल ते बोलण्यासाठी संपूर्ण प्रचारादरम्यान गाजत राहिले. असा माणूस अमेरिकेचा अध्यक्ष होऊच कसा शकतो, असं वाटणाऱ्या, तसं रोज मांडणाऱ्या सगळ्या उदारमतवाद्यांच्या नाकावर टिच्चून ते अध्यक्ष बनले आहेत. सीरियातल्या इसिसच्या राजवटीचं काय करावं इथपासून अमेरिकेतील मुस्लिमांना कसं हाताळावं आणि मेक्सिकन स्थलांतरितांचं काय करावं? इथपर्यंतच्या मुद्यांवरची त्यांची मतं चर्चेत राहिली. त्याचा जोरदार प्रतिवाद होत राहिला; मात्र एकदा अध्यक्ष झाल्यानंतर आणि अमेरिकी अध्यक्षांकडं असलेले अधिकार पाहता त्यांनी याच मतांचा पुरस्कार करायचं ठरवलं तर अनेक उलथापालथी ठरलेल्या आहेत. ट्रम्प यांची परराष्ट्र धोरणं काय, हा जगासाठी लाखमोलाचा सवाल आहे. अमेरिकेचा अध्यक्ष ज्या प्रकारची धोरणं ठरवेल त्याचा जागतिक राजकारण, अर्थकारण आणि संरक्षण यावर प्रभाव स्वाभाविक असतो. ट्रम्प यांच्या जागतिक धोरणांबाबत अजून नेमकं काहीच स्पष्ट झालेलं नाही. ते आपला परराष्ट्रमंत्री ठरवत नाहीत, तोवर पुरती स्पष्टता होणारही नाही; मात्र गेल्या काही दिवसांत त्यांच्या फोन कॉल्सनी हा माणूस काहीही करू शकतो, निदान बोलू तरी नक्कीच शकतो, यावर शिक्कामोर्तब झालं आहे आणि अमेरिकेचा अध्यक्ष जगातील कोणत्याही महत्त्वाच्या विषयांवर बोलला तरी ते गांभीर्यानंच घेतलं पाहिजे, असं या महासत्तेचं सामर्थ्यही आहे. ट्रम्प यांचा तैवानच्या अध्यक्षांशी झालेला संवाद आणि पाकिस्तानच्या पंतप्रधानांशी झालेली बातचीत याचे पाकनं जाहीर केलेले तपशील हे या दृष्टीनं पाहण्यासारखे आहेत.

तैवानच्या अध्यक्षांशी अमेरिकेच्या निर्वाचित अध्यक्षानं कोणत्याही निमित्तानं का होईना बोलणं म्हणजे चीनला

डिवचण्यासारखंच. चीनमधली त्यावरची प्रतिक्रिया संतापाचीच आहे. चीनच्या विरोधात काहीही होणं, त्यातून चीन संतापणं याचा आनंद होणाऱ्या पंथाला ट्रम्प यांचा कॉल सुखावणारा असेल. दुसरीकडं त्यांनी पाकिस्तानचे पंतप्रधान नवाज शरीफ यांच्याशी केलेली आणि पाकनं जाहीर केलेली बातचीत मात्र आता 'एकदा ट्रम्पभाऊ अमेरिकेत आले, की पाकिस्तानचे वाजलेच बारा,' असं समजणाऱ्यांना धक्का देणारा आहे. चीननं तैवानला कधीच मान्यता दिली नाही. चीनचं सामर्थ्य असं की, चीन मान्य करत नाही म्हणून बहुतांशी जगानंही अधिकृतपणे तैवान नावाचा देश अस्तित्वात असल्याचं मान्य केलं नाही. तैवानचं राष्ट्र-राज्य म्हणून अस्तित्व काय? हा कायमच लटकलेला मुद्दा आहे. अशा तैवानच्या अध्यक्षांचा फोन अमेरिकेच्या सर्वोच्च नेत्यानं घेणं यापूर्वी न घडलेलं आक्रित आहे. ते ट्रम्प यांनी सूत्रं हाती घेण्यापूर्वीच करून दाखवलं. आता हा कॉल केवळ अभिनंदनासाठी होता आणि त्यापलीकडं त्यातून काही अर्थ काढायची गरज नाही, असं ट्रम्प यांच्या टीममधील या संवादाचं गांभीर्य समजणारे सांगू लागले तरी खुद्द ट्रम्प मात्र 'तैवानला अमेरिका हत्यारं पुरवते, तर फोनवर बोलल्यानं काय फरक पडतो,' असं सांगत राहिले. दुसरीकडं नवाज शरीफ याचं वर्णन 'टेरिफिक गाय' असं करून पाकिस्तानी लोकांच्या कार्यकुशलतेचं, बुद्धिमत्तेचं तोंड फाटेतोवर कौतुक त्यांनी केल्याचं जाहीर झालं आहे. यावर भारताच्या परराष्ट्र व्यवहार खात्यानं या संवादाची एकच बाजू (म्हणजे पाकनं जाहीर केलेली) पुढं आली आहे, असं सांगून कोणतीही प्रतिक्रिया न देण्याचा पोक्तपणा दाखवला तो रास्तच आहे. ट्रम्प विजयासाठी अभिषेक-होमहवन करणाऱ्यांची मात्र या प्रसिद्ध झालेल्या संवादानं अडचण करून टाकली.

तैवानबाबत :

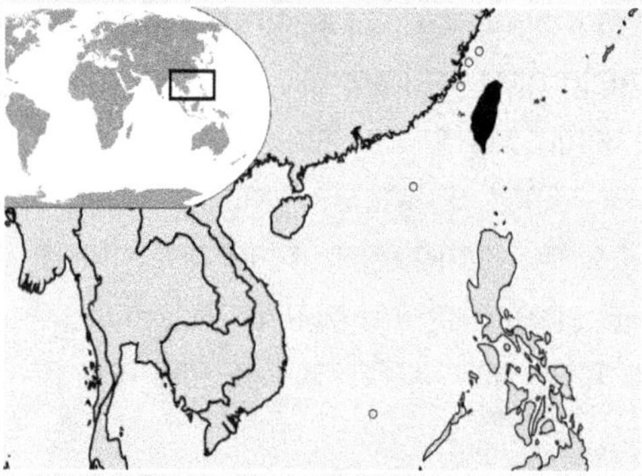

» तैवान पूर्व चिनी समुद्रामध्ये, चीनच्या दक्षिण - पूर्वे कडे असलेले एक बेट आहे.
» तैपेई (Taipai) हे तैवानच्या राजधानीचे शहर आहे.
» तैवानच्या मधोमध कर्कवृत्त (Topic of cancer) जाते.

ट्रम्प यांचा तैवान कॉल आता इतिहासाचा भाग बनेल, यात शंका नाही. याचं कारण तैवान आणि चीनच्या संबंधांत आहेत. माओच्या नेतृत्वाखालील सांस्कृतिक क्रांतीनं चीन कम्युनिस्ट देश बनला. त्या वेळी चीनमधील तत्कालीन राष्ट्रवादी म्हणवणाऱ्यांनी तैवानमध्ये चँग कै शेकच्या नेतृत्वाखाली आश्रय शोधला आणि तिथंच सरकार स्थापन केलं. ते चीनचं सरकार मानावं, अशी त्यांची भूमिका होती. बराच काळ अमेरिकेनं आणि अमेरिकन प्रभावाखालील देशांनी प्रचंड आकाराच्या चीनवर प्रत्यक्ष नियंत्रण मिळवणाऱ्या कम्युनिस्टांना डावलून तैवानमध्ये परागंदा सरकार चालवणाऱ्यांना चीनचे खरे शासक मानलं. इतकं की, संयुक्त राष्ट्रांच्या सुरक्षा परिषदेतील नकाराधिकारही तैवानकडं ठेवण्याचा प्रयत्न झाला. तो अर्थातच नंतर सोडून द्यावा लागला. अमेरिकेला चीनच्या कम्युनिस्ट राजवटीला मान्यता द्यावी लागली; मात्र त्यामुळं तैवानमधील समांतर व्यवस्था संपली नाही. जागतिक व्यवहारांतली तैवानची त्रिशंकू अवस्था सुरू झाली ती कायमची. परागंदा सरकारनं 'स्वतःला रिपब्लिक ऑफ चीन' म्हणवायला सुरुवात केली तर कम्युनिस्ट चीननं 'पीपल्स रिपब्लिक ऑफ चीन' असं नाव धारण केलं. दुसऱ्या महायुद्धानं शीतयुद्धाला जन्म दिला. अमेरिकेच्या नेतृत्वाखालचं जग आणि सोव्हिएत पुढाकारातलं समाजवादी राजवटीचं जग यांचा टकराव होण्याच्या काळात सुरुवातीला पाश्चात्त्य देशांनी चीनच्या कम्युनिस्ट राजवटीलाच नाकारण्याचा पवित्रा घेतला

तरी त्यांना तो टिकवता आला नाही. तो टिकणार नव्हताच. चीनचा प्रचंड आकार आणि जागाच्या व्यवहारांवर प्रभाव टाकण्याची क्षमता पाहता कम्युनिस्ट चीनला मान्यता देण्याखेरीज पर्याय नव्हता. १९७१ मध्ये संयुक्त राष्ट्रांतून अधिकृतपणे तैवानच्या परागंदा चिनी सरकारची मान्यता संपवून कम्युनिस्ट चीनला मान्यता देण्यात आली. संयुक्त राष्ट्रांच्या आमसभेत २७५८ क्रमांकाच्या ठरावानं 'कम्युनिस्ट चीन' हाच चीनचं प्रतिनिधित्व करेल आणि तैवानमधलं चँग कै शेकच्या सरकारचं प्रतिनिधित्व बेकायदा आहे, असं ठरवण्यात आलं. त्यालाही तैवानचा आक्षेपच होता. या काळातच अमेरिका आणि चीनमधील संबंध सुधारण्याची सुरुवातही झाली. त्याचा परिणाम म्हणून अमेरिकेनं तैवान सरकारसोबतचे राजनैतिक संबंध संपुष्टात आणले. त्यानंतर १९७९पासून अमेरिकेचा कोणताही अध्यक्ष तैवानच्या नेत्यांशी थेटपणे कधीच बोलला नाही. चीनला मान्यता देण्याचा भाग म्हणून हा संकेत जवळपास चार दशकं पाळला गेला. त्याला ट्रम्प यांनी धक्का दिला. रोनाल्ड रेगन यांचे तैवानशी सर्वांत चांगले संबंध होते. त्यांनीही तेथील सरकारशी थेट संपर्क करण्याचा प्रयत्न केला नव्हता. ही परंपरा ट्रम्प यांनी मोडीत काढली.

चीन-तैवान यांचा इतिहास, परस्परसंबंध, त्याकडे पाहण्याचा जगाचा दृष्टिकोन, त्यातला बदल, त्यातला व्यवहारवाद हे सगळंच रंजक आहे. म्हणजे अधिकृतपणे चीनचं सांगणं आहे, तैवानसह चीन एकच आहे. त्यावर राज्य करायचा अधिकार कम्युनिस्ट चीनचाच आहे. तैवान हा चीनचा फार तर एक प्रांत आहे. तिथलं जे काही सरकार म्हणून ओळखलं जातं, ते एका प्राधिकरणापेक्षा फार मोठं काही नाही. जे कोणी तैवानला मान्यता देतील, त्यांना चीन मान्यता देणार नाही. चिनी सरकार याला 'वन चीन पॉलिसी' म्हणते. ती जगानं मान्य केली आहे, अशी चीनची धारणा आहे. दुसरीकडं तैवानचं सरकार अधिकृतपणे सांगतं, अख्ख्या चीनवरचा अधिकार आमचाच. चीनमधलं कम्युनिस्ट सरकारच बेकायदा आहे. त्यांना संयुक्त राष्ट्रांची मान्यताही तशीच अवैध आहे. जे चीनच्या कम्युनिस्ट राजवटीला मान्यता देतील त्यांना आम्ही मान्यता देणार नाही, अशी भूमिका तैवान घेत आला आहे. वास्तवात चीनचा आकार, सामर्थ्य, सत्ता, जागतिक प्रभावापुढं तैवान फारच किरकोळ आहे. तरीही आज ज्याला जग तैवान म्हणतं, त्या भागावर कम्युनिस्ट चीनचं राज्य कधीच नव्हतं. तसंच तैवानचा 'सगळा चीन आमचाच' हा दावा व्यवहारात हास्यास्पदच होता. हे उभय बाजूंना समजतं, त्यामुळेच जाहीरपणे आपला हेका न सोडता व्यवहारात 'जैसे थे' स्थिती ठेवण्याचा मार्ग अवलंबला जातो आहे. याचा परिणाम म्हणून तैवान नावाचा देश व्यवहारात आहे; पण मान्यतेत नाही, अशी त्रिशंकू अवस्था तयार झाली. 'तैवानकडं देश' म्हणून पाहण्याचा कसलाही प्रयत्न चीनच्या संतापाचं कारण बनतो. तैवानशी जगात जेमतेम २२ देशांनी राजनैतिक संबंध ठेवले आहेत. ते बहुतांश आफ्रिकन किंवा कॅरेबियन छोटे देश आहेत. कोणताच प्रश्न धड सोडवायचा नाही, ही अमेरिकेची चाल इथंही आहेच. कम्युनिस्ट चीनला मान्यता देताना अमेरिकेनं 'वन चीन पॉलिसी' मान्य केली आहे. तैवानच्या संपूर्ण चीनचा हक्कदार म्हणून नाही, तर किमान स्वतंत्र देश म्हणून संयुक्त राष्ट्रांतल्या सदस्यत्वालाही अमेरिकेनं पाठिंबा दिलेला नाही; मात्र दुसरीकडं तैवानशी स्वतंत्रपणे आर्थिक आणि लष्करी संबंध ठेवत चीनची भूमिकाही पुरती स्वीकारलेली नाही. जिमी कार्टर अध्यक्ष असताना अमेरिकेनं तैवानऐवजी चीनच्या कम्युनिस्ट सरकारला चीनचं अधिकृत सरकार म्हणून मान्यता दिली. हे करतानाच अमेरिकन कॉंग्रेसनं 'तैवान रिलेशन्स ॲक्ट' मंजूर केला. त्यानुसार अमेरिका तैवानला आवश्यक हत्यारं पुरवत राहील, तसेच चीननं तैवानवर हल्ला केल्यास तो अमेरिकेसाठी अत्यंत संवेदनशील मुद्दा समजला जाईल. अमेरिकेनं जाणीवपूर्वक ही व्यूहात्मक संदिग्धता ठेवली आहे. तैवानशी अधिकृत राजनैतिक संबंध न ठेवता चीनचं समाधान करत राहिलेल्या अमेरिकेनं १९९६ मध्ये चीननं तैवानलगत केलेल्या क्षेपणास्त्र चाचण्यांवेळी मोठ्या प्रमाणात नौदल या भागात आणून 'जैसे थे' स्थितीला धक्का लागणार, याची काळजी घेतली आहे.

मधल्या काळात तैवान आर्थिक आघाडीवर 'एशियन टायगर' म्हणून नावरूपाला आला. इलेक्ट्रॉनिक उद्योगातील तैवानची भरारी जगानं दखल घ्यावी अशीच आहे. संगणक, लॅपटॉपच्या उत्पादनात जगात आघाडीवर असणाऱ्यांत तैवान आहे. दावे आणि राजकीय हितसंबंध परस्परविरोधी असले तरी कम्युनिस्ट चीन आणि अलीकडे लोकशाहीवादी बनलेला तैवान यांच्यातील आर्थिक देवाणघेवाण सुरूच आहे. अब्जावधी डॉलरची तैवानी गुंतवणूक चीनमध्ये आहे. चीनला तैवान हा आपलाच एक प्रांत आहे, असं दाखवायचं आहे. तैवानला त्याहून देश अधिक काही आहे, हे सतत सिद्ध करायचं असतं. स्वतंत्र सरकार, लोकशाही पद्धतीच्या निवडणुका, स्वतंत्र लष्कर, वेगळी अर्थव्यवस्था या आधारावर हा चीनचा भाग होऊ शकत नाही, अशी ही मांडणी आहे. त्यातून आंतरराष्ट्रीय मंचांवर तैवान प्रतिनिधित्व करतो, 'ते चिनी तैपेई' या नावानं. अगदी जागतिक व्यापार संघटनेत किंवा ऑलिंपिकमध्येही हेच नाव वापरलं जातं. मुद्दा हाच, की तैवानचं नेमकं स्थान काय हे न सुटलेलं किंवा कोणालाच सोडवायची इच्छा नसलेलं कोडं आहे. या स्थितीत ट्रम्प यांनी तैवानच्या अध्यक्ष त्साई इंग-वेन यांचा फोन घेतला आणि याचा अर्थ काय लावावा यावर चर्चा सुरू झाली. ट्रम्प यांच्या चमूचं आंतरराष्ट्रीय विषयातलं नवखेपणच यातून दिसतं, अशी टीका चीननं केली आहे, तर अमेरिकेत यावरून उघड दोन गट पडले आहेत. हा फोन आधी अनेक आठवडे ठरला होता आणि पूर्ण माहिती घेऊनच ट्रम्प यांनी हे पाऊल उचलल्याचं सागितलं जातं. तसं असेल तर अध्यक्ष म्हणून ट्रम्प यांना गृहीत धरू नये, हा इशाराच चीनला दिला आहे. तसंही या संवादानंतर ट्रम्प यांनी ट्विट करून चीननं त्याच्या चलनाची किंमत कमी केली, तेव्हा कुठं आम्हाला विचारलं किंवा दक्षिण चीनमध्ये लष्करी कारवाया करताना कुठं अमेरिकेला विचारलं, असे प्रश्न उपस्थित करून तैवानच्या कॉलवरील चीनच्या संतापाला जुमानत नसल्याचंच दाखवलं आहे. आता यापुढं अमेरिका काही करेल किंवा त्याआधारे तैवानही स्वातंत्र्याकडं जायचा प्रयत्न करेल, ही शक्यता कमी; मात्र ट्रम्प यांच्या विधानांवर संताप व्यक्त करण्यापलीकडं चीनच्याही हाती काही नाही. शेवटी आंतरराष्ट्रीय राजकारणात सामर्थ्याचीच चलती असते. ते प्रत्यक्षात असावं लागतं. जाहिरातबाजीतून येत नाही. चीनचा बंडखोर उधूर नेता डोल्कून इसाला भारतात येण्यासाठी व्हिसा दिल्यानंतर चीनच्या संतप्त प्रतिक्रियेवर भारतानं व्हिसा मागं घेतला होता. ट्रम्प बिनदिक्कत चार दशकांचा संकेत मोडून चीनची नाराजी दुर्लक्षित करू शकतात. शरीफ यांना 'टेरिफिक गाय' म्हणत प्रलंबित समस्या सोडवण्यासाठी तुम्हाला हवी ती भूमिका बजावायची तयारी आहे, असं सांगताना भारताला काय वाटतं, याचा विचार करत नाहीत. लादेनला लपवणाऱ्या पाकिस्तानला मित्र कसं म्हणायचं, असं विचारताना आजवरची अमेरिकी धोरणं आणि पाकच्या प्रतिक्रियेची पत्रास बाळगत नाहीत किंवा ब्रिटननं अमेरिकेत कोणाला राजदूत नेमावं, यावर भाष्य करून; तसंच जपानच्या पंतप्रधानांच्या भेटीवेळी परराष्ट्र व्यवहाराशी संबंधित अधिकाऱ्यांऐवजी आपल्या मुलीला आणि जावयाला सोबत ठेवून साऱ्या राजनैतिक संकेतांना तिलांजली देतात.

थोडक्यात ट्रम्प अमेरिकेत रुजलेल्या स्थितीवादी संकेतांना आणि उदारमतवादी उच्चभ्रूंच्या कल्पनांना धक्के देत राहतील. तैवानच्या अध्यक्षांशी संवाद हा आंतरराष्ट्रीय राजकारणातला सर्वांत मोठा धक्का आहे. तैवानच्या अध्यक्षा चीनशी थेट संघर्ष टाळायचा; पण तैवानी वेगळेपण दाखवत रहायचं, असं धोरण राबवत आहेत. ट्रम्प यांच्याशी बोलण्यानं त्यांचे समर्थक खूश, तर अमेरिकेत आधीच्या अध्यक्षांनी दाखवलं नाही ते धाडस ट्रम्प दाखवतात, म्हणून त्यांचा टोकाचा विक्षिप्तपणाही आवडणारे समर्थक खूश. या उभयपक्षी खुशीपलीकडं ट्रम्प यांचं तैवान धोरण जाणार काय? हा केवळ तैवानसाठी नाही, तर जगाचं लक्ष वेधणारा मुद्दा असेल.

११ डिसेंबर २०१६

■

अस्वस्थपर्व

"मागचं सुटत नाही आणि नवं नेमकेपणानं उमगत नाही' असा कालखंड उभा ठाकला असल्याची चुणूक २०१६ नं दाखवली आहे, त्याचे परिणाम २०१७ मध्ये अधिक स्पष्ट होत आहेत. राजकीय-आर्थिक-तंत्रज्ञान अशा विविध क्षेत्रांत गेल्या वर्षभरात जागतिक पातळीवर मोठी उलथापालथ झाली. त्यातही तंत्रज्ञानातली क्रांती उत्पादन-वितरणापासून मानवी संबंधांपर्यंत सगळंच कवेत घेऊ पाहत आहे. या सगळ्या घडामोडी म्हणजे दीर्घकालीन बदलांची सुरुवात असू शकते. १९९० मधल्या जागतिकीकरणामुळं देशादेशांच्या सीमा धूसर होतील, असा अंदाज होता... परंतु २५ वर्षांनंतरची आजची स्थिती पाहता तसं होण्याऐवजी परस्परांमध्ये भिंती उभारण्याच्याच हालचाली सुरू आहेत. ही येऊ घातलेल्या अस्वस्थपर्वाचीच सुरुवात म्हणावी लागेल.

नवं वर्ष सुरू होताना ते काय घेऊन येईल याचा अंदाज बांधायचा प्रयत्न होतो. असे अंदाज बहुदा मागच्या अनुभवांवर आधारलेले असल्यानं भविष्यातल्या संपूर्ण नव्या चकव्यांची जाणीव असतेच असं नाही. सन २०१७ ची सुरुवात होताना जग निरनिराळ्या कारणांनी अस्वस्थ आहे. मात्र, या अस्वस्थतेमुळंच कदाचित पुढच्या पाच-पन्नास वर्षांवर प्रभाव टाकण्याची क्षमता असलेल्या घडामोडींचं वर्ष म्हणून त्याची नोंद होईल. जागतिक पातळीवर अस्वस्थतेचं एक प्रमुख कारण आहे, शीतयुद्धानंतरच्या काळात तयार झालेली आणि स्थिरावली असा समज असलेली व्यवस्था बदलली जाण्याची, कदाचित कोसळण्याचीही शक्यता. जगभरात उजव्या, टोकाच्या राष्ट्रवादी शक्तींचा उदय, त्यातून आकाराला येऊ घातलेले नवे हितसंबंध आणि शत्रू-मित्रविवेकाची नवी सूत्रं परस्परसंबंधांची नवी रचना करू पाहतील. अमेरिकेचे नवनिर्वाचित अध्यक्ष डोनाल्ड ट्रम्प यांनी, 'होऊन जाऊ द्या अण्वस्त्र स्पर्धा' असं सांगणं किंवा संयुक्त राष्ट्र हा एकत्र येऊन चांगला वेळ घालवणाऱ्यांचा अड्डा झाल्याचं निदान करणं हे अशाच व्यापक बदलांचे संकेत मानता येतात.

शीतयुद्धात सोव्हिएत संघ आणि अमेरिकेच्या प्रभावाखालचे देश असं जग विभागलं होतं. आर्थिक आघाडीवर ढासळलेल्या सोव्हिएत मॉडेलमुळं सोव्हिएत संघ निकालात निघाला आणि जगात अमेरिका हीच एक महाशक्ती उरल्याचं सांगितलं जाऊ लागलं. विघटन आणि आर्थिक संकटातून रशिया अधिकाधिक कोषात गेला आणि जागतिक शांततेचा ठेका घेतल्यासारखा अमेरिकेचा व्यवहार सुरू झाला. शांततेचं रक्षण करण्याच्या

नावाखाली जगाच्या पोलिसाची भूमिका अमेरिका बजावू लागली. इराक असो की अफगाणिस्तान अमेरिकेच्या सैनिकी कारवाईला कुणी अडवलं नाही. या 'लोकशाही-निर्याती'च्या प्रयोगांचा फोलपणा अमेरिकी जनतेच्या लक्षात आल्यानंतर युद्धापलीकडचे मार्ग अमेरिका हाताळू लागली.

शीतयुद्धानंतरच्या काळात भांडवलाच्या मुक्त वहनावर आधारलेलं प्रगतीचं मॉडेलच टिकणारं आहे, जागतिकीकरण हा त्याचा आधार असेल आणि जिकडं अधिक परतावा मिळेल तिकडं भांडवल जाईल, जिथे श्रम स्वस्तात उपलब्ध असतील तिकडं नोकऱ्यांच्या संधी वाढतील, असं मांडलं जात होतं. यात स्पर्धा प्रामुख्यानं आर्थिक पाया भक्कम करण्याची, विस्तारण्याची होती. या आर्थिक हितसंबंधांना संरक्षण देणं हा जागतिक गाभ्याचा भाग बनला. जागतिक व्यापार परिषद असो की हवामान बदलविषयक करार, सगळीकडं आपले हितसंबंध जपत जगाच्या इतर भागांत विस्तारण्याच्या संधी शोधणं यातच मुत्सद्देगिरीचा कस लागत राहिला. प्रचलित जागतिक व्यवस्थांपलीकडं आपलं प्रभावक्षेत्र सुरक्षित करणारे - अमेरिकेचा 'ट्रान्स पॅसिफिक पार्टनरशिप'चा प्रस्ताव, चीनचा बहुचर्चित 'वन रूट वन बेल्ट', अगदी भारताची 'ॲक्ट ईस्ट पॉलिसी' - हे सगळे याच जागतिकीकरणाचा परीघ वाढतच जाणार असल्याच्या वातावरणात सुरू झालेले प्रयत्न आहेत. आपापल्या देशांचे हितसंबंध जोपासत इतरांना प्रगतीची काही फळं देणारं, त्या बदल्यात जागतिक राजकारण आणि व्यापारावर जमेल तितका अधिक प्रभाव ठेवण्याचा प्रयत्न करणारं हे मॉडेल आहे. जगातल्या अनेक देशांत असं एकत्र येऊन सगळ्यांच्या भल्याचा विचार करण्यानं आपलं नुकसान होत असल्याची भावना बळावते आहे. ब्रिटननं युरोपियन युनियनमधून बाहेर पडण्यासाठी दिलेला कौल त्याचं प्रतीक आहे. युरोपच्या सगळ्या विवंचनांचा भार ब्रिटननं का वाहावा, असं म्हणणाऱ्यांची 'ब्रेक्झिट'मध्ये सरशी झाली, तसंच ट्रम्प यांच्या अनपेक्षित विजयातही जागतिकीकरणापायी अमेरिकी नोकऱ्यांची आहुती का द्यावी, स्वस्त मजुरीसाठी अमेरिकी भांडवल जगभर पसरून नफा कमावतही असेल; पण देशात बेरोजगारी वाढते त्याचं काय या भावनांचंही

ट्रान्स पॅसिफिक पार्टनरशिप (Trans-Pacific Partnership)

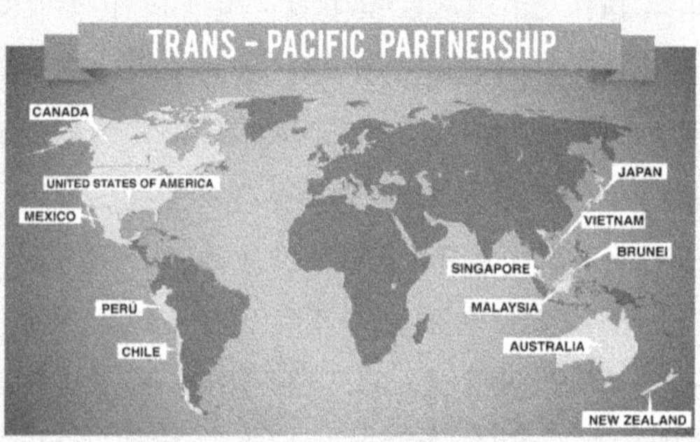

» ट्रान्स - पॅसिफिक पार्टनरशिप हा पॅसिफिक महासागरासभोवताली वसलेल्या देशांचा एक व्यापारी करार (Trade Agreement) आहे.

» २००५ मध्ये ब्रुनेई, चिली, सिंगापूर व न्यूझीलंडमध्ये या करारासाठी चर्चा सुरू झाली.

» ४ फेब्रुवारी २०१६ रोजी सदस्य राष्ट्रांनी या करारावर स्वाक्षरी केली.

» सुरुवातीला या करारामध्ये १२ सदस्य होते. परंतु, २३ जानेवारी २०१७ रोजी अमेरिका या करारामधून बाहेर पडला.

» सदस्य देश - सिंगापूर, ब्रुनेई, मलेशिया, जपान, व्हिएतनाम, चिली, मेक्सिको, पेरू, कॅनडा, ऑस्ट्रेलिया व न्यूझीलंड.

» (टीपीपी (Tpp)) कराराच्या राष्ट्रांमध्ये जगाच्या व्यापारापैकी १/३ व्यापार चालतो.

» या करारात व्यापार सुलभता, पर्यावरण संरक्षण, मानवी हक्क संरक्षण, प्रशासन (Good Governance), बौद्धिक संपदा हक्क हे घटक समाविष्ट आहेत.

योगदान आहे. या भावना अर्थकारणाशी जोडलेल्या असल्या तरी ते अखेरीस जागतिक राजकारणाशी जोडलेलं आहे. साहजिकच 'ब्रेक्झिट'नंतरचा ब्रिटन, ट्रम्प यांच्या नेतृत्वाखालील अमेरिकेत किंवा युरोपात फ्रान्स, जर्मनी, इटलीपासून अनेक देशांत दिसू लागलेलं उजवं वळण स्थिर वाटणारी जागतिकीकरणाची व्यवस्था त्या गदागदा हलवायला सुरुवात करतील तर आश्चर्य वाटू नये.

ही दीर्घकालीन बदलांची सुरुवात असू शकते. याची काही सूत्रं दाखवता येतात. पहिलं : जागतिक स्तरावर होत असलेले राजकीय बदल. दुसरं : आर्थिक आघाडीवरची घालमेल आणि तिसरं : उत्पादन-वितरणापासून मानवी संबंधांपर्यंत सगळंच कवेत घेऊ पाहत असलेली तंत्रज्ञानातली क्रांती. राजकीय पातळीवर नव्या आघाड्यांची-समीकरणांची नांदी होईल अशी चिन्हं आहेत. त्यात सगळ्यात मोठा बदल शक्य आहे तो अमेरिका-रशिया यांच्या संबंधांत. शीतयुद्धानं रशिया खिळखिळा झाल्यासारखा दिसला आणि आर्थिक निर्बंधांनी या देशाचं जवळपास कंबरडं मोडल्यासारखी अवस्था आली तरी जागतिक राजकारणात आजही रशिया हेवीवेटच आहे. तेलाच्या किमतींचा आलेख वर चढेल तसा त्याला अधिकचा ऑक्सिजन मिळू लागेल. ४० वर्षांपूर्वी अमेरिकेला चिंता होती रशिया-चीन या कम्युनिस्ट राष्ट्रांना एकत्र येण्यापासून रोखण्याची. यात रोखायचं सोव्हिएत संघाला होतं. आणि अमेरिकेनं तैवानची साथ सोडण्यापासून अनेक तडजोडी स्वीकारत आपल्या व्यूहनीतीला आकार दिला, तो चीन आणि अमेरिका असा उभयपक्षी लाभाचा होता. आता अमेरिकेसाठी चीन आर्थिक आणि सामरिक प्रतिस्पर्धी बनतो आहे. पुन्हा चीन-रशिया युती अमेरिकेच्याविरोधात तयार होण्यातल्या धोक्यापेक्षा रशियाशी जमेल तिथं हस्तांदोलन करायची रणनीती ट्रम्प यांची अमेरिका वापरेल, असं सांगितलं जात आहे. तत्कालीन अमेरिकी अध्यक्ष रिचर्ड निक्सन आणि त्यांचे परराष्ट्रमंत्री हेन्री किसिंजर यांनी चीनच्या माओशी संबंध जोडण्यात घेतलेल्या पुढाकारानं अमेरिकी धोरणानं त्याआधी अनपेक्षित वाटणारं वळण घेतलं होतं. शीतयुद्धात अमेरिकेसाठी सर्वाधिक चिंतेच्या बनू शकणाऱ्या सोव्हिएत-चीन युतीत त्यानं कोलदांडा टाकला. हे पाऊल अमेरिकेसाठी शहाणपणाचं ठरलं. शीतयुद्धात पारडं अमेरिकेकडं फिरवण्यात हा एक निर्णायक डाव होता. हाच डाव ट्रम्प आणि त्यांचे प्रस्तावित परराष्ट्रमंत्री टिलरसन रशियाच्या व्लादिमीर पुतिन यांच्यासोबत खेळतील तर पुन्हा ते जगावर परिणाम घडवणारे अमेरिकी धोरणातले वळण असेल. दोन्हीत काळाचा आणि परिस्थितीचा फरक तर आहेच. ट्रम्प इतका गुंतागुंतीचा व्यूहात्मक विचार करू शकतात

वन बेल्ट – वन रोड

- » जागतिक राजकारणामध्ये आपला ठसा उमटविण्यासाठीचा चीनचा महत्त्वाकांक्षी आर्थिक प्रकल्प.
- » सप्टेंबर २०१३ मध्ये चीनचे राष्ट्राध्यक्ष झी जिनपिंग यांनी या प्रकल्पाची घोषणा केली.
- » या प्रकल्पाचे दोन मुख्य भाग आहेत.
  (अ) समुद्री रेशीम मार्ग
  (Maritime Silk Route)
  (ब) रेशीम मार्ग आर्थिक पट्टा
  (Silk Road Economic Belt)
- » रस्तेबांधणी, लोहमार्ग, सागरी मार्ग, बंदरांचा विकास इत्यादी गोष्टी या प्रकल्पामध्ये अंतर्भूत आहेत.

का, याचीच अनेकांना शंकाही आहे; पण आजमितीला ट्रम्प-पुतिन यांच्यातला भाईचारा दिसण्याएवढा स्पष्ट आहे.

ट्रम्प यांचा विक्षिप्तपणा जमेला धरूनही त्यांना नाटोच्या छत्राखाली असलेल्या पूर्व युरोपीय देशांचा भार वाहण्यात रस नाही, असंच दिसतं. रशियाशी किमान चांगले संबंध ठेवले तरच हे शक्य आहे. सीरियात अमेरिकेशी संबंधित बंडखोरांना बळ द्यायचं की, रशियन प्रभावाखालच्या बशर अल् असद यांना, हा एक कळीच मुद्दा आहे. ट्रम्प आधीच्या संकेतांना, मान्यतांना सहजपणे ठोकरून लावू शकतात आणि हा मुद्दा रशियाच्या बाजूनं सुटू शकतो. ट्रम्प यांचा यातला हेतू काहीही असला तरी सौदीसह पश्चिम आशियातल्या 'गल्फ को-ऑपरेशन कौन्सिल'च्या सदस्य देशांना हे पचनी पडणारे नाही. इसिसचा पाडाव होत नाही याचं एक कारण, त्यानंतरच्या सीरियात प्रभाव कुणाचा यातल्या मतभेदांत आहे. सीरियातल्या पेचात रशियाच्या कच्छपी अमेरिका लागल्यास त्याचा परिणाम सीरिया आणि लेबनॉनमध्ये इराणचा प्रभाव वाढण्यात होईल. नेमकं हेच पश्चिम आशियातल्या अरब देशांना खुपणारं आहे. अमेरिकी संरक्षण छत्रासाठी सौदी, संयुक्त अरब अमिराती, कुवेत, कतार, ओमान यांसारख्या देशांनी किंमत चुकवली पाहिजे, या ट्रम्प वाणीनं अस्वस्थ असलेले पश्चिम आशियातले हे देश चीनकडं वळू शकतात.

चीनसोबत पहिल्यांदाच लष्करी कवायत करून सौदीनं हा मार्ग दाखवूनही दिला आहे. ट्रम्प यांच्यासाठी रशियानं हॅकर्सच्या मदतीनं अमेरिकेच्या निवडणुकीवर प्रभाव टाकल्याची चर्चा सुरू आहे. तीही दोघांना जवळ आणणारीच आहे. ट्रम्प यांनी रशियाविषयीचा दृष्टिकोन पूर्वसूरींपेक्षा पूर्णपणे वेगळा ठेवला आणि चीनला शह देण्यासाठी याचा वापर केला तर प्रचलित समीकरणांची नवी मांडामांड अनिवार्य असेल. त्याची चुणूक नव्या वर्षातच दिसू लागेल. चीनमधल्या स्वस्त उत्पादनांचा लाभ घ्यावा, असंच धोरण गेली कित्येक वर्षं अमेरिकेनं ठेवलं आहे. त्याला छेद देणारं धोरण ट्रम्प आणतील, अशी शक्यता दिसते. चीनच्या उत्पादनांचं डंपिंग, गरजेहून अधिक पोलाद उत्पादनानं अमेरिकेतल्या संरक्षणसाहित्य उद्योगाला बसलेला फटका आणि लष्करीदृष्ट्या अधिकाधिक ताकदवान बनणारा चीन हा अमेरिकेत अनेकांना खुपतो आहे. ट्रम्प याच भावनांचं प्रतीक आहेत. तैवानच्या अध्यक्षांशी केलेला फोनसंवाद, वाणिज्यमंत्री आणि राष्ट्रीय व्यापार परिषदेसाठी ट्रम्प यांच्या चीनविरोधकांना प्राधान्य देणाऱ्या निवडी यातून त्यांची दिशा कळते. नाटोचा फुकाचा भार सोसायची ट्रम्प यांची इच्छा नाही, इराणशी नागरी अणुकराराविषयी त्यांची मतं जहाल आहेत, अफगाणिस्तानाबद्दलचं त्यांचं धोरण पुरेसं स्पष्ट नाही, अमेरिकेला अफगाणिस्तानातून सोडवताना ते तालिबानला मोकळं सोडणार का, हा कळीचा मुद्दा आहे. दक्षिण अमेरिका, पश्चिम आशिया आणि आफ्रिकी देशांशी संबंधाविषयीची त्यांची मतंही अशीच अमेरिकेच्या प्रचलित धोरणांशी विपरीत आहेत. अमेरिकेला पुन्हा महान बनवण्याच्या त्यांच्या प्रचारात सांगितलेल्या साऱ्या कल्पना प्रत्यक्षात आल्या तर सध्याची स्थिती

Act East Policy

» पूर्वेकडे पाहा (Look East Policy) या धोरणाचा पुढील टप्पा. १९९१ मध्ये तत्कालीन पी. व्ही. नरसिंहराव सरकारने सोव्हिएत महासंघाच्या विघटनानंतर दक्षिण-पूर्व आशियाई राष्ट्रांसोबत आर्थिक भागीदारीसाठी राबवलेले धोरण.

» नरेंद्र मोदी सरकारने या धोरणाचा पुढील टप्पा "Act East Policy" सुरू केला. आर्थिक क्षेत्राव्यतिरिक्त राजकीय, सांस्कृतिक व सामरिक क्षेत्रामध्ये सहकार्य वृद्धिंगत करणे हा या धोरणाचा उद्देश आहे.

» आसियान राष्ट्रांव्यतिरिक्त जपान, दक्षिण कोरिया या देशांसोबतही संबंध वाढविण्यावर भर देण्यात येणार आहे.

उलटीपालटी करण्याची क्षमता ते दाखवतील. स्थानिकांच्या उद्धाराचा तडका असलेला आक्रमक राष्ट्रवाद, आर्थिक, राजकीय आघाडीवरची टोकाची, उजवीकडं झुकलेली मतं हा केवळ ट्रम्प यांच्या अमेरिकेचाच मक्ता नाही. स्थलांतरितांच्या प्रश्नानं आतापर्यंतच्या युरोपातल्या उदारमतवादी प्रभावाला आव्हान दिलंच आहे. जर्मनीच्या अध्यक्षा अँजेला मार्केल यांना बुरख्यावर बोलावं लागतं, स्थलांतरितांचा आणि बर्लिन-हल्ल्याचा संबंध लावावा लागतो, ही उदारमतवाद्यांची टिकून राहण्यासाठीची अगतिकताच दर्शवणारी बाब आहे. फ्रान्समध्ये येऊ घातलेल्या निवडणुकीत उजव्या पंथाच्या मरियन ली पेन विजयी झाल्यास त्यांनी ब्रिटनप्रमाणंच युरोपीय महासंघामध्ये राहायचं की नाही, यावर सार्वमताचं आश्वासन दिलं आहे. ग्रीसच्या उधळेपणाचं ओझं अनेक युरोपीय देशांना वाटत आहेच. जागतिकीकरणाचं मॉडेल म्हणून पुढं आलेला युरोपीय महासंघाचा खटाटोपच संकटात सापडण्याची चिन्हं २०१६ मावळताना स्पष्ट झाली आहेत.

युरोपमधली स्थलांतरं आणि इस्लामी दहशतवादाचा सामना कसा करावा यावरचे मतभेदही जागतिक राजकारणाला आकार देण्यात महत्त्वाची भूमिका निभावणारे आहेत. दहशतवाद्यांमध्ये आपला-परका करण्याचं ढोंग सुरूच राहील आणि त्याचे परिणामही. इसिसचा निर्णायक पाडाव कदाचित होईलही; मात्र दहशतवाद्यांचे नवे प्रवाह तयारच होणार नाहीत, याची खात्री नाही आणि त्यावरचे ट्रम्प आणि तत्सम नेत्यांचे उपाय हे दुखणं बळावणारेच ठरू शकतात. राजकीय-आर्थिक आघाडीवर अशी उलथापालथ जगात समोर येत असलेल्या जागतिकीकरणाच्या विरोधातल्या स्थानिकवादी प्रवाहातून एककल्ली आणि कणखर नेत्यांच्या उदयातून होईल, तशीच ती तंत्रज्ञानाच्या सर्वव्यापी आविष्कारानंही होईल. वर्ल्ड इकॉनॉमिक फोरमची दरवर्षी दावोसला परिषद भरते आणि जगातल्या उद्योग-व्यापारातल्या वाढीसह अनेक मुद्द्यांवर चर्चा होते. सहभागी होणारे सगळेच त्या त्या क्षेत्रांतले मान्यवर असल्यानं या परिषदेचा प्रभावही लक्षणीय आहे.

गेल्या वर्षी या परिषदेनं तंत्रज्ञानातल्या बदलातून होऊ घातलेल्या चौथ्या औद्योगिक क्रांतीवर भर दिला होता. रोजच्या जगण्यातली खरेदी, शिक्षण, आरोग्य यांपासून संरक्षणापर्यंत, ऑटोमेशन, रोबोटिक्स, थ्रीडी प्रिंटिंग, आर्टिफिशयल इंटेलिजन्स, कॉग्निटिव्ह कॉम्प्युटिंग ते चालकरहित कारपर्यंत निरनिराळ्या क्षेत्रांतलं संशोधन क्रांतिकारी बदल घडवेल, याचं व्यवस्थापन कसं करायचं हा परिषदेसमोरचा मुद्दा होता. या बदलांच्या धडाक्यात जगात अस्तित्वात असलेले अनेक व्यवसाय नामशेष होतील. कित्येक कामांत मनुष्यबळाचा वापर हद्दपार होईल, 'फॉर्च्युन ५००'मध्ये झळकणाऱ्या अनेक कंपन्या इतिहासाचा भाग बनतील. त्यांची जागा कल्पनेत नसलेल्या

फ्रान्स - निवडणूक निकाल

- » फ्रान्सच्या अध्यक्षपदाची निवडणूक २३ एप्रिल व ७ मे २०१७ रोजी दोन टप्प्यांमध्ये पार पडली. पहिल्या टप्प्यासाठी ११ उमेदवार रिंगणात होते.
- » पहिल्या टप्प्यामध्ये कोणत्याही उमेदवारास बहुमत (५० टक्क्यांपेक्षा जास्त मते) न मिळाल्यामुळे दुसऱ्या टप्प्याची निवडणूक पार पडली.
- » इॅम्यानुएल मॅक्रॉन (Emmanuel Macron)व मरीन लपेन यांच्यामध्ये दुसऱ्या टप्प्याची लढत झाली. यामध्ये इॅम्यानुएल मॅक्रॉन यांना (Marine Le Pen) ६६.१ टक्के व मरीन लपेन ३३.९ टक्के मते मिळाली व इॅम्यानुएल मॅक्रॉन विजयी झाले.

क्षेत्रातल्या कंपन्या घेतील. या क्लबमधलं कंपन्यांचं आयुष्यही याआधीच्या औद्योगिक क्रांतींहून कमीच असेल. हे सगळं प्रत्येकाच्या जगण्याला स्पर्श करणारं असेल, असा तंत्रज्ञानातल्या बदलांच्या आधारे भविष्याचा वेध घेणाऱ्यांच्या चर्चेचा सूर आहे.

या चौथ्या औद्योगिक क्रांतीनं होणाऱ्या उलथापालथी हा गेल्या 'वर्ल्ड इकॉनॉमिक फोरम'चा चिंतेचा मुद्दा होता. हे सगळं टॅक्सीची जागा उबेरसारखा तंत्रज्ञानाधारित व्यवसाय घेऊ लागला किंवा व्हॉट्सॲप सहजपणे सगळ्यांच्या हाती आलं तसं घडेल; पण त्यातून होणारे बदल सर्वंकष असतील. उत्पादनव्यवस्था, तिचं वितरण यांचं स्वरूप बदलतं तेव्हा सामाजिक-आर्थिक रचनाही बदलते. हे या क्रांतीतही घडेल आणि ती फार दूर नाही, असं त्या परिषदेचं आणि या संदर्भात काम करणाऱ्या यच्चयावत तज्ज्ञांचं सांगणं आहे. आंतरराष्ट्रीय पातळीवरचे राजकीय-आर्थिक ताणेबाणे नव्यानं ठरण्यासंदर्भात तंत्रज्ञानाचा हा धुमाकूळ नवा आयाम जोडेल. उदाहरणार्थ : कमी किमतीत वस्तू तयार करून भगूर डंपिंग करायचं हे चिनी प्रगतीचं सूत्र कालसुसंगत उरणार नाही. मग हेच सूत्र पुढं नेऊ पाहणाऱ्या प्रयोगांचं काय होईल? चालकविरहित कारचं नियमित उत्पादन सुरू होईल तेव्हा पारंपरिक मोटार उद्योग आणि त्यावर अवलंबून असणारे लाखो छोटे व्यवसाय यांचं काय होईल? या वर्षी मात्र या परिषदेनं चिंता आणि चिंतन केलं ते जबाबदार आणि प्रतिसाद देऊ शकणाऱ्या नेतृत्वावर. जागतिकीकरणाच्या विरोधातले प्रवाह बळकट होत असल्याच्या 'ब्रेक्झिट'नंतरच्या या परिषदेत तंत्रज्ञानापेक्षा खुल्या अर्थव्यवस्थेचं काय, हा अधिक लक्षवेधी मुद्दा राहिला.

तंत्रज्ञानाचा झपाटा असो की जागतिक राजकारणाची बदलती सूत्रं, या दोहोंचे परिणाम तर अटळ आहेत. हे सगळं शीतयुद्धाचे संदर्भ, शीतयुद्धोत्तर अमेरिकन वर्चस्ववाद, अमेरिकापुरस्कृत आर्थिक सुधारणा म्हणजे आपापल्या बाजारपेठा खुल्या करण्यातून मिळालेल्या संधी, त्यांचे लाभ घेत उभे राहिलेले नवमध्यम आणि श्रीमंतवर्ग यांच्या अनुभवावरच भविष्याचा धांडोळा घेताना धक्के देणारं आहे. 'मागचं सुटत नाही, नवं नेमकेपणानं उमगत नाही' असा कालखंड आला आहे, याची चुणूक मावळत्या वर्षानं, म्हणजे २०१६ नं दाखवली आहे. त्याचे परिणाम २०१७मध्ये अधिक स्पष्ट व्हायला लागतील.

सुमारे चार शतकांपूर्वी धर्ममार्तंडांविरुद्ध संघर्ष करून पाश्चात्त्य जगात नवी आधुनिक नेशन स्टेट स्वरूपाची राष्ट्रं आकाराला आली. हे देश राष्ट्रवादाच्या धाग्यानं जोडले गेले. १९व्या शतकाचा उत्तरार्ध ते पहिल्या महायुद्धापर्यंतचा काळ जागतिक अर्थकारणातला जवळकीचा काळ होता. दोन महायुद्धांनी ते चित्र उधळलं. त्यानंतर जागतिकीकरण सुरू राहिलं तरी त्याला खरा वेग आला १९९० नंतर. जागतिकीकरणाचा झपाटा यातील राष्ट्रांच्या सीमा धूसर करेल, असं सांगितलं जायचं. आता त्या भिंती पुन्हा घालून घट्ट करायची भाषा सुरू झाली आहे. बर्लिनची भिंत कोसळल्यानंतर स्थिरावलेल्या आणि सरावलेल्या वातावरणातला हा विरुद्ध टोकाचा बदल ही अस्वस्थपर्वाची सुरुवात आहे.

१ जानेवारी २०१७

■

ओबामांचा वारसा..

> अमेरिकेचे अध्यक्ष बराक ओबामा यांनी व्हाइट हाउसमध्ये निरोपाचं भाषण केलं. दोन महत्त्वाच्या पावलांसाठी ओबामा इतिहासात दखलपात्र राहतील. पहिलं पाऊल म्हणजे अमेरिकेच्या शेजारी राहून कम्युनिझमचा पुकारा करत अमेरिकेला सतत आव्हान देणाऱ्या क्यूबाशी त्यांनी अधिकृतपणे संबंध प्रस्थापित केले आणि इराणशी अणुकरार हे दुसरं पाऊल. ओबामांच्याच काळात भारतही अमेरिकेच्या जास्त जवळ गेला, हीसुद्धा एक महत्त्वपूर्ण घडामोड होय.

अमेरिकेचे अध्यक्ष बराक ओबामा यांच्यासाठी 'व्हाइट हाउस'चा निरोप घेण्याची वेळ झाली आहे. त्यानंतर नियोजित अध्यक्ष डोनाल्ड ट्रम्प पदभार स्वीकारतील.

या काळात जगात सगळ्यांचं लक्ष आहे ते ट्रम्प पदावर येताच काय आणि कोणते बदल करणार याच्यावर. प्रचारमोहिमेतले ट्रम्प विजयानंतरही फार बदललेले नाहीत. व्हाइट हाउसमध्येही ते तसेच राहणार काय? प्रचारात कुणी काहीही बोललं तरी सत्तेची म्हणून एक चौकट असते आणि साधारणतः तिथं 'पॉलिटिकली करेक्ट' भाषेत व्यवहार चालतो. सत्तेवरची माणसं बदलल्यानं देशांच्या दीर्घकालीन भूमिका-धोरणं फार बदलत नाहीत. याला रोज तडा देणारे ट्रम्प यांच्याविषयीचं कुतूहल स्वाभाविक आहे. याच वेळी मावळते अध्यक्ष ओबामा यांनी अमेरिकेला काय दिलं याचा आणि प्रचंड अपेक्षांचं ओझं घेऊन 'येस, वुई कॅन'चा नारा देत आलेला हा अध्यक्ष जाताना मागं काय ठेवून निघाला आहे याचाही वेध घेतला जातो आहे. अर्थातच यात जाणकारांची टोकाची मतं आहेत. 'ओबामांची कारकीर्द ऐतिहासिकच किंवा ती सगळ्या आघाड्यांवर अपयशी' अशी परस्परविरोधी मांडणी, ध्रुवीकरण हा मंत्र बनलेल्या जगात अनिवार्य बनते आहे.

ओबामा – नोबेल पुरस्कार

- अमेरिकेचे माजी राष्ट्राध्यक्ष बराक हुसेन ओबामा यांना २००९ साठीचा शांततेचा नोबेल पुरस्कार मिळाला होता.
- हा पुरस्कार त्यांनी केलेल्या अण्वस्त्र प्रसारबंदी, हवामान बदल व जागतिक शांतता या कार्यासाठी जाहीर झाला होता.
- बराक ओबामा नोबेल पारितोषिक मिळवणारे अमेरिकेचे चौथे राष्ट्राध्यक्ष आहेत.

निरोपाच्या भाषणात ओबामा यांनी 'येस, वुई डिड' असं सांगून कारकीर्द यशस्वी ठरवली; पण नेमकं काय साधलं, काय राहिलं

याला अमेरिकेच्याच नव्हे, तर जगाच्या दृष्टीनंही महत्त्व आहे. ओबामा एक प्रचंड असा आशावाद घेऊन अध्यक्षपदी आले. अमेरिका हा लोकशाही देश आहे आणि जगभर लोकशाहीची निर्यात करण्याचं कामही या देशानं स्वखुशीनं स्वीकारलं आहे. जगभरातल्या गुणवत्तेला मुक्त वाव देत देशाची प्रगती आणि जगातलं वर्चस्व कायम ठेवण्याचं धोरण अमेरिकेनं सातत्यानं ठेवलं. मात्र, तरीही अमेरिकी समाजातली विषमता आणि वांशिक संघर्ष झाकता न येण्यासारखा आहे. तो आतले आणि बाहेरचे, आधी आलेले आणि नंतर असा तर आहेच; शिवाय काळा-गोरा असाही आहे. ओबामा यांचं अध्यक्ष होणं हे त्या देशात कुणालाही सर्वोच्च स्थानी जाण्याची संधी आहे असा आशावाद जोपासणारं होतं. एक कृष्णवर्णीय किंवा आफ्रिकी-अमेरिकी व्यक्ती अमेरिकेच्या अध्यक्षपदी येते, ही दोन शतकांहून मोठा लोकशाहीचा वारसा सांगणाऱ्या देशातही न भूतो अशी घटना होती. जे व्हाइट हाउस कृष्णवर्णीय गुलामांच्या श्रमातून उभारलं गेलं, तिथं जाण्याचं स्वप्न म्हणजे १९६०च्या दशकापर्यंत वेडेपणाच होता. तिथं बराक हुसेन ओबामा नावाचा माणूस सन्मानानं पोहोचला, याचं कौतुक सतत काहीतरी साजरं करणं ही भूक असलेल्या जगासाठी स्वाभाविकच...याच व्हाइट हाउसमध्ये १९५०मध्ये पहिला कृष्णवर्णीय कर्मचारी नेमला गेला. तेव्हा मात्र त्याच्या वावरावर अनेक बंधनं होती. ओबामांचा जन्म झाला तेव्हा अमेरिकेत अधिकृतपणे गोऱ्यांसाठी वेगळी काळ्यांसाठी वेगळी अशी भेदावर आधारलेली व्यवस्था होती, जिथं गोऱ्यांचं पाणी वेगळं, काळ्यांचं वेगळं होतं. त्या अमेरिकेत ओबामा अध्यक्ष झाले. ही क्रांती की काळानुसार थेट वर्णवादी होता येत नाही म्हणून स्वीकारलेली तडजोड? जन्म-वंश या आधारावर व्यवस्था ताब्यात ठेवू पाहणारे घटक मूलभूत बदल न करता असले वरवरचे बदल करून, या बदलांनाच क्रांती माना, अशी भूल देत असतात. त्यातून मुळात परिवर्तन होतच नाही. ओबामांनंतर ट्रम्प येण्याला याचंच द्योतक मानता येईल काय? अध्यक्ष झाल्यानंतरही ओबामांना कृष्णवर्णीय असल्याची जाणीव करून देणारे लज्जास्पद प्रसंग घडलेच. उदारमतवादी जगाला कृष्णवर्णीय अध्यक्ष होण्यासारखी अशी उदाहरणं आपला अजेंडा मुख्य प्रवाहात ठेवण्यासाठी आवश्यक असतात, तर भांडवलशाहीला मूळ धोरणात बदल न करता अशी प्रतीकं उभी करणं, त्यांच्याकरवीच आपली मूल्यं घट्ट करणं, हेतू साध्य करणं लाभाचं असतं. म्हणूनच ओबामा यांच्या कारकीर्दीचा शेवट जवळ येईल तशी अमेरिकेतल्या कृष्णवर्णीय समाजात ओबामांच्या यशानं प्रतिष्ठा मिळाली, यापलीकडं नेम का काय बदल झाला, यावर चर्चा झडते आहे. वरवर समतेचे मुखवटे घेऊन वावरणाऱ्या अमेरिकेतला वांशिक भेदाभेद किती टोकाचा आहे, हे ट्रम्प यांच्या

बराक हुसेन ओबामा यांच्याबाबत -

» बराक हुसेन ओबामा यांचा जन्म ४ ऑगस्ट १९६१ रोजी हवाई येथे झाला.
» त्यांची आई अमेरिकन तर पिता आफ्रिकन वंशाचे होते.
» त्यांनी कोलंबिया विद्यापीठ व हार्वर्ड विद्यापीठातून शिक्षण घेतले.
» १९९७ मध्ये प्रथम त्यांची अमेरिकेच्या वरिष्ठ सभागृहात (सिनेट) डेमॉक्रॅटिक पक्षातर्फे निवड झाली.
» २००८ मध्ये जॉन मकेन (John McCain) यांचा पराभव करून ते अमेरिकेचे ४४ वे राष्ट्राध्यक्ष व पहिले आफ्रो-अमेरिकन राष्ट्राध्यक्ष बनले.
» २०१२ मध्ये मीट रोम्नी (Mitt Romney) यांचा पराभव करून ते दुसऱ्यांदा राष्ट्राध्यक्ष बनले.
» ओबामा हे डेमॉक्रॅटिक पक्षातर्फे दुसऱ्यांदा राष्ट्राध्यक्ष होणारे फ्रँकलीन रुझवेल्ट यांच्यानंतर केवळ दुसरे डेमॉक्रॅटिक सदस्य होत.
» २००९ मध्ये बराक ओबामांना शांततेचे नोबल पारितोषिक प्रदान करण्यात आले.

विजयातल्या गोऱ्यांच्या निर्णायक सहभागानं स्पष्ट झालं आहेच. ओबामांचा विजय केवळ कृष्णवर्णीयांसाठी प्रतिष्ठेचा बनला नव्हता. ते जी भाषा बोलत होते, त्यामुळं मूळ प्रवाहाबाहेर राहणाऱ्या जगभरातल्या समूहांना आशा वाटत होती. 'आय हॅव अ ड्रीम' म्हणणाऱ्या मार्टिन ल्यूथर किंग यांच्या लढ्यातल्या एका स्वप्नाची पूर्ती म्हणून त्याकडं पाहिलं गेलं. ओबामांची २००८च्या निवडणुकीतली पहिली प्रचारमोहीम सकारात्मकतेची रेघ वाढवून केवढं यश मिळवता येतं, याचं उदाहरण म्हणून सांगितली जात असे. तोवर जनमानसात रुजलेला सोशल मीडिया हे लोकांपर्यंत पोहोचण्याचं निर्णायक हत्यार बनवणारा पहिला लक्षणीय असा यशस्वी प्रयोग ओबामांचा. हिलरी क्लिंटन यांच्यावर पक्षाच्या उमेदवारीत मात करतानाच, ओबामांखेरीज कुणी अध्यक्ष होऊच शकणार नाही, असं वातावरण त्यांनी तयार केलं होतं. त्यांचं हे टेम्प्लेट घेऊन प्रतिमानिर्मितीवर निवडणुका जिंकण्याचे अनेक देशी-विदेशी प्रयोग मधल्या काळात झाले आहेत. मुद्दा अशा प्रकारे प्रत्येकाच्या मनातली विकासाची, बदलाची अपेक्षा उंचावल्यानंतर प्रत्यक्ष होणाऱ्या कारभाराचा आहे आणि असं अपेक्षांच्या हिंदोळ्यावरून सत्ता घेणाऱ्या कुणालाही उंचावलेल्या अपेक्षा आणि निर्णय घेण्यातल्या मर्यादा यातला विसंवाद चुकत नाही. तो ओबामांच्याही वाट्याला आला. अशा अपेक्षा उंचावणाऱ्यांना मतं देणारे, पाठीशी उभं राहणारे अनेक समूह परस्परविरोधी हितसंबंध जपणारे असतात. निर्णय घेताना त्यात समतोल ठेवणं ही कसरत बनते. केवळ सदिच्छा, सुविचारांवर देश नाही चालवता येत. यातूनच ओबामांचं अध्यक्षपदावरचं स्वागत आणि ते व्हाइट हाउसमधून बाहेर पडतानाचा मूड यातलं अंतर तयार झालं आहे. निरोपाच्या वेळी ओबामा यांनाही आपली कारकीर्द खडतर झाल्याची कबुली द्यावी लागली. ओबामा हे अपवादात्मक वक्तृत्वाचे धनी आहेत. आपल्याला वाटतं ते देशाला पटवून देताना त्यांचा हा गुण कामी आला. कामगारांच्या विकासाच्या लढाईत मागं पडलेल्यांची व्यथा ओबामांना समजत होती. ते विचारांनी डावे नसले तरी या वर्गाला दिलासा देण्याचं प्रयत्न करत राहिले. मात्र, त्यांच्या काळात श्रीमंत आणि गरीब यांच्यातली दरी वाढलीच.

अमेरिकेचा जगातला दबदबा किती वाढला, यावरही अमेरिकेच्या अध्यक्षांचं मूल्यमापन होत असतं. जगातल्या अनेक संघर्षांमध्ये मध्यस्थाची भूमिका अमेरिका घेत आली आहे आणि त्यासाठी लष्करी बळाचा सढळ वापर करण्याचं त्यांना वावडं नाही. ट्विन टॉवरवरचा अल् कायदाचा हल्ला हा अमेरिकेच्या प्रतिष्ठेवरचा घाला होता आणि त्यासाठी जबाबदार असलेल्या ओसामा बिन लादेनला संपवणं, हाही तेवढाच प्रतिष्ठेचा

लिबियातील हस्तक्षेप

२०११ मध्ये लिबियामध्ये तत्कालीन हुकूमशहा मुहम्मद गद्दाफी यांच्याविरोधात लोकांनी निदर्शने सुरू केली.

नाटो सैन्याने २१ मार्च २०११ रोजी लिबियामध्ये सैनिकी हस्तक्षेप (Military interrention) केला.

२० ऑक्टोबर २०११ रोजी गद्दाफी मारला गेला.

२०१४ मध्ये लिबियामध्ये पुन्हा यादवी युद्धाला सुरुवात झाली, अजूनही लिबियाचा बराचसा भाग युद्धामध्ये धुमसत आहे.

मामला होता. ओबामांच्या काळात हे घडलं.

अमेरिकेच्या शत्रूंना कुठूनही शोधून संपवू, हा संदेश त्यातून दिला गेला. हे निःसंशय ओबामांचं यश होय. मात्र, अल् कायदा छापाचा दहशतवाद संघटनांची नाव बदलून वाढलाच, हीही त्याची दुसरी बाजू. दीर्घकाळचे संघर्ष मिटवण्याचा, कमी करण्याचा प्रयत्न ओबामांनी नक्कीच केला. दोन ऐतिहासिक पावलांसाठी ओबामा इतिहासात दखलपात्र राहतील. अमेरिकेच्या शेजारी राहून कम्युनिझमचा पुकारा करत आव्हान देत राहिलेल्या क्यूबाशी त्यांनी अधिकृतपणे संबंध प्रस्थापित केले. १९२७ नंतर क्यूबाला भेट देणारे ते पहिले अमेरिकी अध्यक्ष. याचे नेमके परिणाम समजायला आणखी काही काळ जावा लागेल. मात्र, इतिहासातल्या जखमा आणि समाजासाठी भविष्य ओलीस धरू नये, हा पोक्तपणा त्यांनी दाखवला. इराणशी अणुकरार हाही त्यांच्या अध्यक्षीय कारकीर्दीतला मैलाचा दगड मानता येईल. इराणवर आर्थिक निर्बंध लादून जेरीला आणण्याचे डावपेच दीर्घकाळ सुरू होते. इराणचा अणु कार्यक्रमही आव्हान देत होता. यात लष्करी ताकदीऐवजी मुत्सद्देगिरीचा अवलंब ओबामा प्रशासनानं केला. इराण आणि अमेरिका दोन्हीकडं संशयवादी असताना त्यांनी इराणशी संधी केली. एकही गोळी न चालवता इराणचा अण्वस्त्र कार्यक्रम थांबवणं हे मुत्सद्देगिरीतलं मोठ यश आहे. शत्रुत्व हे धोरणांशी की त्या त्या देशातल्या जिवंत माणसांशी, यातली निवड त्यांनी अचूक केली. ओबामा लढाईपेक्षा ती टाळण्याला प्राधान्य देतील, असाच त्यांच्याविषयीचा समज होता. अफगाणिस्तान आणि इराकमधल्या युद्धातून बाजूला होत त्यांनी काही प्रमाणात हे साधलं. मात्र, आठ वर्षांच्या काळात अफगाणिस्तानचं भवितव्य ओबामांना निश्चित करता आलं नाही. अफगाणप्रश्नी ओसामला दडवणाऱ्या पाकिस्तानची साथ घेण्याशिवाय पर्याय नसल्याची अगतिकताही त्यांनी अनुभवली. सीरियात अमेरिकेची थेट लष्करी गुंतवणूक टाळण्याचा प्रयत्न त्यांनी केला. ओबामांनीही मान्य केलेली परराष्ट्र धोरणातली मोठी गफलत ठरली ती म्हणजे लीबियातला हस्तक्षेप. लीबियाची झालेली दैना हा त्यांच्या धोरणावरचा डागच मानला जातो. धाकट्या बुश यांच्या आततायीपणानं इराकमध्ये जे केलं, बुश यांच्यापेक्षा पूर्णतः वेगळी भूमिका असलेल्या ओबामांच्या काळात तेच लीबियात घडलं. येमेनमध्ये स्मशानावर आणि हॉस्पिटलवरही केलेली बॉम्बफेक, ड्रोनच्या हल्ल्यात पाकिस्तान आणि सोमालियात पडलेले नागरिकांचे बळी यांचीही ओबामांच्या कारकीर्दीत नोंद राहील. इसिस हे त्यांच्या काळात उभं राहिलेलं सगळ्यात मोठं दहशतवादी आव्हान. त्याबाबत ओबामांची अमेरिका धरसोडच दाखवत आली. ओबामा अध्यक्षपदावरून 'लॉग ऑफ' होताना इसिसचा पाडाव झालेला नाही आणि जगाला ग्रासणाऱ्या इस्लामी मूलतत्त्ववाद्यांच्या कारवायाही संपलेल्या नाहीत. दहशतवादाची भीषणता आणि त्यावरचा जागतिक दुटप्पीपणाही वाढतोच आहे. ओबामांच्या काळात अमेरिकेचे रशियाशी संबंध ताणलेलेच राहिले. चीनशी संबंध हा अमेरिकेच्या अध्यक्षांसाठी शीतयुद्धोत्तर जगातला आव्हानाचा मुद्दा असतो. समन्वय आणि स्पर्धा यांची किनार एकाच वेळी असलेलं नातं अमेरिका-चीन चालवत आले आहेत. यात चीनचं सामर्थ्य वाढत गेलं. ओबामांनी दुसऱ्या अध्यक्षीय टप्प्यात चीनविरुद्धच्या आघाडीत भारताचा समावेश करण्याचा प्रयत्न केला. बराक ओबामा-नरेंद्र मोदी मैत्रीपर्वाच्या मुळाशी अमेरिकेच्या आशिया पॅसिफिकमधला बदलता प्राधान्यक्रम आहे. ओबामांच्या काळात

ट्रान्सअटलांटिक व्यापार व गुंतवणूक सहकार्य
(TTIP : Transatlantic Trade and Investment Partnership)

» TTIP हा अमेरिका व युरोपियन युनियनमधील प्रस्तावित व्यापारी व गुंतवणूक करार आहे. प्रत्यक्षात आल्यास हा करार जागतिक व्यापारी संघटनेनंतर जगातील सर्वांत मोठा व्यापारी करार असेल. सध्या या कराराच्या चर्चेची वाटचाल संथगतीने सुरू आहे.

भारत हा अमेरिकेच्या अधिक जवळ गेला हे निःसंशय.

नवउदारमतवादी धोरणांतून तयार झालेले विसंवाद, विसंगती, विषमता यांच्यावर ओबामा काही इलाज करतील, अशीही अपेक्षा होती. या आघाडीवर 'जैसे थे'वादी धोरण हेच त्याचं वैशिष्ट्य राहिलं. आर्थिक आघाडीवर सबप्राइम क्रायसिसनंतरचा गोंधळ संपवण्याचं, मंदीतून अमेरिकेला आणि जगालाही बाहेर काढण्याचं मोठं आव्हान ओबामा यांच्यापुढं होतं. बँका धडाधड कोसळत होत्या, वॉल स्ट्रीटवर हाहाकार होता, मोटार-उद्योग गर्तेत अडकला होता. मंदीचं मळभ दाटलं होतं. या स्थितीत ओबामा अध्यक्ष झाले. त्यांनी सुरुवातीलाच ७८७ अब्ज डॉलरचं पॅकेज दिलं. करसवलती, उद्योग-बँकांना सढळ मदत करत आर्थिक गाडा रुळावर आणला. अमेरिका मंदीत तगली. ओबामांच्या कारकीर्दीच्या अखेरच्या काळात तिची अर्थव्यवस्था सकारात्मक चिन्हंही दाखवू लागली. दिवाळखोरीच्या उंबरठ्यावरच्या बँका, अडचणीत आलेले उद्योग यांना भल्या मोठ्या आर्थिक मदतीची पॅकेज देऊन अर्थव्यवस्था हलती ठेवण्यावर भर राहिला. त्याची फळंही मिळाली. मात्र, ओबामांवर आक्षेप राहिला तो जे या गोंधळाला-घोटाळ्यांना जबाबदार होते, नफेखोरीपायी ज्यांनी जगालाच जवळपास वेठीला धरलं त्यांचं काय वाकडं झालं? जगाशी व्यापार हे अमेरिकेचं बलस्थान आहे. यात सर्व ताकद वापरून अमेरिकेला हवे तसे खेळाचे नियम बनवण्याचे प्रयत्न होत असतात. ओबामांनी 'ट्रान्स पॅसिफिक पार्टनरशिप'च्या माध्यमातून अन्य बड्या ११ देशांशी मुक्त व्यापाराचा प्रस्ताव आणला. 'ट्रान्स अॅटलांटिक ट्रेड अँड इन्व्हेस्टमेंट पार्टनरशिप'चा प्रस्ताव युरोपीय देशांपुढं ठेवला. हे बहुराष्ट्रीय करार जागतिक व्यापारात व्यापक बदल घडवू शकतात. अर्थात, ते पूर्णत्वाला येण्यात आता ट्रम्प प्रशासनाच्या भूमिकेचा अडथळा असेल. जागतिक हवामानबदलांचं गांभीर्य समजून त्याविषयी ठोस पावलं उचलण्याची तयारी ओबामांनी दाखवली. इथंही ट्रम्प त्याउलट दिशेनं जाण्याचा धोका आहेच.

स्वप्नाळू आशावादाचं स्वप्न निरोपापर्यंत ओबामांसोबत राहिलं. त्यांच्याविषयीचा जगाचा आशावादही काहीसा स्वप्नाळूच होता; म्हणूनच शांततेचं नोबेल त्यांना काही केल्याबद्दल नव्हे, तर ते शांततेसाठी ठोस काही करतील, या अपेक्षेनं देण्यात आलं होतं. ते जागवत असलेल्या आशावादाच्या कल्पना अनेकदा व्यवहारी वास्तवाच्या खडकावर आपटल्या. आशा आणि बदल हे परवलीचे शब्द बनवून अध्यक्षपद सांभाळलेल्या ओबामा यांनी अमेरिकेतल्या प्रस्थापित रचनेत फार मूलभूत बदल केले नाहीत. मध्यममार्गी आणि समन्वयवादी भूमिका यावरच त्यांचा भर राहिला. ज्या मूल्यांचा ते पुरस्कार करत राहिले त्याच्या विपरीत प्रवृत्ती आज अमेरिकेत बलिष्ठ झाल्या आहेत. जगही जागतिक भाईचाऱ्याकडून संकुचित राष्ट्रवादाकडं ढकललं जातं आहे. हे घडताना ओबामांची कारकीर्द आशेचं कारण मानायचं की या बदलांना जन्म देण्याचं? तसंही अमेरिकेसारख्या बलाढ्य देशाचा अध्यक्ष पायउतार होतो तेव्हा लगेचच त्याच्या सर्व निर्णयांचे परिणाम समजत नसतात. काही निर्णयांमधलं बरं-वाईट उमगायला दशकं उलटतात. निरोप घेताना ओबामा यांनी आपली प्रतिमा 'भला माणूस' अशी ठेवली, हेही नसे थोडके!

१५ जानेवारी २०१७

■

जागतिकीकरणाचा नवा ठेकेदार

“जागतिकीकरणाच्या प्रक्रियेशी इतकी वर्षं फटकून वागणारा चीनच आता जागतिकीकरणाचं समर्थन करू लागला आहे. दावोसमधल्या ‘वर्ल्ड इकॉनॉमिक फोरम’च्या बैठकीत चीनचे अध्यक्ष शी जिनपिंग यांनी जागतिकीकरणाची बाजू जोरकसपणे उचलून धरली. याउलट, जागतिकीकरणाला भरभक्कम पाठबळ देणाऱ्या अमेरिकेचे अध्यक्ष डोनाल्ड ट्रम्प यांना मात्र या फोरमला उपस्थित राहणंही गरजेचं वाटत नाही. एकंदरीत जागतिकीकरणाच्या नेतृत्वात बदल घडून येण्याची चिन्हं दिसत आहेत.

‘व्यापारयुद्धात कुणीच विजयी होत नाही’ हे सुभाषित आहे चीनचे अध्यक्ष शी जिनपिंग यांच्या तोंडचं. ते दावोसमधल्या ‘वर्ल्ड इकॉनॉमिक फोरम’च्या बैठकीत जागतिकीकरणाचं जोरदार समर्थन करत होते, तर अमेरिकेचे अध्यक्ष डोनाल्ड ट्रम्प यांना त्या बैठकीला जाणंही गरजेचं वाटत नाही. अमेरिकेच्याच पुढाकारानं साकारलेली जागतिक व्यापार व्यवस्था टिकवायचा पुरस्कार चीन करतो आहे, तर या खेळाचे नियम बदलणारी संरक्षणवादी भूमिका अमेरिका घेते आहे. कम्युनिस्ट चीनमध्ये तमाम भांडवलादारी व्यवस्थेला तारणहार दिसतो आहे. जागतिक अर्थकारणाशी चीन, अमेरिकेचं हे बदलतं नातं अनेक उलथापालथींचं कारण बनू शकतं.

जगाच्या इतिहासात एक वळण आलं आहे. अमेरिकेला आतापर्यंत जागतिकीकरणाचं समर्थकच नव्हे; तर आधारस्तंभच मानलं जायचं. ते सार्थही होतं. जागतिकीकरणाला अमेरिकेनं नेहमीच बळ दिलं. जागतिकीकरणानं अमेरिकी वर्चस्व टिकवण्याचे, वाढवण्याचे प्रयत्नही बरेचसे यशस्वी झाले. याउलट दुसरं किंवा कम्युनिस्ट जग भांडवलशाहीवर आधारित जागतिकीकरणाच्या विरोधात भूमिका घेत असे. जवळपास हीच स्थिती अलिप्ततावादी म्हणवणाऱ्या विकसनशील देशांची होती. हे विकसनशील देश एकेक करत खुल्या अर्थव्यवस्थेच्या परिघात आले. खुल्या अर्थव्यवस्थेला पर्याय नाही, नियंत्रित अर्थव्यवस्था अवाजवी नोकरशाही पोसत अकार्यक्षमता आणि भ्रष्टाचारालाच जन्म देते, अशा नियंत्रित अर्थव्यवस्थेत संपत्तीच्या निर्मितीची ऊर्जा आणि प्रेरणाच मारल्या जात असतील तर संपत्तीच्या वितरणाचा मुद्दाच उरत नाही, असा निष्कर्ष प्रभावी ठरला. तिसऱ्या जगानंही आपली अर्थव्यवस्था खुली करून जगाशी जोडायला सुरुवात केली. डंकेल, गॅट, जागतिक व्यापार संघटना असं क्रमाक्रमानं व्यापारातलं जागतिकीकरण सर्वव्यापी होऊ लागलं. ज्याआधारे जग विकासाचं मोजमाप करतं, त्या विकासदराच्या वाढीतही आघाडी घेऊन हे देश जागतिकीकरणाचे लाभधारकही झाले. राजकीय चौकट कायम ठेवून अर्थव्यवस्था

जगाशी जोडण्याचा प्रयोग चीननं केला. बराच काळ हा उभयपक्षी लाभाचा व्यवहार राहिला आहे. त्याआधी चीनला जागतिक आर्थिक शक्ती किंबहुना भांडवलशाही पोसणारे सगळे घटक संरक्षणवादी समजत. आपला व्यापार, आपल्या देशातली उत्पादनं संरक्षित राहावीत, जगातल्या स्वस्त उत्पादनांची झळ त्याला बसू नये, यासाठीचे प्रयत्न चीन करत असे आणि त्याला सर्वाधिक विरोध अमेरिका करत असे. आता मात्र हे चित्र उलटं होताना दिसू लागलं आहे. चीनला जागतिकीकरणाची अधिक चिंता आहे आणि ट्रम्प यांच्या नेतृत्वाखालच्या अमेरिकेला संरक्षणात्मक भिंती उभ्या करण्यात अधिक रस आहे, असं दिसू लागलं आहे.

जगातले अतिश्रीमंत उद्योगपती, धोरणकर्ते, उदारमतवादी विचारवंत एकत्र येऊन दुसऱ्या महायुद्धानंतर साकारलेली, शीतयुद्धानंतर स्थिर झालेली व्यवस्था अधिक बळकट करणारी चर्चा दावोसच्या 'वर्ल्ड इकॉनॉमिक फोरम'च्या बैठकीत केली जाते. यंदाची बैठक अमेरिका आणि चीनच्या बदलत्या भूमिका अधोरेखित करणारे संकेत देत आहे. चीनचे अध्यक्ष जिनपिंग प्रचंड मोठ्या शिष्टमंडळासह सहभागी झाले. पहिल्यांदाच चीनचे अध्यक्ष या बैठकीला हजेरी लावताना अमेरिकेचे नियोजित अध्यक्ष डोनाल्ड ट्रम्प यांनी मात्र पाठ फिरवली आहे. त्यांनी अमेरिकेची सूत्रं हाती घेण्याचा काळ हाच आहे. मात्र, त्यांच्या गैरहजेरीचं कारण यासाठीची गडबड हे नाही. बैठकीकडं पाठ फिरवण्याचं कारण सांगताना या बैठकीला हजर राहण्यामुळे ज्या अमेरिकी जनतेनं पाठिंबा दिला, तिच्या भावनांशी गद्दारी केल्यासारखं होईल, असं निदान केलं आहे. अमेरिकेचे मावळते उपाध्यक्ष जो बिडेन, परराष्ट्रमंत्री जॉन केरी आदींची हजेरी या बैठकीला होती आणि बिडेन यांनी जागतिकीकरणाचा कैवार घेणारी लोकानुनयवादाला चिमटे काढणारी भूमिका तिथं मांडलीही. मात्र, त्यांची ही भूमिका नवी नाही आणि ते मावळते आहेत. अमेरिका आता ज्यांच्या हाती आहे, त्या उगवत्यांना यात फारसा रस दिसत नाही. म्हणजेच अमेरिका मुक्त व्यापार आणि जागतिकीकरणाची पाठराखण करणाऱ्या या व्यासपीठापासून जमेल तेवढं अंतर ठेवू पाहते आहे, तर त्या विरोधातल्या विचाराचं प्रतीक मानला गेलेला चीन जागतिकीकरणाची पताका खांद्यावर घेऊ पाहतोय.

दावोसला चीनचं सर्वांत मोठं प्रतिनिधीमंडळ गेलं आणि चीनचे अध्यक्ष जिनपिंग यांच्या हस्तेच परिषदेचं उद्घाटन झालं. जागतिकीकरणाच्या प्रतीकांमध्ये बदल होत असल्याची ही नांदी मानावी काय? जागतिकीकरणाची प्रक्रिया सगळ्यांना सोबत घेणारी असली पाहिजे, असं निदान मानलं तरी जातं. दुसऱ्या महायुद्धानंतर जग कवेत घेणाऱ्या प्रक्रियेचं नेतृत्व अमेरिकेनं केलं. अमेरिकेकडंच जणू जागतिकीकरणाचा ठेका राहिला. आता जिनपिंग यांच्या रूपानं नवा ठेकेदार लाभला आहे. या

वर्ल्ड इकॉनॉमिक फोरम
(Word Economic Forum)

- » वर्ल्ड इकॉनॉमिक फोरमची सुरुवात १९७१ मध्ये जगाच्या आर्थिक प्रश्नांवर चर्चा करण्यासाठी एक अशासकीय व्यासपीठ म्हणून झाली होती.
- » दरवर्षी जानेवारी महिन्याच्या अखेरीस शासकीय प्रतिनिधी, राजकारणी, अर्थतज्ज्ञ, पत्रकार, अभ्यासक स्वित्झर्लंडमधील दावोस येथे जमतात.
- » जगामधील प्रथितयश व्यक्तींचा समावेश असल्यामुळे वर्ल्ड इकॉनॉमिक फोरम एक महत्त्वाचं जागतिक व्यासपीठ म्हणून समोर येत आहे.
- » दावोस - स्वित्झर्लंडमधील आल्पस् (Alps Mountain) पर्वतरांगेमध्ये वसलेलं एक शहर आहे.
- » संयुक्त राष्ट्रसंघाचे - आमसभा अध्यक्ष मिरोस्लाव्ह लाजॅक (Miroslav Lajčák) (स्लोव्हकिया) तर
- » महासचिव हे अँटोनिओ गुटेरेस (Antonio Guiteras (पोर्तुगाल) आहेत.

प्रक्रियेच्या बुडाशी अर्थकारणच आहे आणि त्यावर आधारलेला वर्चस्ववादही. ट्रम्प यांच्या नेतृत्वाखालच्या 'अमेरिका फर्स्ट' या धोरणात मुक्त व्यापार आणि त्यातून अमेरिकी भांडवलशाहीचा विकास करण्याच्या रुळलेल्या मार्गापेक्षा व्यापाराच्या खेळाचे नियम नव्यानं आखून जागतिकीकरणात डावलले गेल्याची भावना असलेल्या अमेरिकी वर्गाला चुचकारण्यावर भर आहे. यातूनच व्यापारयुद्धाचीही भाषा बोलली जाऊ लागली आहे. ती आतापर्यंतच्या अमेरिकी वाटचालीशी सुसंगत नाही. नेमके याउलट चिनी बोलू लागले आहेत. तिथं कधी नव्हे असा जागतिकीकरणाचा पुळका दिसू लागला आहे. चीनचं सर्वोच्च नेतृत्व सहसा पूर्ण विचाराखेरीज महत्त्वाच्या मुद्द्यांवर तोंड उघडत नाही. 'वर्ल्ड इकॉनॉमिक फोरम'ला हजेरी लावण्याचं ठरवल्यापासून चिनी माध्यमं असोत की धोरणकर्ते, एकाच सुरात मुक्त व्यापाराची वकिली करू लागले आहेत. उद्घाटनाच्या भाषणात जिनपिंग यांनी 'व्यापारयुद्धात कुणीच विजयी होत नाही' असा सुविचार ऐकवताना जगातल्या सध्याच्या प्रश्नांसाठी आर्थिक जागतिकीकरणाला जबाबदार धरण्यात अर्थ नसल्याचं सांगितलं. हे ऐकून ज्यांनी अलीकडेपर्यंत कम्युनिझम आणि कम्युनिस्ट राजवटींना शत्रू मानलं, त्या जगातल्या धनाढ्यांना आणि कॉर्पोरेट नेत्यांना भरून आलं असेल. अधिक खुली गुंतवणूक आणि मुक्त व्यापाराचा मार्ग सोडू नये, असा सल्ला जिनपिंग यांनी जगाला दिला. सीरियन स्थलांतरितांचा प्रश्न किंवा २००८ची मंदी यांचा जागतिकीकरणाशी संबंध नाही, असंही त्यांचं निदान आहे. त्यांचा रोख अर्थातच ट्रम्प प्रशासनाच्या चिनी मालावर आयातकर लादण्याच्या कल्पनेवर होता. पाठोपाठ संयुक्त राष्ट्रांच्या आमसभेचे अध्यक्ष आणि सचिव यांची भेट घेऊन जिनपिंग यांनी जागतिक समन्वयावर भर दिला. याउलट, ट्रम्प हे संयुक्त राष्ट्रांच्या उपयुक्ततेविषयीच शंका उपस्थित करतात.

'वर्ल्ड इकॉनॉमिक फोरम'मध्ये जिनपिंग बोलण्यापूर्वीच ट्रम्प यांचे सल्लागार व्यापारयुद्धात चीनवर अमेरिकेचा विजय निश्चित असल्याचं सांगत होते. जगातल्या पहिल्या दोन अर्थसत्ता अशा पवित्र्यात येतील, तर त्याचे परिणाम जगाच्या बाजारपेठेवर झाल्याखेरीज राहणार नाहीत.

ट्रम्प यांच्या तीन आघाड्यांवरच्या धोरणांबाबत उत्सुकता आणि भीतीही आहे. यातलं पहिलं अर्थातच आर्थिक. इथं त्यांची धोरणं संरक्षणवादी असतील, अशी चिन्हं आहेत. चिनी मालावर जबर कर लादणं, अमेरिकेत बाहेरून नोकरी-व्यवसायासाठी येणं अधिक कठीण बनवणं, अमेरिकी कंपन्यांना उत्पादन अमेरिकेतच करा; अन्यथा प्रचंड कर, दंडाला सामोरं जा असा पर्याय ठेवणं, अमेरिकेचे 'टीपीपी'सारखे बहुराष्ट्रीय करार गुंडाळून ठेवणं असे ट्रम्प यांच्या कल्पनेतले अमेरिकेला महान बनवण्याचे उपाय प्रत्यक्षात आले तर आजचं जागतिक अर्थकारणातलं अमेरिकेचं नेतृत्व बदलेल. चीनला नेमकी ही जागा घ्यायची आहे. दुसरं, जागतिक राजकारणातलं धोरण. नाटोविषयीची बांधिलकी ट्रम्प यांना मान्य दिसत नाही. इथपासून इसिसचा मुकाबला कसा करावा, रशियाशी संबंध कसे ठेवावेत, पश्चिम आशियात अमेरिकेनं किती गुंतावं असे आतापर्यंतच्या रुळलेल्या वाटेला फाटा देणारे अनेक बदल होण्याचे संकेत आहेत. इथंही अमेरिका जिथे बाहेर पडण्याची, अलिप्त राहण्याची भूमिका घेईल, तिथं पोकळी भरायला चीन किंवा रशिया पुढं येतील. तिसरा बदल होऊ घातला आहे तो हवामान बदलांचा मुकाबला करण्याच्या धोरणात. बराक ओबामा यांनी व्यक्तिगतरीत्या पुढाकार घेऊन या प्रश्नावर सहमती घडवून आणली. त्यानुसार पर्यावरणाला घातक आणि तापमानवाढीला कारणीभूत घातक वायूंच्या उत्सर्जनाच्या मर्यादा सगळे देश पाळू लागतील, असं वाटत असताना ट्रम्प यांनी नेमकी उलट दिशा पकडली आहे. इथंही चीन पर्यावरणरक्षणाचा झेंडा खांद्यावर घेऊ पाहतो आहे. खरंतर हरितवायू उत्सर्जनात चीनला काही वर्षांपूर्वीपर्यंत खलनायकच समजलं जात होतं. यात कोणतीही तडजोड करायला चीनची तयारी नव्हती. आता मात्र चीन यात नेतृत्व करायला सरसावतो आहे, याचीही चुणूक दावोसच्या बैठकीत दिसली.

अमेरिका आणि चीनच्या या नवदर्शनामुळं मुक्त व्यापार, हवामानबदल आदींची काळजी

करणाऱ्यांना चीनचा इतिहास विसरून हाच आता तारणहार असं वाटू लागलं तर त्यात नवल नाही. एक आधार निसटताना हे स्वाभाविक आहे. अमेरिकेची जागा घ्यायची हीच वेळ आहे, असं चीनला वाटतं. यात अमेरिका आणि चीन यांची आर्थिक ताकद, भूराजकीय प्रभाव यात अजूनही मोठं अंतर आहे. जागतिकीकरणाचा राग आळवायचं काम चीननं स्वखुशीनं स्वीकारलं तरी हे अंतर आणि चीनचा आतापर्यंतचा व्यवहार यामुळं शंकाही आहेतच. जागतिकीकरणाचा कितीही आव आणला तरी चीनही नवराष्ट्रवादानं भारलेला आहे. अनुदार धोरणांचा आणि व्यवहाराचा कितीही उगाळावा असा इतिहास पाठीशी आहे. दक्षिण चिनी समुद्रातल्या नियंत्रणाबद्दल आंतरराष्ट्रीय लवादाचा निकाल चीननं सहजपणे धुडकावला होता. चीनमधली अंतर्गत बाजारपेठही बाहेरच्या बहुराष्ट्रीय कंपन्यांना खुली करण्यात चीनचे अनेक निर्बंध आहेत. मोठा भाग केवळ चिनी कंपन्यांसाठी राखीव आहे. बहुतांश परकी गुंतवणुकीसाठी स्थानिक कंपन्यांशी भागीदारीसारख्या खुल्या धोरणाशी विसंगत अटी तिथं कायम आहेत. चलन विनिमयदरातला चीनचा व्यवहार नेहमीच टीकेचा मुद्दा राहिला आहे. भारतासह अन्य शेजाऱ्यांनाही संशय वाटावा अशीच चीनची चाल राहिली आहे. जिनपिंग जागतिकीकरणाचं समर्थन करताना जाणीवपूर्वक 'आर्थिक जागतिकीकरण' असाच शब्दप्रयोग वापरतात. म्हणजेच या प्रक्रियेचे आर्थिक लाभ हवेत; मात्र मुक्तपणे व्यक्त होऊ शकणारा खुला समाज या निकषाचं वावडं कायमच आहे.

असे सगळे विसंवाद-शंका कायम ठेवूनही दावोसमधल्या भाषणानं चीनच्या अध्यक्षांना जागतिकीकरणाचं नायकत्व द्यायची चढाओढ दिसू लागली आहे. याचं कारण दावोसमध्ये जमणाऱ्यांना चीन की अमेरिका यापेक्षा ते प्रतिनिधित्व करत असलेली व्यवस्था टिकावी यातच रस आहे. याच व्यवस्थेतून गेल्या वर्षी जगातल्या ६२ जणांकडं निम्मी संपत्ती केंद्रित झाली होती. यंदा ती केवळ आठ जणांच्या हाती आहे, असं ऑक्सपामचा ताजा अहवाल सांगतो. दरी वाढवणारं हे चित्र ट्रम्प असोत की ब्रिटनच्या थेरेसा मे यांच्यासारख्या नेत्यांना लोकांच्या मनातल्या भीतीशी खेळायची संधी देते. उजवीकडं झुकलेल्या नवराष्ट्रवादाला आधार देतं. अतिश्रीमंतांची संपत्ती गुणाकारानं वाढत राहणार आणि अर्ध्या जनतेची अवस्था अधिकाधिक बिकट होणार, हेच जागतिकीकरणाचं फळ असेल तर उद्रेक होणारच. जागतिकीकरणाचं नेतृत्व अमेरिका करो किंवा चीन करो, ही स्थिती बदलण्याचा मुद्दा आहे.

२२ जानेवारी २०१७

■

दक्षिण चीन समुद्र

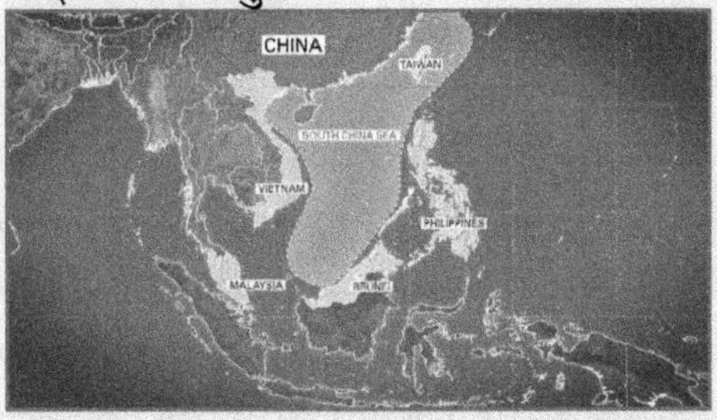

- दक्षिण चीन समुद्र हा पॅसिफिक महासागराचा भाग असून, चीन, व्हिएतनाम, कंबोडिया, फिलिपाइन्स व इंडोनेशिया यांच्यामधील वादग्रस्त भाग आहे.
- चीन ९० टक्के दक्षिण चीन समुद्रावर दावा सांगतो. हा भाग खनिज तेल दृष्टीने संपन्न व सामरिकदृष्ट्या महत्त्वाचा मानला जातो.
- स्पार्टली आणि पार्सेल ही या समुद्रातील वादग्रस्त बेटे आहेत.
- १२ जुलै २०१६ रोजी आंतरराष्ट्रीय लवादाने फिलिपाइन्सने दाखल केलेल्या तक्रारीवर सुनावणी देत चीनचा दावा बेकायदेशीर ठरवला.

ट्रम्प यांनी करून दाखवलं...

> "अमेरिकेचे अध्यक्ष डोनाल्ड ट्रम्प यांनी सत्तेवर येताच रंग दाखवायला सुरुवात केली असून, 'ट्रान्स पॅसिफिक पार्टनरशिप'च्या (टीपीपी) महत्त्वाकांक्षी प्रकल्पावर बोळा फिरवण्याचं काम त्यांनी केलं आहे. टीपीपी हा अत्यंत घातक करार आहे', असं ट्रम्प प्रचारादरम्यान ठासून सांगत होतेच. सत्ताग्रहणानंतर ते, म्हणजेच अमेरिका आता या करारातून बाहेर पडली आहे. या प्रकल्पाचं नेतृत्व करण्याच्या भूमिकेपासून अमेरिका मागं आल्यानंतर आता ही पोकळी चीन भरून काढायचा प्रयत्न करेल आणि तसं झालं तर भारतासमोर चीनचं आव्हान वाढेल. २१ व्या शतकातल्या व्यापाराचे नियम बदलू शकणारा महत्त्वाचा प्रस्ताव', असं टीपीपीचं वर्णन केलं जायचं. तो मोडणं किंवा त्यात आमूलाग्र बदल होणं हेसुद्धा शतकातलं तेवढंच महत्त्वाचं वळण ठरणार आहे.

अमेरिकेचे अध्यक्ष डोनाल्ड ट्रम्प यांनी ते जे बोलले ते करून दाखवायचं ठरवलेलं दिसतंय. पहिल्या पूर्णवेळ कार्यालयीन दिवसात त्यांनी अनेक वर्षांच्या मेहनतीतून आकाराला आलेल्या 'ट्रान्स पॅसिफिक पार्टनरशिप'च्या (टीपीपी) महत्त्वाकांक्षी प्रकल्पावर बोळा फिरवला आहे. 'एकविसाव्या शतकातल्या व्यापाराला वळण देणारा प्रस्ताव असं ज्याचं वर्णन केलं जात होतं आणि ज्या प्रस्तावासाठी माजी अध्यक्ष बराक ओबामा यांनी आपली प्रतिष्ठा आणि अमेरिकी वाटाघाटींचं कौशल्य पणाला लावलं होतं, त्याची ट्रम्प यांनी वासलात लावली. यासंदर्भात ट्रम्प आणि समर्थकांची कारणमीमांसा यातून अमेरिकेला मोठेपणा मिळत असला तरी या घडामोडीचा अमेरिकेत नोकऱ्या तयार होण्यासाठी फायदा होणार नाही. उलट, अमेरिकी नोकऱ्यांना फटकाच बसेल अशी स्थिती आहे. टीपीपी हा अत्यंत घातक करार आहे, असं प्रचारातही ट्रम्प ठासून सांगत होते. सहसा परराष्ट्र धोरण आणि दीर्घकालीन परिणाम करणारे व्यापारी करार याबाबतीत सत्ता बदलल्यानं संपूर्ण बदल होत नसतात. त्या त्या देशाची म्हणून एक व्यूहनीती असते आणि इतरांना समावून घेत आपली उद्दिष्टं रेटण्यात मुत्सद्देगिरी पणाला लावली जात असते. हे सगळं 'टीपीपी'संदर्भात ओबामा प्रशासनानं केलं होतं. ट्रम्प यांच्या निर्णयानं ते मातीमोल झालं. हा केवळ अमेरिकेपुरता मुद्दा नाही आणि या प्रस्तावात समावेश असलेल्या १२ देशांपुरताही नाही. त्याचे परिणाम जगाच्या व्यापारावर होणार आहेत. खासकरून टीपीपीमधून अमेरिका बाहेर पडताना ज्या चीनला यातून जाणीवपूर्वक बाहेर ठेवलं तो चीन अमेरिकेची जागा घेईल काय आणि तसं घडलं तर अशाच प्रकारचा चीनच्या पुढाकारानं आकाराला येत असलेल्या अशा कराराचं काय होणार, हा मुद्दा आहे.

ट्रम्प यांनी दोन निर्णय बोलल्याप्रमाणे तातडीनं घेतले. पहिला निर्णय म्हणजे 'ओबामा केअर' नावानं प्रसिद्ध असलेल्या आरोग्यसुविधांमध्ये बदलांचा, ज्यावर अमेरिकेत घनघोर चर्चा सुरू आहे. मात्र, त्याचा परिणाम त्या देशापुरताच. दुसरा निर्णय टीपीपी रद्द करण्याचा किंवा त्यातून अमेरिकेची माघार जाहीर करण्याचा. हा मात्र प्रस्तावात समावेश असलेल्या १२ देशांसह जगासाठी महत्त्वाचा निर्णय आहे. साहजिकच त्यातून होऊ घातलेल्या उलथापालथींची, देशनिहाय लाभ-हानीची चर्चा होत राहील. टीपीपी ज्या १२ देशांतल्या व्यापाराचे नियम ठरवत होता, ते अर्थकारणातले हेवीवेट देश आहेत. पॅसिफिकच्या परिघावरची अमेरिका, जपान, मलेशिया, व्हिएतनाम, सिंगापूर, ब्रुनेई, कॅनडा, मेक्सिको, न्यूझीलंड, ऑस्ट्रेलिया, चिली आणि पेरू या देशांचा त्यात समावेश होता. प्रस्तावाचं महत्त्व यासाठी, की या देशांत ८० कोटी लोक राहतात आणि त्यांचा एकूण व्यापार जगाच्या व्यापारात ४० टक्क्यांवर आहे. या १२ देशांचं एकत्रित सकल राष्ट्रीय उत्पन्न २८ ट्रिलियन डॉलर आहे. भारताचं हे उत्पन्न दोन ट्रिलियन डॉलरच्या आसपास आहे. यावरून या प्रस्तावाच्या आर्थिक क्षमतेची कल्पना यावी. करार सर्व देशांनी मान्य केल्यानंतर सगळ्यांची मिळून एक बाजारपेठ तयार होईल, तीत एकमेकांची अडवणूक करणाऱ्या तरतुदींना फाटा दिला जाईल, असं अपेक्षित होतं. त्यासाठीचे तपशीलही ठरले आहेत. त्याची सुरुवात झाली होती आशिया पॅसिफिक इकॉनॉमिक को ऑपरेशन देशांच्या २००५च्या बैठकीत.

२००८मध्ये अमेरिकेनं अधिकृतपणे सगळ्या देशांशी बोलणी सुरू केली आणि तब्बल आठ वर्षांच्या वाटाघाटीतून हा प्रस्ताव साकारला. एकमेकांच्या देशात तयार होणाऱ्या मालावर आयातशुल्क लावू नये, सध्या असेल ते कालबद्ध रीतीनं कमी करत जावं आणि सदस्य देशांमध्ये मुक्त व्यापार व्हावा, हा प्रस्तावाचा सांगितला जाणार उद्देश. जपानी कार-उत्पादक कंपन्यांना याचा अमेरिकेत लाभ होईल, अमेरिकी कंपन्यांना व्हिएतनाम-मलेशियात फायदा होईल, असा कुणाला किती, कसा लाभ होईल यावर भरपूर चर्चा झडली आहे. मुद्दा केवळ व्यापरातल्या लाभ-हानीचा नाही. ओबामांच्या कल्पनेतल्या जागतिक व्यापारातलं अमेरिकी नेतृत्व कायम ठेवण्याचा होता. त्यामागं जगातलं अमेरिकी वर्चस्व अबाधित ठेवण्याचा अजेंडाही न लपणारा होता. ओबामा यांनी फार क्वचित वृत्तपत्रीय लेखन केलं आहे. या प्रस्तावाचं समर्थन करण्यासाठी त्यांनी 'वॉशिंग्टन पोस्ट'मध्ये लिहिलेला लेख अमेरिकी व्यूहनीतीवर प्रकाश टाकणारा आहे. आशिया पॅसिफिक विभाग हा सगळ्यात मोठ्या आर्थिक संधी देणारा विभाग आहे. चीनचं आर्थिक सामर्थ्य वाढत असताना, व्यापाराचे नियम कोण ठरवणार, हा मुद्दा आहे आणि अमेरिकेची दुसऱ्या महायुद्धानंतरची वाटचाल पाहता यात मागं पडण्याचा धोका हा देश पत्करणं शक्य नाही. साहजिकच एका बाजूला चीन 'रिजनल कॉम्प्रिहेन्सिव्ह इकॉनॉमिक पार्टनरशिप' या नावानं १५ देशांशी करार करत असताना अमेरिका 'टीपीपी'साठी आग्रही होती. यात अमेरिकेसाठी जागतिक अर्थकारणातलं नेतृत्व सोडायचं नाही, हा धागा स्पष्ट होता. १८ हजार प्रकारचे कर रद्द करून काही समान व्यवस्था आणायचा हा प्रयत्न होता. मुक्त आणि मोफत इंटरनेटचं जाळं,

आरसीईपी (Regional Comprehersive Economic Partnership : RCEP) बाबत

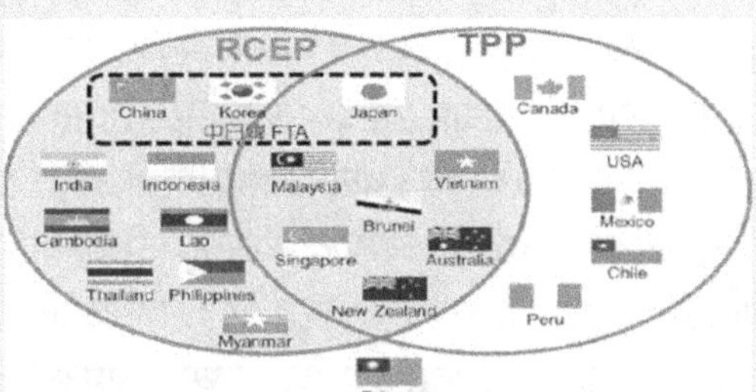

सहभागी देश - चीन, ऑस्ट्रेलिया, न्यूझीलंड, कंबोडिया, भारत, फिलिपाइन्स, इंडोनेशिया, जपान, दक्षिण कोरिया, लाओस, म्यानमार, मलेशिया, थायलंड, व्हिएतनाम, सिंगापूर, ब्रुनेई (१६ देश). (ASEAN+6) असे स्वरूप.

बौद्धिक संपदेविषयीचे अत्यंत कठोर नियम आदींचाही यात समावेश होता. कामगारांच्या अधिकारांपासून पर्यावरण रक्षणासंबंधी काही भूमिका या प्रस्तावात मान्य करण्यात आली होती.

आशिया पॅसिफिक भागातले आर्थिक संबंध वाढणं अनिवार्य आहे. यात अमेरिका असो किंवा नसो मुद्दा या खेळाचे नियम आपण ठरवून इतरांना त्याप्रमाणे वागायला भाग पाडायचे की नाही हा आहे, असं ओबामांचं सांगणं होतं. आता यावर आक्षेप होता तो हा की यात अमेरिकेतल्या उद्योगांच्या संधी वाढतील, निर्यात वाढेल आणि संपत्तीही; पण नोकऱ्या वाढणार नाहीत. देशातल्या अस्वस्थ असणाऱ्या घटकांचं समाधान

Regional Comprehensive Economic Partnership (RCEP)

» आसियान व इतर सहा देश (ज्यांचे आसियान देशासोबत मुक्त व्यापार करार (FTA) आहेत) यांच्यामधील प्रस्तापित सर्वसमावेशक व्यापारी करार-

» कराराच्या प्राथमिक चर्चेस २०१२च्या कंबोडियामधील आसियान परिषदेपासून झाली. आतापर्यंत चर्चेच्या १९ फेऱ्या झाल्या असून, १९ वी फेरी २४-२८ जुलै रोजी हैदराबाद (भारत) येथे पार पडली

» करारामध्ये वस्तू, सेवा, गुंतवणूक, आर्थिक व तांत्रिक सहकार्य, बौद्धिक संपदा हक्क यांचा समावेश आहे.

» हा करार ट्रान्स पॅसिफिक सहकार्य (TPP) कराराला प्रतिस्पर्धी मानला जातो.

करणारी आक्रमक धोरणं राबवावीत की दीर्घकालीन अमेरिकी वर्चस्वाची बेगमी करावी, हा ओबामा आणि ट्रम्प प्रशासनाच्या दृष्टिकोनातला फरक आहे. साहजिकच ट्रम्प करू पाहत असलेले बदल मोठे परिणाम घडवणारे आहेत. ऑटोमेशन आणि जागतिकीकरणातून होणाऱ्या परिणामांमुळं टीपीपीसारख्या करारांवर साशंकता व्यक्त करण्याबद्दल ओबामांचं उत्तर होतं, ते हे की ही भीती असली तरी त्यावर भिंती उभारणं आणि एकाकी पडणं हा मार्ग असू शकत नाही. उलट, यात तयार होणाऱ्या संधींवर स्वार होऊन बहुपक्षीय व्यापाराचे नियम अमेरिकाच ठरवेल, इतर कुणी (म्हणजे चीन) नव्हे, असा ओबामांचा पवित्रा होता. ट्रम्प यांना असं जगाच्या व्यापाराचे नियम ठरवणं आणि त्याचं नेतृत्व करताना काही वेळा झळ सोसणं यापेक्षा अमेरिकी नोकऱ्या हा मुद्दा महत्त्वाचा वाटतो. हा प्रस्ताव म्हणजे अमेरिकेवर अत्याचार करत राहू इच्छिणाऱ्या हितसंबंधी गटांची खेळी आहे, असं ट्रम्प यांचं निदान आहे.

ट्रम्प आणि ट्रम्पवादी मंडळींचं एक सतत सांगितलं जाणारं उद्दिष्ट आहे ते चीनला अटकाव करणं. तसं ते अलीकडच्या सगळ्याच अमेरिकी अध्यक्षांचं होतं. मात्र, ट्रम्प ते उघडपणे मांडतात. टीपीपीमधून माघारीचा निर्णय मात्र नेमका या उद्दिष्टांशी विसंगत ठरण्याचीच शक्यता अधिक. टीपीपीमध्ये सहभागी होताना जपानसारख्या देशाला इतरांच्या मालाला खुला वाव देणारे अनेक बदल करायला भाग पडणार होतं. जपान असो की मलेशिया-व्हिएतनाम, या देशांना अमेरिकेसोबत यासारखा करार आणि त्यातून उभी राहणारी व्यवस्था चीनला अटकाव करण्यातलं साधन वाटते. अमेरिकेचा आशिया पॅसिफिकमधला प्रभाव आणि उपस्थिती चीनच्या वाढत्या महत्त्वाकांक्षांना वेसण घालण्यात उपयुक्त ठरेल, असा हा साधा हिशेब आहे. हा प्रस्ताव ठोकरून ट्रम्प यांची अमेरिका नेमकं त्याच्या उलट करत आहे. या विभागातून अमेरिका अलिप्त होईल, तशी ती पोकळी भरण्यासाठी चीनच पुढं येईल. आजतरी आर्थिक, लष्करी सामर्थ्यात चीन अन्य कुणाहीपेक्षा वरचढ आहे. अमेरिकेनं नेतृत्वाची आस सोडून स्पर्धकाची भूमिका घ्यावी, हे चीनच्या जागतिक महत्त्वाकांक्षेसाठी बळ पुरवणारंच ठरू शकतं. याचं प्रत्यंतर ट्रम्प यांनी टीपीपी मोडीत काढल्यानंतर लगेचच सुरू असलेल्या घडामोडीतूनही दिसतं.

आशियातल्या व्यापारावर अमेरिकेचा वरचष्मा ठेवण्याचा प्रयत्न म्हणूनही टीपीपीकडं पाहिलं जात असे. यातून चीनला बाजूला ठेवलं गेलं होतं. ओबामा सातत्यानं हा अमेरिकेच्या आशियातल्या व्यूहनीतीचा भाग आहे, असं सांगत होते. चीनमधूनही हा प्रयत्न चीनला आशियात रोखण्याचा मार्ग अशाच दृष्टिकोनातून पाहिलं जात

असे. साहजिकच 'टीपीपीतून अमेरिकेची माघार' ही चीनसाठी साजरी करण्याची बाब असू शकते. अमेरिकेच्या निर्णयानंतर टीपीपीमध्ये सहभागी असलेले काही देश तरी अमेरिकेविनाही हा करार प्रत्यक्षात आणण्याच्या प्रयत्नात आहेत. यात अमेरिकेऐवजी चीनला सहभागी करून घेण्याच्या कल्पनेवरही चर्चा सुरू झाली आहे. दावोसच्या वर्ल्ड इकॉनॉमिक फोरमच्या बैठकीत जागतिकीकरणाचा कैवार घेणाऱ्या चीनचे अध्यक्ष शी जिनपिंग यांच्यासाठी आशिया पॅसिफिक विभागात ही आयती संधी बनू शकते. अमेरिकेशिवायही टीपीपी प्रत्यक्षात यावा, असं अन्य ११ देशांनी ठरवण्यात गैर काही नाही. मात्र, या प्रस्तावातल्या तरतुदींनुसार फेब्रुवारी २०१८ पूर्वी या देशांच्या मिळून सकल राष्ट्रीय उत्पन्नाचा ८५ टक्के वाटा असलेल्या किमान सहा देशांनी मान्यता द्यायला हवी. आता ६० टक्के वाटा असलेली अमेरिका बाहेर पडल्यानंतर तेवढ्याच ताकदीचा नवा भिडू आवश्यक असेल. चीनला संधी इथं आहे.

करारामधील देश

- आसियान : ब्रुनेई, कंबोडिया, इंडोनेशिया, लाओस, मलेशिया, म्यानमार, फिलीपाइन्स, सिंगापूर, थायलंड, व्हिएतनाम
- इतर सहा देश : भारत, चीन, दक्षिण कोरिया, जपान, ऑस्ट्रेलिया, न्युझीलंड
- करारातील देश जगाच्या ४५ टक्के लोकसंख्येचे व ४० टक्के जागतिक व्यापाराचे प्रतिनिधित्व करतात.
- भारत या करारांतर्गत सर्वसमावेशक सेवा करारासाठी आग्रही आहे.

अमेरिका आता बहुपक्षीय कराराऐवजी यातल्या सगळ्या देशांशी द्विपक्षीय करार करेल. यात ट्रम्प यांच्या आकलनानुसार अमेरिकी हितसंबंध राखणारे करार होतील. व्यापार आणि आंतरराष्ट्रीय राजकारण या दोहोंवर याचे काही ना काही परिणाम होतील. भारतासाठीही याचे काही परिणाम निश्चित असतील. ते दोन प्रकारचे असतील. एकतर जगातला लक्षणीय व्यापार असलेले देश मुक्त व्यापाराच्या मार्गानं जातात, तेव्हा इतरांच्या निर्यातसंधी कमी होण्याची शक्यता वाढते. हा प्रस्तावाचा भारतासाठी तोट्याचा भाग होता. दुसरीकडं अमेरिकेनं माघार घेतल्यानं चीन बळकट होणार असेल तर ते भारतासाठी फार चांगलं लक्षण नाही. टीपीपीमध्ये सहभागी देशातल्या मुक्त व्यापारामुळं त्या बाहेर राहणाऱ्या देशांच्या एकाच प्रकारच्या मालाच्या निर्यातीवर परिणाम होणं स्वाभाविक होतं. म्हणजे, अमेरिकेत भारतीय वस्त्रोद्योगातून मोठी निर्यात होते. टीपीपीमधल्या आयातशुल्क सवलतींचा लाभ व्हिएतनामसारख्या देशाला झाला असता. व्हिएतनामची वस्त्रोद्योगातली निर्यात विनाशुल्क, तर भारतीय निर्यात १५ ते ३० टक्के शुल्कासह अशी ही असमान स्पर्धा झाली असती. भारताची अमेरिकेतल्या वस्त्रोद्योगाची निर्यात सुमारे २२ ते ३० टक्क्यांच्या दरम्यान आहे. सेवाक्षेत्रातल्या द्विपक्षीय व्यवहारातही असाच फटका बसण्याची शक्यता होती. टीपीपीमध्ये निर्यातीसाठी अत्यंत कठोर निकष ठरवण्यात आले आहेत. भारतातल्या उत्पादनप्रक्रियेत सद्यस्थितीत हे सगळे निकष सांभाळून निर्यात फायद्याची बनवणं हे मोठंच आव्हान होतं. म्हणजेच लगतचा परिणाम म्हणून टीपीपीत खोडा बसणं भारताच्या पथ्यावर पडू शकतं. दुसरीकडं अमेरिकेऐवजी चीननं याच करारात स्थान मिळवलं, तर चीनचा 'रिजनल कॉम्प्रिहेन्सिव्ह इकॉनॉमिक पार्टनरशिप'चा रस कमी होऊ शकतो, ज्यात भारताचाही समावेश आहे. शिवाय, नेतृत्वाच्या भूमिकेतून अमेरिका मागं येईल आणि चीन ही पोकळी भरायचा प्रयत्न करेल, तसं भारतासमोर चीनचं आव्हान वाढेल.

टीपीपीला २१व्या शतकातल्या व्यापाराचे नियम बदलू शकणारा महत्त्वाचा प्रस्ताव म्हटलं जायचं. तो मोडणं किंवा त्यात आमूलाग्र बदल होणं हेसुद्धा शतकातलं तेवढंच महत्त्वाचं वळण आहे.

२९ जानेवारी २०१७

■

चीनचा पाकव्याप्त सापळा

> "चीन-पाकिस्तान इकॉनॉमिक कॉरिडॉर (सीपीईसी) या नावानं सुरू असलेला महाप्रचंड प्रकल्प भारतासाठी चिंतेचा विषय बनावा असाच आहे. ४६ अब्ज डॉलरइतकी गुंतवणूक असलेला हा प्रकल्प चीन आणि पाकिस्तानच्या अर्थकारणात मोठे बदल घडवू शकतो. त्यावर आक्षेपाचं कारण नाही; मात्र हा प्रकल्प जिथं होऊ घातलेला आहे, तो भाग आहे पाकव्याप्त काश्मीरचा. ताब्यात पाकच्या असला तरी हा भाग कायदेशीररीत्या भारतातच आहे. तिथं भारताला विचारातच न घेता या भागाचा चेहराच बदलून टाकणाऱ्या हालचाली सुरू झाल्या आहेत. त्या भारताच्या सार्वभौमत्वाशीही जोडलेल्या आहेत. याच काळात गिलगिट-बाल्टिस्तान हा पाकिस्तानचा पाचवा प्रांत असल्याचा कांगावा सुरू झाला आहे. दुसरीकडं, अमेरिकेतले अननुभवी रणनीतीकार काश्मीरप्रश्नी मध्यस्थीची तयारी दाखवतात. या स्थितीत पाकव्याप्त काश्मिरातल्या हालचालींकडं डोळसपणे पाहायला हवं.

एखाद्या प्रकल्पात परकी गुंतवणूक असेल, परकीयांचा मोठ्या प्रमाणात सहभाग असेल तर त्यावर प्रचंड चर्चा, वादविवाद हे आपल्याकडं नेहमी घडणारं प्रकरण आहे. एन्रॉनपासून कोकपर्यंत अनेक उदाहरणं त्यासाठी आहेत. मात्र, अशी घमासान चर्चा पाकिस्तानात होणं जरा नवलाईचं आहे. नावापुरती लोकशाही असलेल्या पाकमध्ये तसाही खुल्या चर्चेला वाव कमीच; तरीही सध्या तिथली माध्यमं ही सरकार आणि लष्कर दोहोंनाही प्रश्न विचारताना कमी पडत नाहीत. आता 'चीन-पाकिस्तान इकॉनॉमिक कॉरिडॉर' (सीपीईसी) या नावानं सुरू असलेला महाप्रकल्प पाकमध्ये चर्चेच्या वावटळीत सापडला आहे. चीनचा अत्यंत महत्त्वाकांक्षी प्रकल्प म्हणून तो गणला जातोच; शिवाय त्यात ४६ अब्ज डॉलरच्या गुंतवणुकीचा मुद्दा जोडला गेलेला आहे. पाकला सद्यस्थितीत अशा गुंतवणुकीची नितांत गरज आहे. तरीही तिथली माध्यमं आणि नागरी समाज चीन-पाकिस्तान मैत्रीचं शिखर ठरू शकणाऱ्या या प्रकल्पाविषयी नाना शंका विचारत आहेत. मध्यवर्ती सूत्र आहे ते यात पाकिस्तानचा नेमका फायदा काय आणि तो कशाच्या बदल्यात? या चर्चेत प्रकल्पच होऊ नये असा सूर अजून तरी फार मोठा नाही. मात्र, पाकिस्तान हा चीनच्या कह्यात जाण्याची भीती दाखवली जाऊ लागली आहे. खरंतर पाकिस्तानच्या राज्यकर्त्यांनी आणि लष्करी नेतृत्वानं आधीच देशाची धोरणात्मक स्वायत्तता आधी अमेरिकेच्या

आणि आता चीनच्या दावणीला बांधली आहे. या घडामोडी पाकमध्ये सुरू असताना हेच 'सीपीईसी' नावाचं प्रकरण भारताच्या मुत्सद्देगिरीची आणि सहनशीलतेची परीक्षा पाहणारं आहे. चीनसारखा तगडा देश यात असल्यानं आणि हितसंबंध असतील तिथं चीन काहीही करायला तयार असतो, या पार्श्वभूमीमुळं भारताकडून विरोध तर होतोय; पण तो कुठवर चालेल हा मुद्दा आहे. मोदी सरकारच्या कणखरपणाची कसोटी इथं लागणार आहे.

जो भाग कायद्यानं भारताच्या मालकीचा आहे, जो भारताशी जोडण्याची वचनबद्धता संसदेनं स्वीकारलेली आहे, त्यातून चीन आणि पाकिस्तान हे अवाढव्य गुंतवणूक असलेला आणि या भागाचा चेहरामोहरा कायमचा बदलून टाकणारा प्रकल्प परस्पर उभा करत आहेत आणि भारत कोरड्या विरोधापलीकडं काही करू शकत नाही; तेही मनमोहनसिंग नव्हे, तर नरेंद्र मोदी पंतप्रधान असताना, हे असं चित्र तयार होतं आहे. या प्रकल्पात भारतानंही सहभागी व्हावं, असं एका बाजूला चीन सांगतो आहे. सीमावादापेक्षा आर्थिक प्रगतीला महत्त्व द्यावं, त्यातून सीमाच नकाशापुरत्या राहतील, असं सांगणाऱ्यांचीही कमतरता नाही. अगदी कारगिलमध्ये विश्वासाघात करणारे जनरल परवेझ मुशर्रफ हेच कीर्तन ऐकवत असत. मात्र, भारत-पाक-चीन यांच्यातले संबंध पाहता सीपीईसीकडं केवळ आर्थिक दृष्टिकोनातून पाहता येत नाही. आता एका बाजूला गाजावाजा करून कणखरपणाचं प्रदर्शन करत युद्धातही न थांबलेली 'सिंधू पाणीकरारा'तली चर्चा आपण थांबवली होती, ती कसल्याच गाजावाजाविना सुरू होत आहे. इथंही हाच कित्ता गिरवला जाणार काय हा प्रश्न आहे. तो तिन्ही देशांतल्या संबंधांसाठी निर्णायक वळण आणणारा ठरू शकतो.

आर्थिक प्रगतीची स्वप्नं कुणी कितीही दाखवली तरी भारतासाठी हा सार्वभौमत्वाशी संबंधित मुद्दा आहे, त्यामुळंच तिथं तडजोड करणं कठीण आहे. पाकव्याप्त काश्मीर नावाचा भाग १९४८मध्ये अस्तित्वात आला. त्याला पाकिस्तान पूर्णतः देशात कधीच समाविष्ट करू शकला नाही. 'आझाद काश्मीर' नावाचं कडबोळं तिथं तयार केलं गेलं. प्रत्यक्षात सगळं नियंत्रण पाकिस्तानी लष्कराच्या हाती ठेवून तिथल्या काश्मिरींच्या स्वायत्ततेचा देखावा उभा करण्यात आला. त्यावर जगानं कधीच विश्वास ठेवला नाही. काश्मीर मुद्द्याचा संयुक्त राष्ट्रांत जमेल तितका विचकाच झाला हे खरं आहे, तरीही संयुक्त राष्ट्रांच्याच 'युनिसिप'नं आझाद काश्मीरला मान्यता देऊ नये, पाकच्या ताब्यातला प्रदेश ही भारतासाठी प्रतिकूलता मानू नये, अशी हमी ऑगस्ट १९४८मध्ये दिली होती. या प्रकारचे सगळे प्रयत्न कोणत्या तरी एका बाजूनं उत्साह न दाखवल्यानं फोल ठरले. मात्र, पाकव्याप्त काश्मीर

सीपीईसी (China-Pakistan Economic Corridor)

» एप्रिल २०१५ मध्ये पाकिस्तान व चीनमध्ये सीपीईसी (China-Pakistan Economic Corridor) करारावर स्वाक्षऱ्या झाल्या. हा मार्ग प्रस्तावित 'वन बेल्ट - वन रोड' प्रकल्पाचा भाग आहे.

» चीनमधील जिनजिंआग (Xinxiang) मधून सुरू होणारा हा आर्थिक पट्टा बलुचिस्तानमधील ग्वादर बंदरापर्यंत जातो.

» औद्योगिक सुविधा, ऊर्जा प्रकल्प, रस्ते मार्ग, पायाभूत सुविधा निर्माण या प्रकल्पामध्ये अंतर्भूत आहे.

» प्रकल्पाचा अंदाजित खर्च ६ अब्ज डॉलर असून, चीन यासाठी पाकिस्तानला आर्थिक मदत करणार आहे.

» प्रस्तावित प्रकल्प हा वादग्रस्त पाकव्याप्त काश्मीर भागामधून जात असल्याने भारताचा या प्रकल्पास विरोध आहे.

वादग्रस्त आहे आणि त्यावर भारताचा अधिकार आहे, हे आंतरराष्ट्रीय पातळीवर मान्य झालेलं वास्तव आहे, तेच बदलण्याचा प्रयत्न नकळतपणे का होईना 'सीपीईसी'मधून होत असल्यास त्याला भारतानं आक्षेप घ्यायलाच हवा. तीन युद्ध आणि कारगिलसारखा संघर्ष होऊनही भारत-पाकिस्तानदरम्यानच्या या भागातल्या प्रत्यक्षातल्या सीमा फारशा बदलल्या नाहीत. युद्धानं, बळाच्या वापरानं भारताकडून काही हिसकावून घेणं शक्य नाही, हे १९७१च्या युद्धात पाकला पुरतं उमगलं. त्यानंतरच त्या देशानं दहशतवादाचा आसरा शोधायला सुरुवात केली. जगाच्या इतिहासात असलेल्या पाकिस्तानच्या स्थानाचा त्या देशानं नेहमीच अनाठायी फायदा उठवला आहे. आधी अमेरिका आणि आता चीन आपल्या भूराजकीय व्यूहात पाकिस्तानला सोबत ठेवू पाहतात, त्याचा पुरेपूर लाभ घेत पाकिस्तान दहशतवादाला भारताच्या विरोधात परराष्ट्र धोरणातलं हत्यार बनवत आला आहे. दोन देशांतला न सुटलेला एक मुद्दा पाकच्या ताब्यातल्या काश्मीरच्या भूभागाचा आहे. त्यावर संपूर्ण दावा पाक कधी करू शकला नाही तरी हा भाग प्रत्यक्ष पाकच्या ताब्यात आहे आणि काश्मीरच्या तत्कालीन महाराजांनी जम्मू आणि काश्मीर हे संस्थान भारतात समाविष्ट केल्यानंतर कायदेशीरदृष्ट्या या संस्थानाचा संपूर्ण भाग हा भारताचा हिस्सा आहे. आंतरराष्ट्रीय कायद्यातल्या तरतुदींनुसारही हा भाग भारताचाच आहे. त्याचा अंतिम निकाल लागेल तेव्हा लागेल, मात्र 'सीपीईसी'नं या भागातल्या 'जैसे थे' स्थितीला तडा देणारी एक मोठी हालचाल होते आहे. यात 'भारताच्या विरोधात काही नाही', या कोरड्या बोलण्यावर विसंबण्यासारखा भूतकाळ नाही. गिलगिट, बाल्टिस्तानसह बनलेला पाकव्याप्त काश्मीर हा पाकिस्तानातच आहे, हे दाखवण्याचा आटापिटा पाक करत आला आहे. अगदी अलीकडं तो पाकिस्तानचा पाचवा प्रांत आहे, असं सांगण्याचा प्रयत्न पाकिस्ताननं केला. त्या देशात त्यांनी काय म्हणावं, यापेक्षा त्यावर अन्य कोण किती विश्वास ठेवतं, याला आंतरराष्ट्रीय राजकारणात महत्त्व आहे. भारतानं पाकच्या खोडसाळपणावर योग्यरीत्या आक्षेप नोंदवला हे बरंच झालं. अगदी ब्रिटनंही या प्रयत्नाला विरोध करून हा प्रदेश तुमच्या ताब्यात असला तरी त्या प्रदेशावर एकतर्फी मालकी हक्क सांगता येणार नाही, याची जाणीव पाकला करून दिलेली आहे. अशा तऱ्हेनं जो भाग दोन देशांतल्या सीमावादाचा हिस्सा आहे, तिथून जाणारा 'सीपीईसी' भारताची चिंता वाढवणारा ठरला तर त्यात नवल काय?

या भागात चीन आणि पाकिस्तान मिळून खास आर्थिक क्षेत्र तयार होतं आहे. काराकोरमचा

सिंधू पाणी करार

- » भारत व पाकिस्तानमध्ये सिंधू नदी खोरे पाणीवाटपासाठी १९६० मध्ये जागतिक बँकेच्या मध्यस्थीने हा करार झाला.
- » तत्कालीन पंतप्रधान जवाहरलाल नेहरू व पाकिस्तानचे राष्ट्राध्यक्ष अयुब खान यांनी या करारावर स्वाक्षरी केली.
- » करारानुसार पूर्वेकडच्या (बियास, रावी व सतलज) नद्यांवर यावर भारताचा हक्क, तर पश्चिमेकडच्या (सिंधू, चिनाब व झेलम) नद्यांवर पाकिस्तानचा हक्क मान्य करण्यात आला.
- » कराराच्या अंमलबजावणीसाठी सिंधू पाणी आयोगाची निर्मिती करण्यात आली.
- » २०१६ च्या उरी दहशतवादी हल्ल्यानंतर या कराराचे पुनर्परीक्षण करण्याची मागणी केली जात आहे.

महामार्ग, पाइपलाइन्स, लोहमार्ग, अनेक जलविद्युत प्रकल्प, आर्थिक उलाढालीची केंद्रं यात तयार होणार आहेत. यातून चीनला दक्षिण आशिया, मध्य आशिया आणि पश्चिम आशिया जोडणारा एक महाकाय पट्टा तयार करायचा आहे. मल्लक्काच्या सामुद्रधुनीतून सुरू असलेल्या वाहतुकीला रस्तेमार्गाचा ठोस पर्याय मिळाल्यानं चिनी वाहतूक स्वस्त होईल, हा याचा एक पैलू आहे. सुमारे दहा हजार किलोमीटरचं अंतर वाचेल, असा अंदाज यात आहे. यात चीनचे व्यापक हितसंबंध गुंतले आहेत. प्राचीन काळातल्या रेशीम व्यापारमार्गाचं 'अर्वाचीन पुनरुज्जीवन' म्हणून खपवला जात असलेला 'वन रूट-वन बेल्ट' हा चीनचा अत्यंत महत्त्वाकांक्षी प्रकल्प आहे. त्यात चीनच्या अर्थव्यवस्थेला कलाटणी देण्याची आणि जगाच्या व्यवहारांवर प्रभाव टाकण्याची क्षमता आहे. 'सीपीईसी' हा त्याचाच एक भाग आहे. चीनचे हे प्रयत्न जमेला धरूनच २०५०पर्यंत चीन ही जगातली सगळ्यांत मोठी अर्थव्यवस्था होईल, असा अंदाज अनेक थिंक टँक मांडत आहेत. 'सीपीईसी'चा लाभ पाकिस्तानलाही होईल. एका मान्यताप्राप्त संस्थेच्या अहवालानुसार पाकच्या विकासदरात दोन ते अडीच टक्क्यांची भर घालण्याची क्षमता या प्रकल्पानं तयार होणाऱ्या संधीत आहे. २०५०पर्यंत पाकच्या अर्थव्यवस्थेचा आकार सुमारे पाच पटींनी वाढेल. त्यात या प्रकल्पाचा मोठा वाटा अपेक्षित आहे. या अर्थकारणाला भारताचा आक्षेप असायचं कारण नाही. चीनच्या आर्थिक आणि व्यूहात्मक डावपेचांना उत्तर देताना 'चबहार बंदर' विकासासारखे प्रकल्प आणि अफगाणिस्तानशी वाढते संबंध तयार करण्याचे प्रयत्न भारताकडून सुरूच आहेत. मुद्दा केवळ आर्थिक नाही तर भारतासाठी तो आपल्याच कायदेशीर भूभागातून जातो, तरीही भारताला गिनतीतच न घेता त्याचं नियोजन होतं, हा आहे. तिथल्या संरक्षणासाठी पाकिस्तानची खडी फौज तैनात करण्याची मागणी चीन करतो, त्यासाठीची तयारी पाक करतो हे सगळंच धक्कादायक आहे. चीनच्या जोरावर पाकिस्ताननं भारताला गृहीत धरण्याचा हा प्रकार आहे. यापूर्वीही चीनशी झालेल्या युद्धानंतर १९६३मध्ये पाकव्याप्त काश्मिरातला कोराकोरम रांगांमधला सुमारे पाच हजार मैलांचा टापू पाकनं परस्पर चीनला दिला होता. पाक आणि चीन यांच्या कथित 'ऑल वेदर' मैत्रीसाठी तो मैलाचा दगड होता. तेव्हाही भारतानं आक्षेप घेतला होता आणि पाकच्या बेकायदेशीर कब्जावर प्रश्न उपस्थित केला होता. आताचं संकट अधिक गहिरं आहे. यात भारतापुढं तीन मार्ग आहेत. पहिला, भारतानंच 'सीपीईसी'मध्ये सहभागी व्हावं, हा चीनचा प्रस्ताव मान्य करायचा आणि अर्थकारण व सीमावाद वेगळे ठेवायचे. हा पर्याय आपल्याकडं मान्य होण्यासारखा नाही. तो स्वीकारणं म्हणजे अप्रत्यक्षपणे चीनच्या दादागिरीपुढं आणि पाकिस्तानच्या शिरजोर बनण्यापुढं मान तुकवण्यासारखं आहे. त्यातही पाकिस्तान गिलगिट-बाल्टिस्तानला आपला पाचवा प्रांत म्हणून सांगायला लागला असताना आजवर चालत आलेली अधिकृत आणि भारताच्या हिताची भूमिका सोडायचं काहीच कारण नाही. दुसरा पर्याय आहे, चीनच्या प्रयत्नांवर आक्षेप घेऊन स्वस्थ बसण्याचा, म्हणजे अधिकृतपणे विरोधाची भूमिका मांडायची; पण प्रत्यक्षात या कॉरिडॉरमध्ये अडथळा आणायचा नाही. चीनची भारताकडून हीच अपेक्षा असेल. यात 'पाकव्याप्त काश्मीर आमचाच', हा दावा कायम राहिला तरी तिथून भारताला वगळून प्रचंड मोठा प्रकल्प होणार असेल तर गप्प राहणं, ही सार्वभौमत्वावर आघाताला मूकसंमती मानली जाईल. सध्याच्या सरकारला ते स्वीकारणं कठीण आहे. तिसरा पर्याय उरतो तो, 'सीपीईसी'ला थेटपणे विरोध करायचा.

'आमच्या कायदेशीर मालकीच्या भागात तुमचा संबंध काय?' म्हणून आक्रमकपणे उभं राहायचं. अद्याप यावरची भूमिका ठोसपणे मांडली गेली नसली तरी 'सीपीईसी'वरून भारत अस्वस्थ आहे, हे पंतप्रधान नरेंद्र मोदींपासून ते परराष्ट्र खात्यातल्या अधिकाऱ्यांपर्यंत सगळ्या पातळ्यांवर पुरेसं उघडपणे मांडलं गेलं आहे. मोदी सरकारनं अजूनपर्यंत तरी चीनच्या दिग्दर्शनाखाली चाललेलं हे नाटक मान्य नाही, अशी भूमिका घेतली आहे. बाल्टिस्तान-गिलगिटला पाकचा पाचवा प्रांत ठरवण्याच्या त्या देशाच्या खोडसाळ चालीला संसदेच्या अधिवेशनात विरोधाचीच भूमिका परराष्ट्रमंत्र्यांनी मांडली, ती अपेक्षितही होती. ती सद्यस्थितीत देशासाठी योग्यच आहे. अखेर हा मुद्दा देशाच्या सार्वभौमत्वाशी जोडलेला आहे.

यात खरा धोका आहे तो काश्मीरच्या प्रश्नाचं आंतरराष्ट्रीयीकरण होण्याचा, जे भारताला मान्य नाही. काश्मीरवरून वाद आहे; पण तो भारत आणि पाकिस्तान या दोन देशांपुरताच आहे, त्यात तिसऱ्या देशाचा कसलाही सहभाग नाही, त्यात तोडगा काढण्यातही तिसऱ्याचा सहभाग नको, ही भारताची भूमिका. १९७१ मध्ये बांगलादेश युद्धात पाकचा निर्णायक पराभव झाल्यानंतरच्या सिमला करारात ही भूमिका अत्यंत ठोसपणे प्रतिबिंबित झालेली आहे. त्या करारानं काश्मीर हा द्विपक्षीय मुद्दा असल्यावर शिक्कामोर्तब झालं होतं. त्यानंतरही जमेल तेव्हा काश्मीरमध्ये अन्य कुणीतरी मध्यस्थी करावी, यासाठीच्या पाकच्या उठाठेवी संपल्या नाहीत. अलीकडंपर्यंत 'कुणीतरीचा अर्थ अमेरिका' असा होता, आता तो 'चीन' असा होऊ घातला आहे. पाकव्याप्त काश्मिरातल्या चिनी गुंतवणुकीनं द्विपक्षीय मुद्द्याला नकळतपणे तिसरा कोन जोडला जातो आहे. डोकेदुखी आहे ती इथंच. हा तिसरा चिनी कोन दुर्लक्ष करण्यासारखा नाही. आतापर्यंत चीननं भारत-पाक वादात तटस्थपणाची भूमिका निभावली आहे. पाकला युद्धसामग्रीपासून सगळी मदत केली तरी काश्मीरच्या प्रश्नात चीन कोणत्याही बाजूला झुकलेला नाही. मात्र, अलीकडं चिनी माध्यमं-जी सरकारचीच भाषा बोलत असतात- वेगळा सूर लावताना दिसू लागली आहेत, हीदेखील धोक्याची घंटा म्हणूनच पाहण्याची बाब आहे.

पाकव्याप्त काश्मीरचा हा भाग भारताला जोडता आलेला नाही. मात्र, पाकव्याप्त काश्मीर भारताचा कायदेशीर भाग आहे म्हणूनच नव्हे; तर भविष्यातल्या कोणत्याही निर्णायक वाटाघाटीत काश्मीर प्रश्नाचा हा कोन मोलाचा ठरणारा आहे. त्यात बदलता येणार नाही अशा कोणत्याही घडामोडींना मूक संमती देणंही परवडणारं नाही. इथं निर्णायक भूमिका ठरवावी लागणार आहे आणि चीनशी तणाव असला तरी आर्थिक आघाडीवर चीनला पुरतं वगळताही येत नाही, असा हा पेच परराष्ट्र धोरणातल्या दाखवेगिरीपेक्षा मुत्सद्देगिरीची गरज अधोरेखित करणारा आहे. 'सीपीईसी' हा पाकसाठी गेम चेंजर असल्याचं सांगितलं जातं. पाकला तो भारत-पाक संबंधांत काश्मीरप्रश्नीही गेम चेंजर ठरावा, असं वाटतं आहे. धोका इथंच आहे. या चीनच्या 'पाकव्याप्त सापळ्या'ला सामोरं जाण्याचं आव्हान भारतीय मुत्सद्देगिरीपुढं आहे.

९ एप्रिल २०१७

■

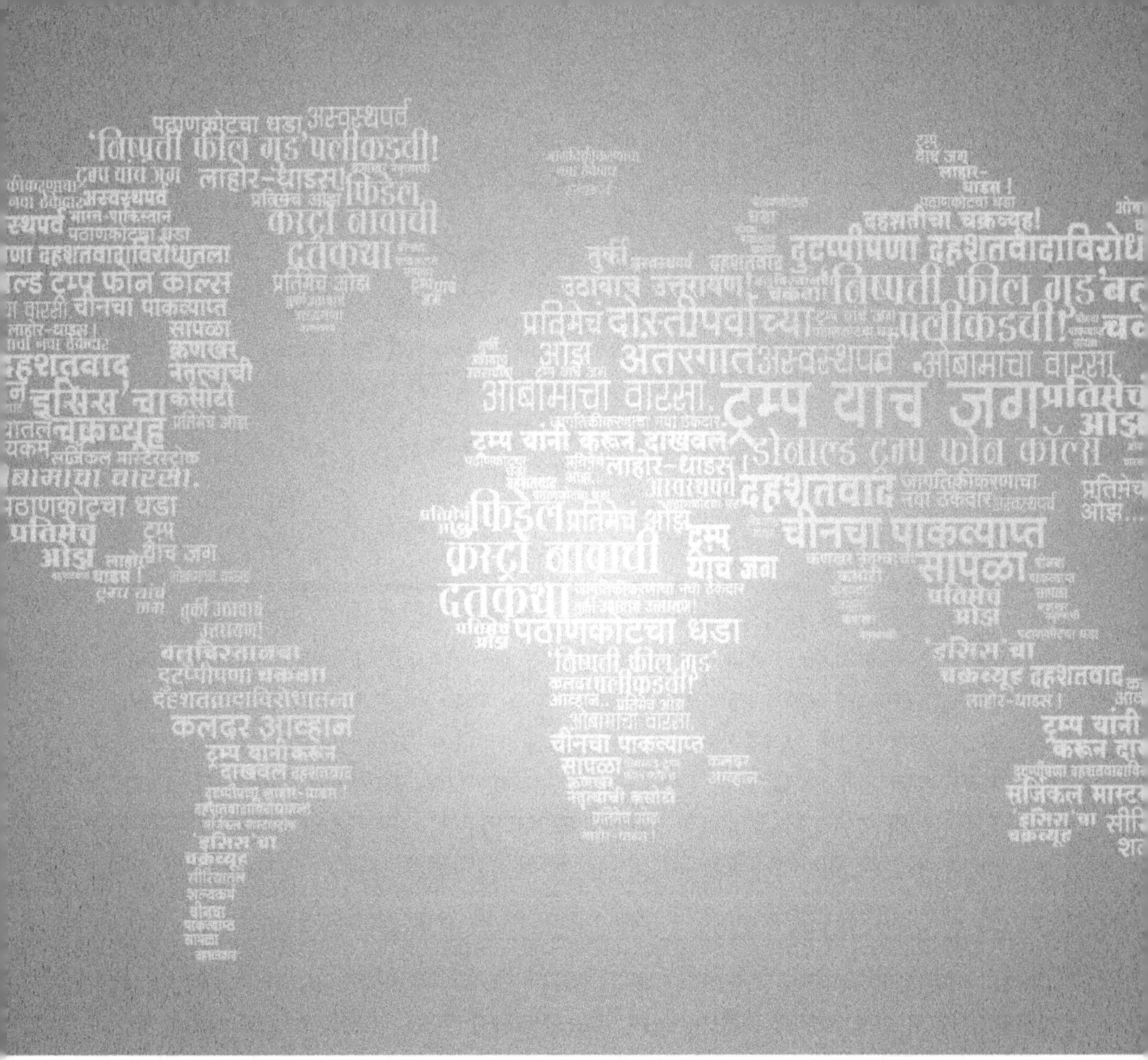

विभाग २

भारत - पाकिस्तान

...लाहोर-धाडस !

पंतप्रधान नरेंद्र मोदी यांनी अचानक लाहोरला भेट दिल्यानं दोन्ही देशांतले संबंध नव्या वळणावर आले आहेत. चर्चेचा मार्ग सोडता येत नाही, हे भाजपला मान्य करावं लागेल. त्याचबरोबर पाकिस्तानातल्या राजकीय नेतृत्वालाही लष्कराला बरोबर घ्यावं लागेल. भावनिक लोकांना विश्वासात घेऊन काही धाडसी पावलं दोन्ही बाजूंनी उचलावी लागतील आणि खरी कसोटी तिथंच आहे. राजकारणात कधी अनोखं घडतं. कम्युनिस्ट पक्ष मोदींच्या पाठीशी उभे राहतात हे आगळंच. ते घडलं मोदींच्या लाहोर भेटीमुळं. निदान या मुद्द्यावर मोदींच्या कृतीला कम्युनिस्टांनी पाठिंबा दर्शवला, तर सत्तेत असताना पाकिस्तानशी चर्चेची भूमिका कायम ठेवणाऱ्या काँग्रेसनं या भेटीवर टीकेची झोड उठवली.

भाजप आणि काँग्रेस यांच्यात देशातल्या सत्तेचा अवकाश मिळवण्याचं भांडण आहे आणि त्यात राज्यातल्या सुभेदारांचा आपापला वाटाही आहे. मात्र, आर्थिक आघाडीवर यातले कोणी फार वेगळा पर्याय देत नाही. अनेकांनी जातींचा वापरही सोयीनं केलाच आहे. डावे मात्र भाजपपासून जमेल तेवढं फटकून वागत आले आहेत, भाजप काँग्रेसहून वेगळं आर्थिक धोरण मांडणारा तोच लक्षणीय प्रवाह आहे. म्हणूनच काबूलवरून परतताना वाटेत लाहोरला थांबणाऱ्या मोदींवर काँग्रेस सडकून टीका करीत असताना, भाजप परिवारातच हे काय भलतंच असं वातावरण असताना आणि मित्र पक्ष आता 'दाऊद कधी आणता बोला' असा रोकडा सवाल टाकत असताना मोदींच्या बाजूने उभे राहिले ते डावे. मोदींच्या आणि ते सत्तेवर असल्यानं भारताच्या पाकिस्तानविषयक धोरणाकडं देशात कसं पाहिलं जाणार याची चुणूक मोदींच्या लाहोर धाडसानं दाखवली आहे. पाकिस्तानशी संबंध सुधारण्यात किती अडथळे आहेत हेही यातून दिसतं.

पाकिस्तानशी संबंध ठेवले पाहिजेत आणि चर्चाही करायला हवी हे काँग्रेसचं धोरण होतं. एखादी मोठी दहशतवादी घटना झाल्यानंतर चर्चा आणि दहशतवाद हातात हात घालून चालू शकत नाहीत असं म्हणायची प्रथा आहे. पण, काँग्रेसचा कल चर्चेकडंच राहिला म्हणून तर पाकिस्तानशी कसली चर्चा? त्यांना तर वठणीवर आणायला हवं असं वाटणारा आणि हे सहज होऊ शकतं असं वाटणारा एक मोठा वर्ग ५६ इंची छातीच्या नेतृत्वाची जाहिरातबाजी करणाऱ्या भाजपकडं वळला आहे. पाकिस्तानशी संबंध ठेवणं म्हणजे शत्रुराष्ट्राला

जवळ करणं, देशाशी प्रतारणा करणं अशी पक्की खात्री असलेली ही मंडळी भाजपचे नैसर्गिक पाठीराखे आहेत. सुषमा स्वराज पाकिस्तानच्या सरताज अजीज यांना राष्ट्रीय सुरक्षा सल्लागार पातळीवरची चर्चा रद्द केल्याचं ठणकावत होत्या, तेव्हा या मंडळींना राष्ट्रवादाचं कसं भरतं आलं होतं. 'असं हवं सरकार' अशा प्रतिक्रियांचा पाऊस पाडण्याचं आणि त्याला विरोध करणाऱ्याला पाकिस्तानी ठरवण्याचं कर्तव्य कित्येकांनी मनोभावे पूर्ण केलं असेल. आता या साऱ्यांची पंचाईत झाली असणार. ज्यांच्या अचाट शक्तीवर पूर्ण विश्वास ठेवला ते मोदीच पाकिस्तानशी तुझ्या गळा माझ्या गळा करू लागले तर किमान याबाबतीत काँग्रेसहून भाजपचं वेगळेपण कसलं उरलं? हे वेगळेपण तर यात तडजोड नाही इतकं थेट असायचं. समर्थकांची तर मोदींनी पंचाईत करून टाकली. आता लगेच दुसरी ५६ इंची छाती कुठं शोधायची?

एकीकडं अशी आपल्याच गणगोतांची अडचण करताना याच खेळीनं काँग्रेसचीही अडचणच केली आहे. खरंतर काँग्रेसनं, हेच तर आम्ही सांगत होतो, कशाला नसत्या आक्रमक बाता मारल्या, असा पवित्रा घेणं अधिक सुसंगत ठरलं असतं; पण काँग्रेसच्या नेतृत्वाला भाजप जेव्हा विरोधात होता त्यावेळच्या भाजपचं अनुकरण, हाच लोकांच्या मनात पुन्हा स्थान मिळवण्याचा मार्ग वाटत असावा. मग संसदेत गोंधळ घालून सारं कामकाज अडवण्याचं विरोधातल्या भाजपचं धोरण सही सही लागू करणं असो की पाकिस्तानवरची भूमिका. काँग्रेस हेच करू लागली आहे. मोदींच्या लाहोर भेटीवर आणि नवाझ शरीफांशी गळाभेटीवर तुटून पडायचं पक्षानं ठरवलं. आता हे करताना काँग्रेस कधीच चर्चांना आणि भेटींना नकोच म्हणण्याएवढा टोकाचा पक्ष नव्हता, याचा विसर पडणंही ओघानं आलंच. असं पूर्ण तयारी न करता पाकिस्तानात जाणं हे परराष्ट्र व्यवहारातलं शहाणपण नाही, असं काँग्रेसचे प्रवक्ते सांगत आहेत. वाटाघाटींना बसायचं असतं तर ते लागू पडणारं होतं. परराष्ट्र व्यवहारात तयारीविना वाटाघाटींना बसणं आणि तेही पाकिस्तानसोबत म्हणजे संकाटाला निमंत्रणच, हे खरंच आहे. पण, आताची मोदींची भेट काही अशी नव्हती. एक उपचार, मोदींनी त्यांच्या प्रत्येक गोष्टीत नाट्य घडवण्याच्या रीतीनं प्रत्यक्षात आणला. नाट्य आणि त्याला प्रसिद्धी हे मोदी सरकारच्या विशेषतः व्यक्तिशः मोदींच्या कार्यपद्धतीचं वैशिष्ट्य आहे, त्यावर बोट ठेवायला हरकत नाही; पण त्यांनी दाखवला तसा अचानक किंवा आधी ठरवून केला असला तरी हा दौरा तोट्याचा नक्कीच नव्हता. यात अडचणी असल्याच तर देशातल्या राजकीय पोळ्या भाजण्याच्याच आहेत, त्या काँग्रेसलाही चुकत नाहीत आणि भाजपलाही.

राष्ट्रीय सुरक्षा सल्लागार समिती

- » अंतर्गत व बाह्य संरक्षणबाबत, संरक्षण व सामरिक धोरणांमध्ये पंतप्रधान कार्यालयाला अंतर्गत सल्ला देणारी कार्यकारी संस्था
- » तत्कालीन पंतप्रधान अटलबिहारी वाजपेयी यांनी १९९८ मध्ये राष्ट्रीय सुरक्षा सल्लागार समितीची स्थापना केली.
- » राष्ट्रीय सुरक्षा सल्लागार हे या समितीचे कार्यकारी प्रमुख असतात.
- » अर्थ, संरक्षण, गृह व परराष्ट्र मंत्री हे या परिषदेचे पदसिद्ध सदस्य असतात.
- » सध्या अजित डोवाल हे या परिषदेचे कार्यकारी प्रमुख

या भेटीनं बरं वातावरण तयार व्हायला मदत होईल हे खरंच, पण त्यातून सारं सुरळीत होईल इतकं काही या मुत्सद्देगिरीत शोधायचंही कारण नाही. अगदी पाकिस्तानी लष्कराला अंधारात ठेवून मोदी - शरीफ यांनी काही नवं घडवलं असं सांगण्याचा प्रकार सुरू आहे तोही असाच. मोदींनी केलं म्हणजे नक्कीच काहीतरी आगळं वेगळं, धडाडीचं असलं पाहिजे या भाबड्या समजापोटीच आहे. पाकिस्तानशी वाटाघाटीत एका मर्यादेपलीकडं

लष्कराला डावलून काही करणं तिथल्या राजकीय सत्ताधीशांना अशक्य आहे. शरीफ आज तेवढे समर्थ राहिलेले नाहीत हेही वास्तव आहे. पाकिस्तान आणि भारत अशा दोन्ही बाजूंनी ज्या रीतीनं राष्ट्रीय सुरक्षा सल्लागार पातळीवरची चर्चा उधळली, त्यानंतर खरेतर एकदम चर्चेचे उमाळे यावेत असं काहीही प्रत्यक्षात बदललेलं नाही. सीमेवरचा गोळीबार तसाच आहे, दहशतवाद्यांची घुसखोरी तशीच आहे. हाफिज सईद आणि दाऊद इब्राहिम पाकिस्तानात खुलेआम फिरतच आहेत. लखवीवर कारवाई करण्यात पाकिस्तानला रस नाही हेही दिसतं आहे. तरीही वाटाघाटीच्या मार्गानं जाण्याशिवाय दोन्ही बाजूंना पर्याय उरलेला नाही, यामागं आंतरराष्ट्रीय दबावाची भूमिका या दृष्टीनंही पाहिलं जातं आहे. अफगाणिस्तानातून बाहेर पडण्याच्या काळात अमेरिकेला भारत-पाकिस्तान तणाव टाळायचा आहे. असा दबावही अनेकदा असतोच, मात्र दोन्ही देशांच्या नेतृत्वाची तयारी किती यावरच चर्चेचं गाडं पुढं सरकू शकतं. खरंतर आता भाजपनं प्रचारातला आक्रस्ताळेपणा सोडून दहशतवादी कारवाया कठोरपणे मोडून काढण्याबाबतीत तडजोड न करताही पाकिस्तानशी चर्चा करण्याला पर्याय नाही, अशी स्पष्ट भूमिका घ्यायला हवी. पाठीराख्यांचा एक वर्ग दुखावला तरी दीर्घकाळाचा विचार करता त्याखेरीज पर्याय नाही.

काँग्रेसनं लाहोर भेटीला एका उद्योगपतीच्या उद्योगांसाठी ठरवून घडवलेला इव्हेंट असं स्वरूप देणारा आरोप केला आहे. हा उद्योगपतीही तिथं शरीफ यांच्या नातीच्या विवाहाला उपस्थित राहण्यासाठी गेल्याचा आणि आधीही तशाच पद्धतीने तो उपस्थित राहिल्याचा दाखला दिला जातो. जागतिक नेत्यांच्या भेटी आणि उद्योजकांचे हितसंबंध यात तसंही अगदी नवं काही नाही. ज्या निक्सन यांच्या चीन दौऱ्यानं अमेरिका - चीन संबंधाला नवं परिमाण मिळालं आणि त्या दौऱ्याची तुलना मोदी-शरीफ भेटीशी केली जात आहे; त्या भेटीवेळीही चीनशी संबंध सुधारावेत यासाठी अमेरिकन कॉर्पोरेट जगातून असलेल्या दबावाबद्दल बोललं गेलं होतंच. अशा वेळी कोणा उद्योगपतीचे हितसंबंध गुंतले आहेत हे उघड न होणारं प्रकरण आहे. मात्र, बिघडलेलं सारं केवळ अशा नाट्यमय भेटींनी दुरुस्त होतं असं मानणं भाबडेपणाचं आहे. निक्सन यांनी चीनला दिलेल्या ऐतिहासिक भेटीनंतरही पुढे दीर्घकाळ उभयपक्षी वाटाघाटी सुरू होत्या.

भारत-पाकिस्तान संबंधात नेत्यांच्या भेटींवेळी भाई-भाई थाटाचा सूर टिपेला पोहोचतो आणि नंतर किरकोळ कारणानंही वातावरण बिघडतं, किंबहुना बिघडवलं जातं. अमेरिकन नेतृत्व देशाच्या आर्थिक-सामरिक हितासाठी कितीही लवचिक व्हायला तयार असतं. निक्सन भेटीवेळी अशी लवचिकता चीननं दाखवण्यालाही तेवढंच महत्त्व होतं. अमेरिकेशी फटकून राहून चीन प्रगत बनवता येणार नाही हे चिनी नेत्यांना सर्वशक्तिमान कम्युनिस्ट पक्षाला पटवून देता आलं. भारत आणि पाकिस्तान यांमधला खरा प्रश्न तोच आहे. सत्तेवर आल्यानंतर प्रत्येकाला संबंध

लाहोर भेट

» अफगाणिस्तानचा दौरा संपवून येत असताना पंतप्रधान नरेंद्र मोदी यांनी अचानक २५ डिसेंबर २०१५ रोजी नवाज शरीफ यांची लाहोर येथे भेट घेतली.
» २००४ नंतर प्रथमच भारतीय पंतप्रधानांची ही पाकिस्तान भेट आहे.
» पंतप्रधानांनी नवाझ शरीफ यांना वाढदिवसाच्या शुभेच्छा दिल्या.
» या भेटीमुळे दोन देशांमध्ये असलेला तणाव काहीसा निवळण्यास मदत झाली होती.

सुधारले पाहिजेत हे शहाणपण सुचतंच, पण ते करू पाहणाऱ्याला आपल्याच देशात दूषणांना तोंड द्यावं लागतं. हे दुखणं कसं संपवायचं हा प्रश्न मोदींपुढंही आहे आणि शरीफ यांच्यापुढंही. पाकिस्तानच्या भारतविषयक धोरणात अंतिम शब्द तिथल्या लष्कराच्या मान्यतेखेरीज लिहिला जाऊ शकत नाही.

नागरी सरकारला या मुद्द्यावर किती खेळू द्यायचं हे नेहमीच लष्करी नेतृत्व ठरवत आलं आहे. यापूर्वी पाकिस्तानशी ठोस काही वाटाघाटी व्हायची शक्यता तयार झाली होती ती मुशर्रफ यांच्या रूपानं लष्करी आणि राजकीय सत्ता एकाच हाती एकवटली असल्याच्या काळात. त्याआधीही लष्करशहांच्या हाती सत्ता असतानाच वाटाघाटी पुढं गेल्याचं दिसतं. राजकीय नेतृत्व भारताशी जुळवून घेऊ लागलं की, लष्कर अस्वस्थ होतं हे पाकिस्तानच्या बाबतीत अनेकदा घडलं आहे. याखेरीज तिथं एकारलेले धर्मवादी गट, भारतविरोधी शक्ती आणि लष्कर यांची सोयीची एकजूट संबंध सुधारू देत नाही. भारतात हेच काम कडवे पाकिस्तानविरोधी करतात. त्यातले बहुतेक सारे भाजपचे पाठराखे आहेत. आपल्या भूमिकेच्या विरोधकांना पाकिस्तानात जायला सांगणं हा ज्यांच्यासाठी नवा मंत्र बनला आहे अशा पाठीराख्यांना मर्यादेत ठेवणं हे वाटाघाटी पुढं नेण्यातलं आव्हान आहे.

रिचर्ड निक्सन यांची चीन भेट

- » १९७२ मध्ये शीतयुद्ध ऐन भरात असताना अमेरिकन राष्ट्राध्यक्ष रिचर्ड निक्सन यांनी साम्यवादी चीनला भेट दिली होती.
- » तत्कालीन सोव्हिएत महासंघ व चीन यांच्यातील तणाव याची पार्श्वभूमी या भेटीला होती. अमेरिकेचे तत्कालीन राष्ट्रीय सुरक्षा सल्लागार हेन्री फिसिंजर यांनी या भेटीसाठी प्रयत्न केले.
- » या भेटीनंतर अमेरिकेने चीनला अधिकृत मान्यता देत, सुरक्षा परिषदेमधील कायम जागा देण्यास सहमती दिली.

आधीची भूमिका आणि प्रचारातला आवेश सोडल्याची टीका जरुर करता येईल. ती ऐकायची तयारी भाजपनं ठेवायलाच हवी. तरीही मोदींचं लाहोर धाडस कोणत्याही अर्थानं लाभाचंच असू शकतं. यातून काही ठोस घडलं तर चांगलंच. नेहमीप्रमाणं जवळ येता येता कोणी मोडता घातलाच तरी निदान भारतीय बाजूनं प्रयत्न केले नाहीत असं म्हणता येणार नाही. दोन्ही देशांच्या संबंधांत असं सौहार्दाचं वातावरण पहिल्यांदाच येत नाही. ते का बिघडतं याचाही पुरेसा अनुभव दोन्हीकडं आहे. त्यामुळे भेट साजरी जरुर करावी, पण केवळ अशा भावनिक बाबींनी उभय देशांतले जटिल प्रश्न सुटत नाहीत. त्यासाठी आपापल्या देशातील लोकांना विश्वासात घेऊन काही धाडसी पावलं उचलायची गरज असते. कस लागेल तो तिथे!

३ जानेवारी २०१६

■

पठाणकोटचा धडा

> "पठाणकोटच्या हवाईतळावर पाकिस्तानातून आल्याचा संशय असलेल्या सहा दहशतवाद्यांनी केलेल्या हल्ल्यानं पंतप्रधान नरेंद्र मोदी यांच्या लाहोरभेटीनं सुरू केलेल्या सदिच्छापर्वाला तडाखा दिला आहे. हल्ल्यानंतर पाकिस्तानविरोधात काही कठोर भूमिका घ्यावी, तर आंतरराष्ट्रीय पातळीवर लाहोरभेटीनं तयार होणाऱ्या 'शांततेसाठी पुढाकार घेणारा नेता' या प्रतिमेला तडा जातो, काहीच न करावं आणि बोलणी तशीच सुरू ठेवावीत, तर देशातल्या कणखर नेतृत्वाच्या प्रतिमाफुग्याला टाचणी लागते असा हा पेच आहे.

परराष्ट्र धोरण म्हणजे केवळ प्रतिमा घासून पुसून चमकवण्याचा उद्योग नव्हे, केवळ धक्कातंत्रानं चर्चेत राहणं नव्हे. देशात विरोधकांची खिल्ली उडवत सभा मारणं, परदेशात वास्तव्यास असलेल्या मूळ भारतीयांच्या टाळ्या मिळवणं आणि परराष्ट्र धोरणात काही ठोस घडवणं यात अंतर आहे, याची अत्यंत बोचरी जाणीव मोदी सरकारला पठाणकोटच्या हल्ल्यानं करून दिली आहे. पाकिस्तानशी कसं वागायचं यावर सतत कोलांटउड्या मारण्याचा इतिहास अवघ्या १९ महिन्यांत रचणाऱ्या सरकारला, पठाणकोट हल्ल्यानं विवंचनेत टाकलं असणं स्वाभाविक आहे. पॅरिसची हवामानबदलाची परिषद असो की नैरोबीची आंतरराष्ट्रीय व्यापारविषयक मंत्री परिषद असो, भारतासाठी जग किती कठोर आहे याची जाणीव सतत करून दिली जाते आहे. हे समजून घ्यायची, मान्य करायची आणि त्यानुसार परराष्ट्रसंबंध अधिक गांभीर्यानं घेण्याची तयारी आहे का? एवढाच मुद्दा आहे.

कणखर नेतृत्व आणि पाकिस्तानसारख्या नाठाळ शेजाऱ्याला जरब बसवणाऱ्या कारभाराचं आश्वासन देत सत्तेवर आलेल्या मोदी सरकारपुढं आणि व्यक्तिशः पंतप्रधान नरेंद्र मोदी यांच्यापुढं पठाणकोट हवाई तळावरील दहशतवादी हल्ल्यानं खडतर आव्हान निर्माण केलं आहे. एक दहशतवादी हल्ला झाला इतकंच मर्यादित ते नाही. एक तर लष्करी तळावर हल्ला झाला, तो आधीच रोखता आला नाही. उलट हा हल्ला मोडून काढायला तीन दिवस लागले. नरेंद्र मोदी यांनी जाणीवपूर्वक स्वतःविषयी एक प्रकारचं आकलन जनमानसात तयार केलं आहे. हा नेता सहन करणारा नाही, अंगावर येणाऱ्याला शिंगावर घ्यायची धमक असलेला आहे, असा त्यांच्याविषयीचा समज त्यांच्याच प्रचार यंत्रणेनं प्रयत्नपूर्वक तयार केला. त्याला पठाणकोटच्या हवाईतळावर पाकिस्तानातून आल्याचा संशय असलेल्या सहा दहशतवाद्यांनी केलेल्या हल्ल्यानं तडाखा दिला आहे. हल्ल्यानंतर पाकिस्तानविरोधात काही कठोर भूमिका घ्यावी, तर आंतरराष्ट्रीय पातळीवर लाहोर भेटीनं

तयार होणाऱ्या 'शांततेसाठी पुढाकार घेणारा नेता' या प्रतिमेला तडा जातो आणि काहीच न करावं आणि बोलणी तशीच सुरू ठेवावीत, तर देशातल्या कणखर नेतृत्वाच्या प्रतिमाफुग्याला टाचणी लागते असा हा पेच आहे. समजा असा हल्ला मनमोहनसिंग पंतप्रधान असताना झाला असता तर भाजपनं आणि मोदींनी काय केलं असतं? सरकाराचं पाकिस्तानविषयक धोरण कसं कणाहीन, कचखाऊ, पाकिस्तानच्या तुलनेत आपल्यासारख्या प्रचंड देशाला मान खाली घालायला लावणारं आहे यावर प्रवचन झोडताना ही मंडळी थकली नसती. आता हल्ल्याचं राजकारण करू नये, असं सांगणाऱ्यांनी मुंबईवरच्या हल्ल्यानंतर आपण काय भाषेत सरकाराची लक्तरं काढत होतो एवढं तरी आठवायला हरकत नाही. खुद्द मोदींनी मनमोहनसिंगांना विचारलं होतं, पंतप्रधान दुबळे नाहीत काय? तुमचं सरकार कणखर असेल तर देशाला त्याचा पुरावा हवा.' 'जवानांचा शिरच्छेद होताना आपण त्यांच्या पंतप्रधानांना बिर्याणी खाऊ घालत आहोत, देशाचं नेतृत्व दुबळं आहे' केवळ मोदीच नव्हे तर सुषमा स्वराज, अमित शहा असे सारेच दहशतवादी हल्ल्याचं निमित्त करून आधीच्या पंतप्रधानांना दुबळे ठरवत होते. ही आधीची विधानं, ट्विटरवरचा टिवटिवाट आता तुम्ही काय करता आहात म्हणून वाकुल्या दाखवू लागला तर दोष कुणाचा? मुंबईवरच्या हल्ल्यावेळी तत्कालीन पंतप्रधानांनी निदान स्पष्टपणे पाकिस्तानचे नाव घेऊन हल्लेखोरांना हाताळणाऱ्यांना चाप लावण्याची मागणी तरी केली होती. पण आता हल्ला होऊन आठ दिवस झाले तरी कणखर पंतप्रधान पाकिस्तानचं नावही घ्यायला तयार नाहीत. कारवाई, जशास तसं उत्तर, मूँहतोड जबाब वगैरेच्या गमजा तर दूरची बात. पठाणकोटला दहशतवाद्यांनी घातलेला धुमाकूळ आता 'मानवतेवरचा हल्ला' ठरला आहे. तेव्हा एकाच्या बदल्यात दहाची भाषा कुठं गेली, हे प्रश्न तर विचारले जाणारच.

पठाणकोट हल्ल्यानंतर विरोधातला भाजप सांगत होता तसा उपाय करा असं म्हणायचं काहीच कारण नाही. मात्र, कुठलीही गोष्ट राजकारणमुक्त नसलेल्या देशात, राजकीय पक्षांना त्यांच्या जुन्या भूमिकांची आठवण करून दिली जाईलच. हल्ल्यानंतरच्या पहिल्या अधिकृत पत्रकार परिषदेत भारताचे गृह सचिव सांगत होते, 'जेव्हा हत्यारांचा असा वापर होतो तेव्हा काही जखमा, काही मृत्यू अटळ असतात.' ज्या हल्ल्यात तोवर पाच जवान आणि अधिकारी हुतात्मा झाले होते त्याविषयीचं हे विधान. 'मुंबई जैसे बडे शहरोंमे छोटे हादसे होते रहते है' यापेक्षा गुणात्मकदृष्ट्या कमी गंभीर आहे काय? पण त्यावर कुठं चर्चाही नाही. देशाचे गृहमंत्री हल्ला सुरू आहे तोवरच सर्व पाच दहशतवादी मारले गेले आणि कारवाई यशस्वी झाल्याचं ट्विट करून दौऱ्यावर निघून जातात, देशाचे संरक्षणमंत्री गोव्यात ठाण मांडून राहतात, सारा देश हल्ल्याच्या काळजीत असताना पंतप्रधान योगाचं महत्त्व सांगणारं टविट करतात याला गांभीर्यानं चाललेला कारभार मानायचे काय? की सत्ता बदलताच सारे निकषच बदलायचे? मुंबईवरच्या हल्ल्याच्या वेळी तत्कालीन काँग्रेस सरकारचा प्रतिसाद भांबावलेला आणि बेजबाबदारपणाचा होता तशीच या वेळची हाताळणीही आहे. राजनाथसिंहांनी ते ट्विट काढून टाकलं, विषय संपवला पण कारवाईची पूर्ण माहिती घ्यायच्या आधीच यश जाहीर करणाऱ्या गृहमंत्र्यांवर आक्षेपही नोंदवायचा नाही काय? पठाणकोट हल्ल्याच्यावेळी कोणताही प्रश्न विचारणाऱ्याला देशविरोधी ठरवण्याचा नवाच खेळ सरकार समर्थकांनी सुरू केला. हा आक्रमक बचावाचा प्रकार वेळ मारून न्यायला ठीक असेलही; पण दीर्घकाळासाठी शहाणपणाचा नाही. हल्ल्यानंतर सरकार आणि भाजपचे नेते लढणाऱ्या भारतीय जवानांचं कौतुक करत हल्ला झालाच कसा आणि आधी बरीच ठोस माहिती मिळूनही रोखता का आला नाही? या अंगावर येणाऱ्या प्रश्नांपासून पळ काढू पाहत होते. लढता लढता मृत्यूला कवटाळणाऱ्या जवानांच्या शौर्याला सलाम करायलाच हवा, मात्र त्याच वेळी सरकारी यंत्रणांमधील ढिलाई, कारवाईच्या वेळी दिसलेला समन्वयाचा अभाव, गृहमंत्र्यांनी दाखवलेला अनावश्यक उत्साह, पंतप्रधानांचं काहीच स्पष्टपणे न बोलणं, या सगळ्यांचं विस्मरण होऊ द्यायचंही कारण नाही.

हल्ला सुरू असताना आणि नंतरही बराच काळ सरकारला धडपणानं भूमिकाच ठरवता येऊ नये हे का घडतं? याचं स्पष्ट कारण मोदींच्या लाहोर धाडसात आहे. ते धाडस चुकीचं नक्कीच नव्हतं. मात्र, त्यातच

मोदींची व्यक्तिगत प्रतिष्ठा अडकली. परराष्ट्रसंबंध संबंधित खात्याच्या मंत्र्यांनी, मुत्सद्यांनी हाताळायचे, ते प्रत्येक ठिकाणी थेटपणे पंतप्रधानच हाताळणार आणि प्रत्येक ठिकाणी त्यांनी यशच मिळवलं पाहिजे, या प्रकारच्या मानसिकतेमुळं पाकिस्तानविषयाच्या धोरणाभोवती चक्रव्यूह तयार झाला आहे. मोदी लाहोरला जाऊन पाकिस्तानी पंतप्रधान नवाज शरीफ यांची गळाभेट न घेते, तर पठाणकोटवरच्या हल्ल्यावर प्रतिक्रिया देताना एवढी कसरत करायला लागली नसती. नाट्यमय कृतीचे लाभ आहेत तसे साइड इफेक्टसही. पाकिस्तानबरोबरचे संबंध सुधारण्यासाठी पुढाकार घेण्याचे प्रयत्न यापूर्वीही तोंडावर आपटले आहेत. मोदी-शरीफ भेटीनं सारं बदलेल, असं कोणी मानतही नव्हतं; किंबहुना या भेटीनंतर पाकिस्तानातले शांतता नको असणारे घटक काहीतरी आगळीक करतील हेही अनेकांनी सांगितलं होतं. त्यामुळं अशा स्थितीत सरकारची भूमिका काय, याचा गृहपाठ आधीच व्हायला हवा होता. तसा तो झाल्याचं निदान दिसलं तरी नाही.

दहशतवाद आणि चर्चा हातात हात घालून होऊ शकत नाहीत हे सांगणं सोपं आहे; मात्र कायमस्वरूपी प्रत्यक्षात आणणं कठीण. याचं कारण दोन देशातल्या संबंधांची गुंतागुंत. ती लाहोरमधल्या एका जादुई झप्पीनं संपेल, कमी होईल असं मानणं हा भाबडेपणाच. भारतात दहशतवादी हल्ला होतो तेव्हा त्यामागे पाकिस्तानी भूमीवर पोसलेल्या दहशतवादी संघटनांचा हात असतो हे अनेकदा दिसलं आहे. निव्वळ तिथं पोसलेल्या संघटनांमुळेच नव्हे तर पाकिस्तानी लष्कर, आयएसआय, तिथले कट्टर धार्मिक गट, पाकिस्तानी प्रशासन, राजकारणातले काही घटक या सगळ्यांच्या आशीर्वादानंच हे घडतं हेही नवं नाही. मधुर संबंधाचं वातावरण कितीही तयार झालं तरी लष्करे तैयबा, जैशे महंमद यांसारख्या दहशतवादी गटांचा भारताविषयीच्या धोरणात प्याद्यासारखा वापर करणं पाकिस्तान कधीच सोडत नाही. मोदी सत्तेवर आल्यानं ते बंद होण्याची शक्यता नव्हती. त्याला सामोरं कसं जायचं हा मुद्दा असतो. पाकिस्तान आगळीक करणार, आपले जवान - पोलिस प्राणांची बाजी लावून आलेलं संकट परतवणार; पण यात रक्त सांडणार ते भारतीयांचंच. हल्ला होणार तो भारताच्या भूमीवर. हल्ल्यानंतर पाकिस्तान सांगणार हल्ला वाईटच; पण आम्हीही दहशतवादाशीच लढतो आहोत आणि आमच्या भूमीवरून काही घडलं असेल तर पुरावे द्या; तपासून कारवाई करू. आपण पुरावे गोळा करावेत, ते द्यावेत मग पाकनं सांगावं, त्यात काही विशेष नाही. तेवढ्यावर कारवाई कशी करणार? फार आंतरराष्ट्रीय

मुंबई हल्ल्याचा घटनाक्रम

- » २६ नोव्हेंबर २००८ : दहा दहशतवाद्यांचा कुलाबा जेट्टीमधून मुंबईत प्रवेश. छत्रपती शिवाजी टर्मिनस रेल्वे स्थानकावर प्रथम हल्ला, त्यानंतर लिओपोल्ड कॅफे, नरीमन हाऊस, ताज हॉटेलवर हल्ले. अजमल कसाबला जीवंत पकडण्यात यश, तुकाराम ओंबाळे शहीद
- » २७ नोव्हेंबर : राष्ट्रीय सुरक्षा रक्षक (NSG) चे जवान मुंबईत दाखल
- » २९ नोव्हेंबर : इतर नऊ दहशतवाद्यांचा खात्मा १६० लोक मृत्युमुखी, २९३ जखमी
- » १५ पोलिस दलातील जवान, दोन राष्ट्रीय सुरक्षारक्षक शहीद
- » ६ मे २०१० : एकमेव जीवंत दहशतवादी अजमल कसाबला विशेष सत्र न्यायालयाकडून फाशीची शिक्षा, २९ ऑगस्ट २०१२ रोजी सर्वोच्च न्यायालयाकडून शिक्षा कायम
- » २१ नोव्हेंबर २०१२ : पुण्याच्या मध्यवर्ती कारागृहात अजमल कसाबला फाशी

दबाव आलाच तर तेवढ्यापुरती कारवाई होते, नंतर लखवी असो की हाफिज मोकाटच. हेच पुन्हा पुन्हा घडतं. तरीही सारं मागं टाकून नव्यानं चर्चेचा डाव मांडावा लागतो. ही निर्णायक युद्ध करून सोक्षमोक्ष लावणं परवडणारं नसलेल्या दोन अण्वस्त्रधारी शेजारी देशांसाठीची अगतिकता आहे. संसदेवरचा हल्ला असो, कारगिलमधला विश्वासघात असो अथवा मुंबईवरचा हल्ला असो हेच घडत आलं. आताच्या पठाणकोटी विश्वासघातानंतरही तेच घडू पाहतं आहे. याचं कारण दोन देशांतली भूराजकीय स्थिती आणि आंतरराष्ट्रीय शक्तींचे हितसंबंध.

यामुळं कोणी कितीही ठरवलं तरी फार वेगळं काही करता येण्याची शक्यता उरत नाही. मग जे अटलबिहारी वाजपेयींनी केलं, जे मनमोहनसिंग करत राहिले, तेच मोदींना करावं लागतं. फारतर भाषेतला, शैलीतला फरक. परिणामतः, तपशिलात फार बदल होत नाही. मुद्दा हे वास्तव स्वीकारण्याचा आहे. पाकिस्तानातल्या काही शक्ती भारताच्या विरोधात या प्रकारचे खेळ करीत राहणार, ते हाणून पाडणारी यंत्रणा उभी करणं, हे खेळ करता येणार नाहीत एवढं पाकिस्तानला गुंतवून ठेवणं, अशा हल्ल्यांची किंमत थेट युद्धानं नाही तरी कोणत्या तरी माध्यमातून चुकवावी लागेल हे दाखवून देणं, त्यासाठी आंतरराष्ट्रीय दबावाचा वापर करणं हाच मार्ग उरतो. मात्र, तो चमक नसलेला आहे. प्रचारातल्या मोदींसाठी दुबळेपणाचा आहे.

पठाणकोटच्या हल्ल्याआधी परराष्ट्र सचिव पातळीवरच्या चर्चेची तयारीही झाली होती, तारखा ठरल्या होत्या. हल्ल्यानंतर पहिला प्रश्न होता या चर्चेचं काय होणार? भाजप विरोधात असतानाची भूमिका कायम असती तर हल्ला झाला तेव्हाच चर्चा रद्द आणि संबंधही संपवायला हवे होते. पण, सत्ता तसं करू देत नाही. सत्तेसोबत जुळवून घेणारी प्रगल्भता दाखवण्याचं बंधन येतं. त्याला बोटचेपेपणा म्हणायची सोय विरोधकांना असते. त्यामुळं चर्चेआधी आम्ही दिलेल्या माहितीनुसार करावाई करा, अशी अपेक्षा भारताकडून पाकिस्तानला कळवली गेली. चर्चा सुरू ठेवण्याचा दबाव पाकिस्तानवरही आहे. किंबहुना हल्ला झाल्यानंतरही भारताला चर्चेत ठेवलं हे दाखवणंही त्यांना आवश्यकच आहे, यासाठी काही जुजबी कारवाई करून चर्चेची दारं खुली ठेवण्याचा प्रयत्न होईल किंवा दोन्हीकडे फारच अंतर्गत दबाव वाढला तर पुन्हा तथाकथित कणखरपणा दाखवत चर्चा बंदचा नारा दिला जाईल. तेव्हाही ते तात्पुरतंच आहे, कायमचं नव्हे याची खात्री बाळगावी. पाकनं पठाणकोट हल्लेखोरांना हाताळणाऱ्यांवर कारवाई केली अथवा केली नाही तरी. यापलीकडं उरतं ते छुप्या युद्धाला त्याच रीतीनं उत्तर देणं. असं केलं तरी सांगता येत नाही. सांगायचंही नसतं. 'रॉ' चे एक प्रसिद्ध माजी अधिकारी बी. रामन यांनी त्यांच्या पुस्तकात, 'राजीव गांधींचं याविषयीचं धोरण आणखी काही वर्षे राबवलं असतं तर पाकला गुडघे टेकायला लागले असते', असं नमूद केलं आहे. म्हणजे छुप्या युद्धाला तसंच उत्तर देण्याचं हे तंत्र आधी वापरलंच नाही असंही नाही. त्रिपुरामधल्या मुख्यमंत्री माणिक सरकार यांच्या सरकारनं बांगलादेशातल्या भारतविरोधी गटांना मोडताना हेच तंत्र शांतपणे वापरलं. पण हेही थंडपणे घडवायचं असतं, त्यातल्या यशाचं श्रेयही न घेता. म्यानमारमधल्या कारवाईनंतर मोदी सरकारमधले मंत्री ज्या मोकाटपणे बोलत सुटले तो प्रकार हे सारं मुसळ केरात घालणारा असतो. सरकार चालवणाऱ्यांना दीड वर्षाच्या सत्ताकाळानंतर एवढे भान यायला हरकत नसावी.

पाकिस्तानविरोधातल्या टोकाच्या कारवाईला मर्यादा आहेत. संसदेवरचा हल्ला किंवा मुंबई हल्ल्यानंतर युद्धाच्या पर्यायाचा विचार झाला होता; पण त्यातली अव्यवहार्यता समजून पुन्हा चर्चेच्या मार्गाला जाणं, पाकिस्तानाला आंतरराष्ट्रीय पातळीवर उघडं पाडणं, दबाव आणणं याच मार्गाचा अवलंब तत्कालीन पंतप्रधानांनी केला. मोदींपुढेही दुसरा पर्याय नाही. सभा गाजवणाऱ्या विरोधी नेत्याला पंतप्रधान झाल्यानंतर कणखरपणाचा आव कायम आणता येत नाही. ते हिताचंही नसतं. मोदींमध्ये सुपरमॅन शोधणाऱ्या संप्रदायाला कटू वाटलं तरी हेच वास्तव आहे.

१० जानेवारी २०१६

■

प्रतिमेचं ओझं...

> सरकारचं पाकिस्तानविषयक धोरण नेमकं काय हे कोडंच बनत चाललंय. वाटेल तेव्हा गळ्यात गळे घालायचे, एकदम मध्येच हाडहूड सुरू करायचं, यात संगती कशी लावायची? नाट्यमयता हा या सरकारचा अंगभूत गुण आहे. तो असायला हरकतही नाही; अधिकाधिक लोकांपर्यंत पोहोचण्यात हा गुण लाभाचाही असू शकतो. मात्र, परराष्ट्र धोरण केवळ नाट्यमयतेच्या गुणावर कसं चालेल, याचं भान ठेवणं आवश्यक आहे. मुळात इथं कुणाची सत्ता आली म्हणून जगाची आपल्याविषयीची धोरणं बदलतील हा गैरसमजच आहे.

कणखर प्रतिमा ही राज्यकर्त्यांसाठी चांगलीच बाब असते. निर्णायक असणं, निर्णय घेताना कणखर राहणं या अपेक्षा लोकांकडूनही सरकारबद्दल असतात, त्यात काही गैर नाही. सध्याचं सरकार अशा कणखरपणाची जाहिरातबाजी करतच सत्तेवर आलं आहे. त्यामुळं तो आब सांभाळणं हा या सरकारसाठी प्रतिष्ठेचा मुद्दा बनतो. मात्र, सरकार चालवताना कणखर राहणं आणि लवचिकता दाखवणं यातला तोल सांभाळण्याला पर्याय नसतो. तसं व्हायला लागलं की भ्रमनिरास झाल्यासारखा वाटतो. या सरकारसाठी मात्र ही स्थिती ओढवून घेतलेलीच ठरते. मोदी सरकारनं हुरियतला पाकिस्तानी उच्चायुक्तांशी चर्चेला हरकत नसल्याचं प्रमाणपत्र देणं असो, की चीनमधल्या बंडखोर नेत्याला व्हिसा देऊन, तो काढून घेण्याचं प्रकरणं असो, कणखरपणाच्या मुखवट्याचे टवके उडालेच आहेत. विशिष्ट प्रतिमानिर्मितीतून निवडणुकीचं मैदान मारायला मदत होते, पण राज्यशकट हाकताना त्या सांभाळणं अडचणीचं ठरू लागतं याचा बोचरा अनुभव मोदी सरकार घेत आहे.

हुरियतच्या नेत्यांनी पाकिस्तानी उच्चायुक्तांना भेटणं आता चुकीचं राहिलं नाही, कारण असं सरकारनंच संसदेत जाहीर केलं आहे. मोदी सरकारनं असं ठरवलं म्हणजे ते देशहिताचंच असणार, राष्ट्रवादी भूमिकेशी सुसंगतही असणार असा गाजावाजा ऐकायचीही तयारी ठेवायला हवी. त्यामुळं आता काश्मीरमध्ये जवान जखमी होत असताना, हुरियतच्या नेत्यांना पाकिस्तानी उच्चायुक्तांसोबत शिरखुर्मा खायला मोकाट का सोडतं असं विचारायची सोय नाही. अशी पलटी मारताना सरडाही लाजेल अशी टीका शिवसेनेनं केली असली तरी केंद्राला त्यामुळं काही फरक पडायची शक्यता नाही.

केंद्र सरकारच्या कोलांटउड्या पुन्हा पुन्हा समोर येत आहेत. या सरकारनं किती 'यू टर्न' घेतले हे मोजयचंही सोडून द्यायची वेळ आली आहे. मुद्दा मनरेगा सुरू ठेवण्याचा असो, विमा क्षेत्रात परकीय गुंतवणुकीचा असो, की

सराफांना अबकारी करात ओढण्याचं असो, बदलत्या भूसंपादन कायद्याशिवाय विकास नाही असं सांगून तो कायदाच गुंडाळायचा आणि तेही लोकहितासाठीच म्हणून सांगण्याचा असो, की आंतरराष्ट्रीय संबंधातल्या कोलांटउड्यांचा, हेच अनुभवाला येतं आहे. हुरियतसंबंधीची आधी आपणच आखलेली लक्ष्मणरेषा विसरून जाण्याची भर यात पडली. हे बरं की वाईट हा वेगळा मुद्दा. मात्र, आंतरराष्ट्रीय पातळीवर एखादी गोष्ट धोरण म्हणून आपण ठरवतो आणि काहीही वेगळं घडलं नसताना, त्या धोरणाला सोडचिठ्ठी देतो हे मुळात मुद्दाच समजत नसल्याचं लक्षण आहे. भारत आणि पाकिस्तानसंबंधात काश्मीरचा प्रश्न आहे हे अमान्य करण्यासारखं काही नाही. काश्मीर सोडून पाकिस्तानला चर्चेला तयार केलं यातल्या वाल्गनांवर नंतर कसं पाणी ओतलं गेलं हे सर्वविदितच आहे. काश्मीरबद्दलच्या दोन्ही देशांच्या अधिकृत भूमिका टोकाच्या आहेत, त्यात तडजोड करणं कुठल्याच सरकारला परवडणारं नाही. यातून काश्मीरबद्दल कोणत्याही बाजूनं थोडा जरी समजूतदारपणा दाखवायचा प्रयत्न केला तर अंतर्गत राजकीय गणितं बिघडतात. सत्तेवर बसलेल्या सर्वांनाच हे भोगावं लागतं. त्यामुळं अधिकृत भूमिकांना चिकटून राहतानाच चर्चा करत राहणं आणि अंतिम तोडगा निघेल तेव्हा निघो, किमान संबंध जपत राहण्याला पर्याय उरत नाही. विरोधात असताना याला बोटचेपेपणा म्हणता येतं दुबळेपणा ठरवता येतं. सत्तेत बसल्यानंतर आणि पठाणकोटच्या हल्ल्यानंतर, तोच बोटचेपेपणा पाठ सोडत नाही.

भारत आणि पाकिस्तान यांच्यातले सबंध ठरवताना आक्रमक बचावाच्या पवित्र्याचं तत्त्व सध्याचे सत्ताधारी आणि त्यांची धोरणं ठरवणारे सांगत असत. याचाच भाग म्हणून पाकिस्तानमधून कोणी यावं व भारताचा भाग असलेल्या काश्मीरमधील हुरियत परिषदेच्या नेत्यांना भेटावं हे मान्य नाही, अशी स्पष्ट भूमिका मोदी सरकारनं घेतली होती. याचा अर्थ तुम्ही आमच्या देशात येऊन इथल्या फुटीरतावाद्यांच्या गळ्यात गळे घालणार असाल तर ते मान्य नाही, चर्चा गेली उडत असा पवित्रा होता. तो अर्थातच सहज लोकप्रिय ठरणार होता. ऑगस्ट २०१४ मध्ये मोदींच्या सरकारच्या वतीनं परराष्ट्रमंत्री सुषमा स्वराज यांनी, 'पाकिस्तानी शिष्टमंडळ हुरियतशी चर्चा करेल हे मान्य नाही', असं सांगून परराष्ट्र सचिव स्तरावरची होऊ घातलेली चर्चा उधळली होती आणि भारताच्या कणखर भूमिकेचं स्वागत करणाऱ्यांच्या फौजांनी सोशल मीडिया पादाक्रांत केला होता. याआधीची सरकारं (त्यात वाजपेयींचंही आलं) अकारण नसते लाड पुरवत होती. पाकिस्तानच्या मुजोरीला उत्तर द्यायला असंच कणखर सरकार हवं असा सारा सूर होता. तेव्हाही परराष्ट्र व्यवहारातील शहाणे सांगत होते, हुरियतला द्विपक्षीय चर्चेत कुठंही न घेणं एवढंच पुरेसं आहे. त्यांच्यावर बंदी लादून ज्यांचा जनाधार ढासळतो आहे, त्यांना काश्मिरात नव्यानं उभं करण्यात काय अर्थ आहे. पण सरकार आणि सरकारनं काहीही केलं तरी समर्थनासाठी सदैव सज्ज असणारे साजिंदे भारत - पाक संबंधात कशी नवी लक्ष्मणरेषा आखून दिली याचं गुणगान करण्यात मग्न होती. सरकारला खरंच हुरियतविषयी अशी कठोर भूमिका घ्यायची असली आणि ती ठरवून घेतली असेल तर बदलायचंही कारण नव्हतं. मात्र आता सरकार म्हणतं आहे, 'हुरियतच्या नेत्यांनी पाकिस्तान्यांना भेटण्यात काहीच गैर नाही, चर्चा मात्र दोन देशांतच होईल.' याआधीही चर्चेत हुरियत किंवा तिसऱ्या कोणालाही सामविष्ट करून घ्यायला

डोल्कुन इसा (Dolkun Isa)

- डोल्कुन इसा हे उघूर समाजामधील लोकशाही व मानवी हक्क कार्यकर्ते आहेत.
- १९९८ मध्ये चीनच्या दमनकारी यंत्रणेपासून बचावासाठी त्यांनी युरोपला प्रयाण केले. २००६ मध्ये त्यांना जर्मन नागरिकत्व मिळाले.
- एप्रिल २०१६ ला भारताने डोल्कुन इसा यांना दिलेला व्हिसा चीनच्या दबावामुळे रद्द केला.

भारताकडून नकारच होता. सिमला करारानं काश्मीर प्रश्नच द्विपक्षीय बनवला होता. त्यात तिसऱ्याचं काम नाही हे चार दशकांपूर्वीच ठरलं होतं. त्यावर वाजपेयींच्या काळात लाहोर घोषणेनं शिक्कामोर्तब झालं होतं. आता तेच संसदेत सांगणंही समर्थकांसाठी गौरवाचं बनवलं जाईल यात शंका नाही आणि यात आपणच मारलेली लक्ष्मणरेषा आपणच पुसून टाकली याकडं मात्र दुर्लक्ष होईल तेही शिरस्त्याप्रमाणंच.

सरकारचं पाकिस्तानविषयक धोरण नेमकं काय हे कोडंच बनत चाललं आहे. वाटेल तेव्हा गळ्यात गळे घालायचे, एकदम मध्येच हाडहूड सुरू करायचं, याची संगती कशी लावायची? नाट्यमयता हा या सरकारचा अंगभूत गुण आहे; तो असायला हरकतही नाही. अधिकाधिक लोकापर्यंत पोहोचण्यात हा गुण लाभाचाही असू शकतो. मात्र, परराष्ट्र धोरण केवळ नाट्यमयतेच्या गुणावर कसं चालेल, याचं भान ठेवलं नाही, की लाहोरमध्ये शरीफ यांच्याशी गळाभेट घेऊन मोदी परतल्यानंतर, पठाणकोटनं जो झटका दिला तो अचंब्याचा वाटू लागतो. मुळात इथं कुणाची सत्ता आली म्हणून जगाची आपल्याविषयीची धोरणं बदलतील हा गैरसमजच आहे. हे संबंध बहुधा त्या त्या देशांच्या हितसंबंधाच्या जपणुकीशी जोडलेले असतात. म्हणूनच मोदी-शरीफ यांच्या गळाभेटीत अमेरिकेचे तत्कालीन अध्यक्ष रिचर्ड निक्सन यांच्या ऐतिहासिक चीन दौऱ्यासारखा क्षण म्हणून पाहणं स्वप्नांच्या दुनियेत वावरण्यासारखं होतं. कशाचंही समर्थन करायला तयार असलेल्या फौजा जवळ असल्या, की अशा स्वप्नांच्या दुनियेत वावरण्याचा मोह होणं स्वाभाविकही आहे.

उघूर समाज

- उघूर हा चीनमधील मुस्लिमधर्मीय तुर्की वांशिक अल्पसंख्याक समाज आहे.
- उघूर समाज चीनमधील जिनजिआंग प्रांतामध्ये राहतो.
- उघूर ही या समाजाची मुख्य भाषा असून, ती तुर्की भाषा समुदायामधील आहे.

हुरियतच्या प्रकरणातही सरकार आगतिक झाल्याचं समोर येतं आहे. हुरियतशी चर्चा करणार असाल तर तुमच्याशी संवाद नाही ही भूमिका लोकप्रिय आहे. यात शंका नाही, पण ती अडथळ्याची भिंतच ठरणार असेल तर पाकिस्तानशी संवाद कसा होईल आणि असा संवाद न होणंही अडचणीचं. भारतासारख्या जगाच्या व्यवहारात काही करू पाहणाऱ्या देशाला, शेजाऱ्यांशी चर्चेइतकेही संबंध धडपणानं ठेवता येत नाहीत ही स्थिती चांगली नसते. खरंतर हुरियतच्या नेत्यांना पाकिस्तानी उच्चायुक्त भेटल्यानं काश्मीरविषयक आपल्या भूमिकेत काही फरक पडत नाही. आधीही तो पडला नव्हता. असले मुद्दे विनाकारण प्रतिष्ठेचे केल्यानंतर त्यापासून माघार घेताना पंचाईत होते. आपणच तयार केलेल्या प्रतिमेचं ओझं वागवताना सरकारची दमछाक व्हायला लागली आहे. पाकिस्तान असो, चीन की नेपाळ, निदान या महत्त्वाच्या शेजाऱ्यांबाबत तरी हेच घडतं आहे.

चीनमधल्या डोल्कून इसा या बंडखोर नेत्याला व्हिसा देऊन चीननं डोळे वटारताच घेतलेली माघारही अशाच प्रतिमेच्या प्रेमातून ओढावलेली नामुष्की होती. एकतर चीननं दहशतवादी म्हणून घोषित केलेल्या आणि इंटरपोलकडून रेड कॉर्नर नोटीसही मिळवलेल्या नेत्याला कोणत्याही कारणानं का असेना, भारतात येण्याचा आणि जाहीर परिषदेत भाग घेण्याचा परवाना देताना आधीच सर्व परिणामांचा विचार करायला हवा होता. डाल्कून इसा नावाचा हा उघूर समाजाचा नेता चीनच्या दृष्टीनं दहशतवादी आहे. आपण मसूद अजहरला दहशतवादी मानतो, तर चीन या इसाला दहशतवादी समजतो. आता कोणी मसूदला अशाच पायघड्या घातल्या तर आपली प्रतिक्रिया संतापाचीच असेल, असायलाच हवी. तशीच चीननं इसाबाबत दिली. मुद्दा चीनच्या प्रतिक्रियेचा नाही, आपण त्याला काय उत्तर देतो हा आहे. यात दोन्हींकडून सरकारची कोंडी होती. चीननं आक्षेप घेतल्यानंतर किंवा घेतला नसता तरीही ज्याच्याबद्दल रेड

कॉर्नर नोटीस जारी झाली आहे, त्याला असा व्हिसा देणं आपल्या मसूद आणि कंपनीविरोधातल्या मोहिमेशी विसंगत होतं. अशा विसंगती ठेवूनही हवं ते घडवावं इतकं आपलं वजन जगाच्या बाजारात अजून तरी नाही. दुसरीकडं व्हिसा दिल्याचं समजताच चीननं अजहर मसूदला दहशतवादी ठरवण्याचा प्रस्ताव संयुक्त राष्ट्रांच्या सुरक्षा परिषदेत अडवला. त्याचं उट्टं भारतानं काढल्याचं सांगितलं जाऊ लागलं. जशास तसे अशी कणखर भूमिका घेणारे नेतृत्व लाभल्याचा आनंद सुरू झाला होता. अगदी केवळ 'Slaps China' नावाचा ट्रेंडच तयार झाला होता. मोदींनी कसं चीनला फटकारलं याची वर्णनं करणाऱ्यांना ऊत आला होता. आता फटकारलंच आहे तर निदान हीच भूमिका कायम ठेवून आंतरराष्ट्रीय पातळीवर तोंड द्यायची तयारी ठेवायला हवी होती. जशी चीननं अजहर मसूदबाबत ठेवली आहे. मात्र, 'जशास तसे'चा आव फार काळ टिकवता आला नाही आणि इसाला व्हिसा नाकारावा लागला.

केवळ इसा या चीननं दहशतवादी ठरवलेल्या आणि पाश्चात्त्य जग मानवी हक्कांसाठीचा लढवय्या म्हणून पाहत असलेल्या या गृहस्थास व्हिसा नाकारला असं नाही, तर त्याच आठवड्यात चीनला नको असलेल्या अन्य दोघांनाही भारतानं असाच व्हिसा नाकारला. व्हिसा देताना रेड कॉर्नर नोटिशीबाबतची खात्री केली नसेल हे जवळपास अशक्य आहे. याच इसाला अमेरिकेनं मार्चमध्ये बोलावलं, तेव्हाही चीननं अकांडतांडव केलंच होतं. मात्र, अमेरिका त्याला बधली नाही. म्हणजेच रेड कॉर्नर नोटीस ध्यानात आली म्हणून व्हिसा नाकारला हे आदर्श कारण पुढं केलं तरी ताकदच दाखवायची असते, तेव्हा असल्या आदर्शांना अर्थ नसतो. चीननं मसूद अझहरबाबत भारतानं केलेल्या सगळ्या प्रयत्नांवर संयुक्त राष्ट्रसंघात पाणी ओतताना ते केलं, अमेरिकेनं इसाला बोलावताना हेच दाखवलं. आपल्याकडं मात्र सगळ्याच प्रकरणाचा विचका करून टाकला. आता अजूनही काही सरकारी समर्थक चीनला केवळ इशारा देण्याचाच भाग यामध्ये होता असं सांगू लागले आहेत. यातून चीन देशानं स्वतः दहशतवादी ठरवलेला आणि भारतानं दहशतवादी ठरवलेला अशा दहशतवाद्यात डावं उजवं करतो हे उघड झालं, असाही साक्षात्कार काहींना झाला आहे. ही तोंडावर आपटल्यानंतर शोधलेली पळवाट आहे. एकतर चीन किंवा अमेरिकेसह अनेक देश दहशतवाद्यांत आपला-परका शोधतात, यात नवं काहीच नाही. दहशतवाद्यांविषयीचे भारताचे दावे, सारं जग मान्य करत नाही, हे जुनंच दुखणं आहे. गुड टेररिस्ट आणि बॅड टेररिस्ट ही वर्गवारी त्या त्या देशाच्या सोयीनं केली जाते यातही काही नवं नाही. हे समजण्यासाठी इसाला व्हिसा देऊन नाकारण्याचं कारणच नाही. न पेलणारं धाडस करण्यापूर्वी पुरेसा गृहपाठ केला नाही हेच यातलं खरं कारण आहे.

चीनच्या संदर्भात काही गृहीत धरणं धोक्याचं असतं याची जाणीव या देशानं अनेकदा करून दिली आहे. सध्याचं सरकार आल्यानंतर चीनला वेसण घातल्याचं निदानही असंच वल्गना या सदरात मोडणारं आहे. ज्या वेळी चीनचे अध्यक्ष जिनपिंग पंतप्रधान मोदींसोबत अहमदाबादेत झुल्यावर झुलत होते, तेव्हा चिनी सैनिक भारतीय हद्दीत लडाखलगत घुसखोरी करत होते. त्याचा निषेधही धडपणानं करता आला नव्हता. उलट चीननं या भागातल्या सीमेविषयी दोन्ही देशांचा दृष्टिकोन वेगळा आहे असं सांगितलं आणि ते ऐकून घ्यावं लागलं.

हे सरकार आल्यानंतर आंतरराष्ट्रीय पातळीवर दबदबा वाढवायचा प्रयत्न होतो आहे, खुद्द पंतप्रधान यात पुढाकार घेत आहेत यात शंकाच नाही. मात्र, आंतरराष्ट्रीय संबंधांतल्या हालचाली, डावपेच दीर्घकालीन उद्दिष्टांशी सुसंगत ठेवणं लाभाचं असतं. यात प्रत्येकवेळी देशांतर्गत राजकारणावर डोळा ठेवून भूमिका ठरवणं अडचणीत आणणारंच. बंडखोर उघूर नेत्याचं व्हिसा प्रकरण आणि हुरियत-पाक चर्चेवरची कोलांटउडी यातून ओढून ताणून आणलेल्या धाडसी प्रतिमेला व्यवहारी जगात टाचणी लागते हेच दिसतं. सत्तेत दोन वर्षे होताना तरी हे भान यायला हवं.

८ मे २०१६

■

बलुचिस्तानचा चकवा!

> “बलुचिस्तानच्या मुद्द्यावरून पंतप्रधान नरेंद्र मोदी यांनी जे वक्तव्य केलं ते पाकिस्तानला जशास तसं उत्तर या धर्तीचं असल्याचं समर्थन होईल. मात्र, केवळ शब्दांनी पाठिंबा आहे की कृतीनं काही करायचं सरकारनं ठरवलंय हा खरा मुद्दा आहे. बलुचिस्तानचा मुद्दा केवळ पाकिस्तानपुरता मर्यादित नाही. आता त्या भागात चीनचेही हितसंबंध गुंतले आहेत, त्याचाही विचार भारताला करावा लागेल. मोदी यांनी लालकिल्ल्यावरून स्वातंत्र्यदिनी केलेल्या भाषणात पाकव्याप्त काश्मीर, बाल्टिस्तान, गिलगिट आणि बलुचिस्तान यांचा केलेला उल्लेख भारत आणि पाकिस्तान या दोन्ही देशांत वाद-चर्चेचं नवं आवर्तन तयार करणार आहे, यात शंका नाही.

'तुम्ही काश्मिरातल्या लोकांच्या स्वातंत्र्याबद्दल बोलता तर आम्ही बलुचिस्तानच्या स्वातंत्र्याबद्दल बोलू' हे जशास तसं थाटाचं उत्तर भारतानं खास करून थेट पंतप्रधान नरेंद्र मोदी यांनी दिल्यानंतर पाकिस्तानला धडाच शिकवायला पाहिजे' असं सांगणाऱ्या देशातल्या मंडळींना उचंबळून येणं साहजिक आहे. यावर्षीचा भारताचा आणि पाकिस्तानचा स्वातंत्र्य दिन गाजला आणि त्याचे पडसाद दीर्घकाळ उमटत राहतील ते दोन्ही देशांच्या पंतप्रधानांनी केलेल्या काश्मीर आणि बलुचिस्तान यांविषयीच्या मांडणीमुळं. दोन वर्षांपूर्वी सत्तेवर येताना पाकिस्तानच्या पंतप्रधानांना शपथविधीला बोलावणारे, अचानक नवाज शरीफ यांच्या घरी भेट देऊन आलिंगन देणारे आणि रोज सीमेवर गोळीबार आणि काश्मिरात घुसखोरी सुरू असताना गुरुदासपूर आणि पठाणकोटमध्ये दहशदवादी हल्ले

बलुचिस्तानमधील चीनचे हितसंबंध

» चीनचे बलुचिस्तानमध्ये आर्थिक, राजकीय व सामारिक हितसंबंध गुंतलेले आहेत
» प्रस्तावित चीन - पाकिस्तान आर्थिक कॉरिडोर (China-Pakistan Economic Corridor) चा बराचसा भाग बलुचिस्तानमधून जातो. बलुचिस्तानमधील समृद्ध खनिजसंपत्तीवर देखील चीनचा डोळा आहे.
» चीन पाकिस्तानमध्ये विकसित करत असलेले ग्वादर बंदर देखील बलुचिस्तानमध्ये आहे
» यामुळे चीनचे तेल आयातीसाठी मलाक्काच्या सामुद्रधुनीवर असलेले अवलंबित्व कमी होणार आहे
» ग्वादर बंदरामुळे चीनला हिंद महासागरामध्ये प्रवेश मिळणार असून यामुळे हिंद महासागरामधील नाविक वर्चस्वाला खो बसण्याची शक्यता आहे.

झाल्यानंतरही पाकिस्तानसोबत चर्चेचा मंत्र न सोडणारे मोदी यांना काश्मीरमधील तणावानंतर पाकिस्तान घेत असलेल्या भूमिकेनं मात्र 'चर्चायोग बस्स झाला, आता धटासी धट' छापाचं बोलू असं वाटायला लावणारं ठरलं. आता मोदींच्या अशा पाकव्याप्त काश्मीर आमचाच आणि बलुचिस्तानातल्या लोकांच्या हक्कांचं काय असं विचारण्यानं, पाहा पाकिस्तानशी असंच वागायला हवं याला म्हणतात कणखरपणा असं सांगायची समर्थकांना सोय झाली. शरीफ यांच्या गळाभेटीवेळी हेच समर्थक ती भेटच गेम चेंजर असल्याचं सांगण्यात पुढं होते.

मोदी यांनी लालकिल्ल्यावरून स्वातंत्र्यदिनी केलेल्या भाषणात पाकव्याप्त काश्मीर, बाल्टिस्तान, गिलगिट आणि बलुचिस्तान यांचा केलेला उल्लेख भारत आणि पाकिस्तान या दोन्ही देशांत वाद-चर्चेचं नवं आवर्तन तयार करणार आहे, यात शंका नाही. लोकप्रिय भूमिकेच्या दृष्टिकोनातून पाहता मोदींचा हा बदलता पवित्रा निश्चितच लोकभावनांना साद घालणारा आहे. जो पाकिस्तान सतत भारताला छळतो आहे, त्याला कुणी तरी धडा शिकवावा, असं जनमानस आपल्याकडं आहे हे नाकारायचं काही कारण नाही. त्यामुळंच काँग्रेसनंही पंतप्रधानांच्या सुरात सूर मिसळला आहे. त्याविरोधात वेगळं मत मांडणाऱ्या सलमान खुर्शिद यांचं मत व्यक्तिगत असल्याचं सांगण्याची घाईही यातूनच आलेली. दुसऱ्या बाजूला पाकिस्तानचे पंतप्रधान नवाज शरीफ यांनी पाकिस्तानच्या स्वातंत्र्यदिनाआधीच काश्मीर पाकिस्तानला जोडण्याची, भारतापासून मुक्त करण्याची भाषा केली. हे दोन्ही नेते मागची दोन वर्षे जपून बोलत होते. तणावातही संयम दाखवत होते. त्याला दोन्ही बाजूंनी सोडचिठ्ठी मिळाली. जसं पाकिस्तानला धडा शिकवावा, असं भारतात जनमानस आहे आणि पाकिस्तानला निदान खडसावलं तरी या भावनांना फुंकर घलता येते, तसंच पाकिस्तानात भारताच्या विरोधात जोरात बोललं तरी बरं वाटणारा मोठा वर्ग आहे. शरीफ यांना काश्मीरमधल्या तणावाच्या आगीत तेल ओतणारी विधानं करताना हाच वर्ग डोळ्यासमोर असेल यात शंका नाही. म्हणजेच या वर्षी स्वातंत्र्य दिनानं दोन्हीकडील शेजारी देशांवर खुन्नस असलेल्या वर्गाला खूश करण्याचं काम उभय नेत्यांनी केलं. जसं आपल्याकडं, ते पाकव्याप्त काश्मीर एकदाचं घेऊन टाका आणि ३७० कलम वगैरे लाड बंद करून काश्मीर संपूर्ण देशाशी एकात्म करून टाका, तिथली वेगळेपणाची भावना वगैरे सारं थोतांड आहे असं सांगणारे आहेत, तसंच तिकडं संपूर्ण काश्मीरवर हक्क सांगण्यासाठी काहीही करा, आंतरराष्ट्रीय मंचावर जा आणि सगळं काश्मीर देशाला जोडून टाका असं सांगणारे आहेत. जोवर देशांमधील सर्वोच्च नेतृत्व ही भाषा बोलत नाही तोवर असले सल्ले देणाऱ्यांकडं दुर्लक्ष केलं जातं. किंबहुना आंतरराष्ट्रीय संबंधांची गुंतागुंत उकलणं इतकं सहजसाध्य नाही, असंही मांडलं जातं. मात्र, देशाचे पंतप्रधानच या भाषेत बोलायला लागले की, सबुरीचा सूर देशविरोधी वाटायला लागतो. १५ ऑगस्टनंतर हेच घडायला लागलं आहे. अर्थात, आंतरराष्ट्रीय संबंधात नेहमीच देशाचे हितसंबंध सर्वांत प्राधान्याचे मानले जातात. त्यामुळं मोदी-शरीफ यांच्या एकमेकांना टोले लगावणाऱ्या वक्तव्यांनंतर त्याचा लाभ कुणाला किती, कसा हा खरा मुद्दा आहे. आता काही प्रवक्ते वर्गातली मंडळी ट्विटरपासून जिथं तिथं चालवलेल्या मतचाचण्यांत बलुचिस्तानचा मुद्दा उपस्थित करण्याला किती प्रचंड पाठिंबा आहे हे सांगू लागले आहेत. मुद्दा इतकाच, भावनेनं भारलेल्या वातावरणातील मतचाचण्या या निवडणुकांमधलं वारं सांगण्यासाठी कदाचित उपयोगाच्या असतील, पण आंतरराष्ट्रीय संबंध त्यावर ठरवायचे काय? लोकानुनय आणि आंतरराष्ट्रीय राजकारण या स्वतंत्र बाबी नाहीत काय?

पाकिस्तानव्याप्त काश्मीर, बलुचिस्तानच्या मुद्द्यावरचे देशांतर्गत आणि राजकीय परिणाम तातडीचे आणि

लांब पल्ल्याचे काय असू शकतात. शरीफ यांनी काश्मीरमधल्या कथित आजादीवाल्यांना पाठिंबा देणं हा भारताच्या अंतर्गत प्रश्नात नाक खुपसण्याचा मामला आहे, यात शंकाच नाही. हाच आक्षेप बलुचिस्तानबद्दल आपण घेत असलेल्या भूमिकेवर घेतला जाणं स्वाभाविक आहे. पुन्हा मुद्दा तोच, याचा भारताला तातडीचा आणि दीर्घकालीन लाभ काय? पाकव्याप्त काश्मीरबद्दल भारतानं बोलणं स्वाभाविक आहे. वेळ आणि वातावरणानुसार कोणत्या भाषेत बोलायचं हे ठरतं, मात्र हा मूळ जम्मू आणि काश्मीर राज्याचा भाग आहे आणि हे संपूर्ण राज्य काश्मीरच्या संस्थानिकानं भारतात विलीन केलं आहे. हे विलीनीकरण स्वातंत्र्याच्या कायद्यानुसार परिपूर्ण आहे. साहजिकच पाकव्याप्त काश्मीर म्हणून ओळखला जाणारा प्रदेश भारताचा आहे आणि काश्मीर प्रश्न भारत-पाकिस्तान द्विपक्षीय वाटाघाटींनं सोडवणं म्हणजे तो भाग परत मिळवण्यावर बोलणं आहे ही भारतीय मांडणीची चौकट कायम आहे. पाकव्याप्त काश्मीर भारताचा भाग आहे हे भारताच्या संसदेनं ठणकावून सांगितलं आहे. मोदींनी ते सांगण्याआधी २२ फेब्रुवारी १९९४ ला नरसिंहराव पंतप्रधान असताना संसदेनं केलेल्या एकमुखी ठरावानं हा भाग जम्मू आणि काश्मीर राज्याचा म्हणजेच पर्यायानं भारताचा असल्याचं जाहीर केलं आहे. साहजिकच हे अगदी नवं नाही आणि त्याला आंतरराष्ट्रीय स्तरावर भारतानं चौकट ओलांडली असं कुणी म्हणायचं कारण नाही. पाकिस्तानने काश्मीरवर केलेल्या आक्रमणाविरोधात भारतानं संयुक्त राष्ट्रांत धाव घेतली तेव्हाही मूळ हेतू पाकिस्तानला आक्रमक ठरवणं हाच होता. त्या मागणीचा तिथं फुटबॉल केला गेला आणि संयुक्त राष्ट्रांमध्ये सार्वमत कसं घ्यावं यावरच चर्चा झाली आणि प्रश्न तिथं नेण्यातून काही साधलं नाही. तरीही सार्वमतासाठी संयुक्त राष्ट्रांचे जे दोन ठराव झाले त्यात पाकिस्ताननं व्याप्त काश्मीरमधून फौजा पूर्णतः मागे घ्याव्यात, तर भारतानं कायदा-सुव्यस्था राखण्याइतकं सैन्य ठेवावं, असं स्पष्ट केलं होतं. सार्वमत झालं नाही. ते होण्याची शक्यता आता संपल्यात जमा आहे, तरीही त्या ठरावानुसार पाकिस्तानच्या सैन्याची उपस्थिती अनधिकृत ठरवली होती. साहजिकच आता पाकिस्ताननं कितीही जोरात सार्वमताचा गाजावाजा केला तरी फरक पडत नाही. खरंतर भारताच्या अंतर्गत काश्मीर प्रश्नात पाकिस्तानचे हे प्रयत्न संदर्भहीन आहेत. व्याप्त काश्मीरविषयी मोदी आक्रमक बोलले यात शंकाच नाही. मात्र, पंडित नेहरूंनी याच मुद्द्यावर सीमा पार करून थेट पाकिस्तानात हल्ले करण्याची भूमिका घेतली होती. १९ डिसेंबर १९४७ला नेहरूंनी लिहिलेल्या काश्मीरविषयक नोंदीत ते म्हणतात, आम्ही आमच्या भागात घुसखोरांना पाठवण्यास, त्यांना प्रशिक्षित करण्यास पाकिस्तानला मोकळं सोडावं काय? यावरचा स्वाभाविक उपाय पाकिस्तानी भूमीत चालणाऱ्या कारवाया रोखण्यासाठी त्या भूमीतच हल्ला करणं. लष्करीदृष्ट्या हाच सर्वांत व्यवहार्य मार्ग आहे. आपल्या याच भावना त्यांनी इंग्लंडच्या पंतप्रधानांना कळवताना, पाकिस्तानच्या भूमीत असे हल्ले करणं आंतरराष्ट्रीय कायद्यानुसारही योग्यच ठरेल, असा दावा केला होता. लष्कराला झेलम आणि सियालकोट भागात हल्ल्यासाठी तयारी करायलाही सांगितलं गेलं होतं. मात्र, त्यावेळी

बलुचिस्तानी चळवळ

» बलुचिस्तान चळवळ बलुचिस्तानमधील बलुच वंशाच्या लोकांनी पाकिस्तानपासून वेगळे निघण्यासाठी सुरु केली.

» गुलाम मोहम्मद बलोच यांनी २००९ मध्ये बलोच राष्ट्रीय चळवळीची स्थापना केली, त्याचवर्षी त्यांची हत्या करण्यात आली

» बलुचिस्तान मुक्ती सेना ही संघटना हिंसक व दहशतीच्या मार्गाने बलुचिस्तानच्या स्वातंत्र्यासाठी लढते आहे. सध्या खैर बक्श मारी हा या संघटनेचा प्रमुख आहे.

उभय देशांचे लष्करप्रमुख ब्रिटिश होते, तसेच माउंटबॅटन, गव्हर्नर जनरल आणि सेनादलाचे औपचारिक प्रमुख होते, त्यामुळं तो बेत प्रत्यक्षात आला नाही. मात्र, पाकिस्तानच्या विरोधात सत्तेवर असलेल्या नेत्यानं घेतलेली ती सर्वांत जहाल भूमिका होती. नंतर वाजपेयींनी २००२मध्ये पाकिस्तानसोबत चर्चेचा एकच मुद्दा उरला आहे, तो पाकव्याप्त काश्मीर असं सांगितलं होतं. म्हणजेच पाकव्याप्त काश्मीरविषयी मोदींनी मांडलेली भूमिका आजघडीला वादळ उठवणारी असली तरी नवी नाही. याचबरोबर हेही समजून घ्यायला हवं की, पाकव्याप्त काश्मीर परत घेण्याचा निर्धार अनेक वेळा दाखवून, संसदेत ठराव करून आणि नेहरू ते राव, वाजपेयी अशा अनेकांनी तशीच भूमिका जाहीरपणे मांडूनही प्रत्यक्षात सीमेवर फरक पडला नाही. युद्धांनीही ताबारेषा फार बदलली नाही. साहजिकच परराष्ट्र धोरणात पाकिस्तानशी सामंजस्यानं घेता घेता एकदम पाकिस्तानला झोडपण्याचा पवित्रा घेणं हे संपूर्ण नवं वळण आहे की, तणावाच्या वातावरणात 'जशास तसं'ची भाषा आहे, पुन्हा कुठल्या तरी निमित्तानं चर्चेकडं वळायचंच आहे हे पाहण्याजोगं असेल.

पाकिस्तानव्याप्त काश्मिरात आणखी एक त्रांगडं आहे ते, यातला काही भाग पाकिस्ताननं चीनला देऊन टाकला आहे. आता चीन पाकिस्तानमध्ये करत असलेल्या ४६ अब्ज डॉलरच्या गुंतवणुकीतला मोठा भाग गिलगिट, बाल्टिस्तान, व्याप्त काश्मीर आणि बलुचिस्तान भागातच खर्ची पडणार आहे. साहजिकच आता तिथं चीनचे हितसंबंधही तयार झाले आहेत. मोदींच्या भाषणातला अधिक लक्षवेधी भाग होता तो बलुचिस्तानच्या उल्लेखाचा. बलुचिस्तान ही पाकसाठी ठसठसणारी जखम आहे. स्वातंत्र्यावेळी काश्मीरच्या महाराजांप्रमाणेच बलुचिस्तानच्या संस्थानिकांनाही तांत्रिकदृष्ट्या स्वतंत्र राहण्याची मुभा मिळाली होती. मात्र, जिनांच्या पाकिस्ताननं लष्कर पाठवून हा भाग पाकिस्तानला जोडला. बलुचिस्तानचा भाग ब्रिटिशकाळातही स्वायत्तच होता. त्याआधीही तिथले वांशिक गट कुठल्याही सत्तेखाली नांदले नाहीत. पाकिस्तानशी बलुचिस्तान जोडला तरी तिथं बंडखोर चळवळी कायम राहिल्या. किमान तीन वेळा दीर्घकाळचा रक्तपाती संघर्ष बलुचिस्ताननं अनुभवला आहे. हजारो नागरिकांच्या हत्या, अपहरण, गायब होणं हे बलुचिस्तानात नेहमीचं बनलं आहे. पाकिस्ताननं खास करून पंजाबी वर्चस्व असलेल्या लष्करानं सातत्यानं बलुचिस्तानातला कुठलाही विसंवादी सूर ठेचून काढण्याचीच भूमिका घेतली. चीननं ग्वादर बंदर विकासात लक्ष घातल्यानंतर तर आता नागरिकांच्या चळवळी दडपण्यासाठी अमर्याद बळाचा वापर सुरू झाला आहे. बलुचिस्तान पाकिस्तानमधला सर्वांत मागास भाग आहे आणि नैसर्गिक साधनांनी सर्वांत संपन्न भागही. तांबं, लोह आणि सोन्याचे मोठे साठे या भागात आहेत, तेलाचे साठेही सापडले आहेत. व्यूहात्मकदृष्ट्या हा भाग जगाच्या नकाशात अत्यंत मोक्याच्या जागेवर आहे. यातलं काही जगापासून लपलेलं नाही. बलोच प्रतिनिधी या वेदना जगाच्या वेशीवर टांगतच असतात. मोदींनी केलेल्या उल्लेखामुळं तिथल्या चळवळींना आणखी एक उघड समर्थन मिळालं. मोदींची ही खेळी काश्मीरमध्ये पाकिस्तानच्या सततच्या नाक खुपसण्याला शह म्हणूनही पाहिली जाते. आता तर अनेकांना बांगलादेशाप्रमाणं कधीतरी बलुचिस्तानलाही स्वतंत्र करून टाकावं, असं वाटू लागलं आहे. मुद्दा कोणाला काय वाटावं हा नाही, तर अशा कल्पनांच्या व्यवहार्यतेचा आहे. तातडीचा परिणाम म्हणून बलुच्यांचा प्रश्न पुन्हा चव्हाट्यावर आला, त्यामुळं पाकिस्तानातल्या सत्ताधीशांना अस्वस्थ करता आलं. त्याचबरोबर भारत पाकिस्तानच्या अंतर्गत बाबीत लक्ष घालतो आहे, असा कांगावा करायला पाकिस्तानला वाव मिळाला. तसंच काश्मीरमधील हिंसाचारापासून लक्ष वळवण्याचा प्रयत्न म्हणून या खेळीकडं बोट दाखवलं जाऊ लागलं. अंतर्गत प्रश्नांसाठी भारताचा हात

असल्याचं सांगणं हा पाकिस्तानचा राष्ट्रीय छंद आहे. त्यालाही बळ मिळालं. आता दीर्घकालीन टप्प्यावर खरंच भारत बलुचिस्तानच्या संघर्षात किती मदत करू शकतो हा मुद्दा आहे. एकतर तिथल्या बंडखोरांना उघड, छुपं कसंही बळ देण्याचा परिणाम चीनच्या तिथल्या हितसंबंधांवर होणार आहे. साहजिकच तिथला हस्तक्षेप केवळ पाकिस्तानवरच्या कुरघोडीपुरता राहत नाही. तसंच बलुची पाकिस्तानच्या विरोधात बंडाच्या पवित्र्यात असले तरी एकजिनसीपणे स्वातंत्र्य मिळवण्याइतपत सक्षम आहेत का? यावर तज्ज्ञांत मतभेद आहेत. आणखी एक बाब, काश्मीरमधल्या पाकिस्तानी कारवायांना उत्तर म्हणून बलुचिस्तानकडं पाहायचं असेल तर एक मुद्दा जगाच्या पातळीवर दुर्लक्ष करण्यासारखा नाही. भारत आणि पाकिस्तानसह संपूर्ण जगानं काश्मीर हा या दोन देशांतला एक प्रश्न असल्याचं मान्य केलं आहे. बलुचिस्तानच्या बाबतीत अशी स्थिती नाही. आतापर्यंत आपण आंतरराष्ट्रीय मंचांवर पाकिस्तानला एकटं पाडण्यासाठी काश्मिरातल्या हस्तक्षेपाचा मुद्दा उचलून धरत आलो आहोत. त्याला आता पाकिस्तानही, भारत बलुचिस्तानमध्ये हस्तक्षेप करत असल्याच्या कांगाव्यानं उत्तर द्यायचा प्रयत्न करेल.

पाकव्याप्त काश्मीर, गिलगिट, बाल्टिस्तानवर आक्रमक होणं आणि बलुचिस्तानमधल्या संघर्षाला पाठिंबा देणं यात व्यूहात्मक फरक आहे. बलुचिस्तानमधल्या संघर्षात बंडखोरांना सहानुभूती दाखवण्यापलीकडं काही करायचं तर त्यात प्रचंड गुंतागुंत आहे. मोदी सरकारनं हे मुद्दे बोलण्यापलीकडं कृतीतून लावून धरायचं ठरवलं असेल, तर नक्कीच भारत-पाक संबंधात हे नवंच वळण असेल. तोवर दोन्हीकडं आपापल्या देशात कसं दुसऱ्याला खडसावलं-अडचणीत आणलं यावर चर्चा घडवायला वाव आहेच.

आणखी एक मुद्दा, पाकव्याप्त काश्मीरचा, बलुचिस्तानचा विषय पुढं आणून जशास तसं वागल्याचं समाधान मिळेलही, मात्र आता काश्मीरमध्ये जे काही सुरू आहे ते आपल्याला धडपणे हाताळता येत नसल्यानं चिघळत गेलेला अंतर्गत मामला आहे आणि केवळ पाकिस्तानकडं बोट दाखवून तो संपणारा नाही.

२१ ऑगस्ट २०१६

■

...कणखर नेतृत्वाची कसोटी

“दहशतवादी हल्ला झाल्यानंतर नेमकी भूमिका काय असावी, हेच आपल्याकडं ठरलेलं नाही, हे पठाणकोट हल्ल्यानंतर उघड झालं. आताही परिस्थिती काही वेगळी नाही. असे हल्ले झाल्यानंतर पाकिस्तानला इशारे देणाऱ्या यापूर्वीच्या सरकारची आणि तत्कालीन पंतप्रधान मनमोहनसिंग यांची खिल्ली उडवणाऱ्या नरेंद्र मोदी यांनी सत्तेवर येताना प्रचारसभांतून आपली जी प्रतिमा निर्माण केली होती, ती टिकवण्याचं आव्हान त्यांच्यासमोर आहे. पाकिस्तानविरुद्धची राजनैतिक पातळीवर असो किंवा जमिनीवर जी काही लढाई करायची, ती आपल्याच हिमतीवर करावी लागेल.

काश्मीरमधल्या उरी इथं दहशतवाद्यांनी केलेला हल्ला भारत-पाकिस्तान संबंधाला संपूर्ण नवं वळण देणारा आहे. पाकिस्तानचे लाड आता पुरे झाले, हे देशातल्या सामान्य माणसांचं ठाम मत बनलंय. 'पाकिस्ताननं आपल्या एका जवानाचा बळी घेतला तर त्यांच्या दहा सैनिकांचा घेऊ', असं सांगत सत्तेवर आलेल्या सरकारसमोर मात्र पाकिस्तानला धडा शिकवायचा म्हणजे काय, असा प्रश्न आहे. सरकार म्हणून तो सोडवणं अशक्य नाही, मुद्दा आतापर्यंत केलेल्या भाषणांचा आहे. आपणच तयार केलेल्या प्रतिमेचाही आहे. प्रतिमानिर्मितीचं तंत्र उपयोगाचं ठरतं, तसंच कधी कधी अडचणीचंही. प्रतिमानिर्मितीच्या नादात घेतलेल्या टोकाच्या भूमिका निर्णय घेण्याच्या जागेवर बसल्यानंतर अडचणीच्या ठरतात, याचा अनुभव पंतप्रधान नरेंद्र मोदी यांचं संपूर्ण बहुमताचं सरकार घेतं आहे. हल्ला झाल्यानंतर सरकारची सुरुवातीची भाषा नेहमीचीच निषेधाची, हे सहन करणार नाही, या प्रकारची आहे. तीच भाषा वर्षानुवर्षं लोक ऐकत आले आहेत, अशीच भाषा यापूर्वीचे राज्यकर्ते करत, त्या वेळी भाजपचे टीव्हीवरचे प्रवक्ते खिल्ली उडवताना थकत नसत. खुद्द मोदी तर 'उनकी भाषा में जवाब'चं समर्थन करायचे. आता पठाणकोट आणि पाठोपाठ उरीतील लष्करी तळावरच्या हल्ल्यानं सरकारला कृती करायला भाग पाडणारी परिस्थिती निर्माण झाली आहे; पण कृती कोणती, हे ठरत नाही तोवर आधीच्या सरकारांनी पुरेशी लष्करी तयारी केली नाही म्हणूनच आता मोदींचे हात बांधले आहेत, अशा प्रकारची टिपिकल मखलाशी सोशल मीडियावरचे त्यांचे समर्थक करत आहेत आणि करत राहतील. कितीही गळ्यात गळे घातले तरी पाकिस्तानवर विश्वास ठेवता येत नाही, हा धडा उरीच्या हल्ल्यानं दिला आहे. त्याचबरोबर अशा स्थितीत काय करायचं, याचं कसलंही नियोजन नसल्याचंही स्पष्ट झालं आहे.

उरीत दहशतवाद्यांनी केलेल्या हल्ल्यात भारतीय लष्कराचे १८ जवान हुतात्मा झाले. देशासाठी लढताना सर्वोच्च बलिदान देणाऱ्या या बहादूरांविषयी देश कृतज्ञच राहील. मात्र, अशाप्रकारे जवान गमावणं पुन्हा पुन्हा का घडतं, याचं उत्तर केवळ मागच्या सरकारवर खापर फोडून देता येणारं नाही. ते सरकार अनेक पातळ्यांवर अपेक्षापूर्ती

न करणारं होतं म्हणून तर लोकांनी घालवलं आणि सध्याच्या सरकारला बहुमतानं सत्तेवर आणलं, त्यालाही आता दोन वर्षं उलटून गेली. आता तरी निदान परराष्ट्र धोरण, दहशतवाद यावर नेमकी भूमिका आणि कृती ठरायला, दिसायला हवी होती. पठाणकोटच्या हल्ल्यातून सरकार, सुरक्षा यंत्रणा आणि गुप्तचर यंत्रणा नेमकं काय शिकल्या असाच खरं तर उरीच्या हल्ल्यानंतरचा प्रश्न आहे.

लष्करी तळच सुरक्षित नाहीत अशा प्रकारचं वातावरण देशात तयार होणं घातक आहे. पठाणकोटच्या हल्ल्याचं प्रकरण ज्या रीतीनं सरकारनं हाताळलं तो गलथानपणाच होता. हवाई तळावर दहशतवादी धडकले तरी पत्ता लागला नाही, हे अपयश होतंच; पण हल्ला घडून गेल्यानंतर या हल्ल्यात पाकिस्तानच्या भूमीवर कार्यरत असलेले हदशतवादी गटच सहभागी होते, याची खात्री सरकारला झाली होती. त्यानंतरही पाकिस्तानच्या सुरक्षा यंत्रणांसोबत संयुक्त तपासाचा बालिशपणा देशानं पाहिला. ज्यांचा हल्ल्यात सहभाग आहे किंवा ज्याच्या इशाऱ्यांवरून हल्ले होतात, असं आपण जगाला सांगतो त्यांनाच तपासासाठी बोलावण्यात कसला शहाणपणा होता? आंतरराष्ट्रीय संबंधांत रिसिप्रोसिटी नावाचं प्रकरण असतं. म्हणजे तुम्ही अमुक केलं तरच आम्ही तमुक करू. पठाणकोटच्या हवाई तळावर पाहणीसाठी पाकिस्तानी तपास यंत्रणांना परवानगी देताना, पाकिस्तानही भारतातल्या 'एनआयए'च्या पथकाला तशीच परवानगी देईल अशी अपेक्षा होती. प्रत्येक दहशतवादी घटनेसाठी ज्या 'आयएसआय'ला आपण जबाबदार धरतो आणि ज्या संघटनेनं भारताला सतत अस्थिर करण्याचं कटकारस्थान कित्येक वर्षं सुरू ठेवलंय, याचे ढीगभर दाखले आपल्याकडं आहेत, अशा संघटनेचा एक अधिकारीही या तपास पथकातून भारताच्या हवाई तळावर पाहणी करतो, हेही देशानं पाहिलं. त्या बदल्यात भारताला मिळालं काय? त्या हल्ल्याच्या तपासात कुठली प्रगती झाली? पाकिस्तानी पथकानं असं काय भारताच्या हाती दिलं. त्या हल्ल्याच्या वेळी लष्करी तळांवरील त्रुटी समोर आल्या त्याचं काय केलं? या प्रश्नांची उत्तरं सरकारनं द्यायला हवीत. विरोधात असताना सगळ्यांची उत्तरं मागायची, सत्तेवर आल्यानंतर मात्र कशावरच बोलायचं नाही या धोरणाच्या मर्यादा आहेत.

उरीच्या हल्ल्यानंतर सरकारसमोरचं आव्हान दोन प्रकारचं आहे. पहिलं या हल्ल्याचं प्रत्युत्तर म्हणून काय करायचं? दुसरं आहे, ते कणखरपणाची जाहिरातबाजी करत सत्तेवर आलेलं सरकारही दहशतवादी हल्ले रोखण्यात, पाकिस्तानच्या कुरघोड्यांना तोंड देण्यात मागच्या सरकारसारखंच वागतं, या जनतेमध्ये निर्माण होणाऱ्या भावनेचं काय करायचं. जे प्रत्युत्तर म्हणून करायचं ते लोकांना दिसलं पाहिजे, परिणामकारक असलं पाहिजे. पाकिस्तानला अद्दल घडवा, अशीच सर्वसामान्यांची भावना आहे. हुतात्मा झालेल्या जवानांच्या शवपेट्या परत येतात तेव्हा ही भावना टिपेला पोहोचते, त्याचा सरकारवर प्रचंड दबाव येणं स्वाभाविक आहे. या स्थितीत कुठल्याही सरकारसमोर असलेले पर्याय कोणते? एकतर राजनैतिक पातळीवर मुत्सद्देगिरीच्या मार्गानं पाकिस्तानची कोंडी करणं. यामध्ये त्या देशाच्या राजदूताला बोलावून समज

भारतीय भूमिका

» उरी, पठाणकोट हल्ल्यानंतर भारत-पाक संबंध पुन्हा एकदा पिछाडीवर पडले आहेत. इस्लामबादमध्ये होणाऱ्या सार्क शिखर परिषदेवर भारतासहित इतर सार्क देशांनी बहिष्कार टाकला.
» सध्या तरी दहशतवाद ह्या मुद्यावर भारताने पाकिस्तानला एकाकी पाडले आहे
» डोकलामच्या मुद्यावरून पाकिस्तानने भारताला आक्रमक ठरवत चीनची बाजू लावून धरली, परंतु थेट मध्यस्थी टाळली.
» जून २०१७ मध्ये शांघाय सहकार्य संघटनेच्या (SCO) दोन्ही देशाच्या पंतप्रधानांची भेट झाली, परंतु द्विपक्षीय चर्चा मात्र घडून आली नाही.
» आंतरराष्ट्रीय संबंधामुळे देवाणघेवाण म्हणजे एका देशाने दुसऱ्या दशाच्या नागरिकाला दिलेली वागणुकीसारखीच वागणुक दुसरा देश पहिल्या देशाच्या नागरिकाला देतो.
» भारताच्या संविधानाच्या नागरिकत्व (Citizenship) या भागात या तत्त्वाचा उल्लेख आहे.

देण्यापासून राजनैतिक संबंधांचा दर्जा कमी करणं, जगभर आपल्या मुत्सद्यांना पाठवून पाकिस्तानच्या विरोधात जागतिक मत तयार करणं, पाकिस्तानला दहशतवादाचा पुरस्कार करणारा देश ठरवणं, पाकिस्तानपुरस्कृत दहशतवादाची निंदा करणारा ठराव संयुक्त राष्ट्राच्या आमसभेत मांडणं, बलुचिस्तानसारख्या मुद्यांना आंतरराष्ट्रीय पातळीवर हवा देणं, या प्रकारचे मार्ग अवलंबता येतात. मात्र, हे मार्ग भारतानं यापूर्वी अनेकदा वापरले आहेत. त्याची परिणामकारकता काही काळापुरतीच असते. सारं जग नंतर पुन्हा चर्चा करायचाच सल्ला देतं. बलुचिस्तानचा मुद्दा आपण उचलला, तर पाकिस्तानकडून काश्मीरबाबत आक्रमक प्रचार होणार हे उघड आहे. अलीकडं अनेकजण पाकिस्तानची आर्थिक कोंडी करावी, असा सल्ला देत आहेत. या पातळीवर फारतर पाकिस्तानशी सर्व आर्थिक व्यवहार थांबवणं शक्य आहे. वाघा, उरी सीमेवरून होणारी आयात-निर्यात यात बंद पडेल. संयुक्त राष्ट्र आणि अन्य प्रभावी जागतिक गटांवर पाकिस्तानवर आर्थिक निर्बंध लादण्यासाठी दबाव आणणं, हाही उपाय असू शकतो. याची परिणामकारकताही किती, यावर मतमतांतरं आहेतच. मुळामध्ये भारत आणि पाकिस्तानमध्ये केवळ २.३ अब्ज डॉलरचा व्यापार आहे. व्यापार थांबवण्याबरोबरच पाकिस्तानची पाण्याच्या पुरवठ्याच्या मुद्द्यावरून अडवणूक करता येईल, असाही मार्ग सुचवला जातोय. त्या उपायाचा विचार आंतरराष्ट्रीय करार आणि त्यातली व्यवहार्यता पाहून करावा लागेल.

आर्थिक निर्बंधांसाठी संयुक्त राष्ट्रांच्या सुरक्षा परिषदेची अनुमती लागेल, तिथं चीन पाकिस्तानची पाठराखण करेल यात शंका नाही आणि अमेरिकाही आपल्याला साथ देईलच, याची खात्री नाही. यानंतर उरतो तो लष्करी कारवाईचा पर्याय. पाकिस्तानला अद्दल घडवायची, याचा सामान्यांच्या मनातला अर्थ त्या देशाच्या विरोधात लष्करी पर्याय वापरणं असाच असतो. निवृत्त झाल्यानंतर अनेक लष्करी अधिकाऱ्यांना आणि मुत्सद्यांनाही हा पर्याय वापरावा असं वाटू लागतं, यातले काहीतर टीव्हीच्या पडद्यावरूनच युद्ध जाहीर करू पाहतात. या वातावरणाचा दबाव एकीकडं, तर दुसरीकडं कुठल्याही पर्यायाचे सामरिक आणि दीर्घकालीन आर्थिक परिणाम काय याची चिंता करणं, हे सरकारचं कर्तव्य ठरतं. कुठल्याही सरकारची अशावेळी द्विधा अवस्था झाली असती, तशीच ती मोदी सरकारचीही आहे. लष्करी कारवाईचा पर्याय निवडणं सोपं नाही, याची जाणीव सर्वांनाच आहे. त्यामुळेच हल्ल्यानंतर सरकार लगेचच काही निर्णय घेत नाही. लष्करी बळ वापरण्याच्या पर्यायात अगदी टोकाचे घटकही मर्यादित युद्धाचाच सल्ला देतात. याचा अर्थ पाकिस्तानच्या ताब्यातल्या प्रदेशात चालणारे दहशतवादी अड्डे हवाई कारवाईनं, प्रसंगी जमिनीवरील कारवाईनं उध्वस्त करणं हा आहे. आणखी एक मार्ग, दहशतवादी कृत्यांतला ज्यांचा सहभाग खात्रीशीर आहे अशा अझहर मसूद, लख्वी यांसारख्या दहशतवाद्यांना संपवणं, जसा अमेरिकेनं पाकिस्तानच्या भूमीवर कारवाई करून लादेनचा खात्मा केला. या प्रकाराच्या धाडसी कृतीसाठी प्रचंड तयारी आणि जबर राजकीय इच्छाशक्ती गरजेची असते. सरकार अशी इच्छाशक्ती दाखवणार का? हा लोकांच्या मनातला प्रश्न आहे.

उरीतला हल्ला लष्करी तळावरच्या सर्वांत भीषण हल्ल्यांपैकी आहे यात शंकाच नाही. मात्र, असा हल्ला झाल्यानंतर तातडीनं निर्णायक कारवाई केली नाही तर अशी कारवाई करता येण्याच्या शक्यता संकोचतात. याचं कारण आंतरराष्ट्रीय समुदाय कुठल्याही लष्करी संघर्षाच्या विरोधात जातो. पाकिस्तानच्या भूमीवरील कुठल्याही कारवाईला तो देश प्रत्युत्तर देईल हे स्वाभाविक आहे. यातून सर्वंकष युद्ध छेडलं जाण्याची शक्यता आहेच. त्यातही दोन अण्वस्त्रधारी देशांतील युद्ध ही कल्पनाच आंतरराष्ट्रीय समुदाय करू शकत नाही. यात एका गोष्टीकडं लष्करी आणि मुत्सद्देगिरीच्या प्रांतातले तज्ज्ञ लक्ष वेधतात, ती म्हणजे असं युद्ध छेडलं गेलं आणि पाकिस्ताननं अण्वस्त्र वापराची आगळीक केलीच, तर भारताचं मोठं नुकसान होईल; पण पाकिस्तान नकाशावर शिल्लक राहणार नाही. याचं कारण अण्वस्त्रांचा प्रथम वापर करणार नाही, हे वचन भारतानं अधिकृतरीत्या जगाला दिलं आहे, मात्र जर कुणी भारताच्या विरोधात तसा वापर केला, तर याच हत्याराचा कितीही प्रमाणात वापर करायला भारत मोकळाही आहे.

लष्करी कारवाई हा सर्वांत अखेरचाच पर्याय असतो. मात्र, निवडणुकीच्या प्रचारात जणू काहीही झालं

तरी पाकिस्तानला मोडून टाकू, असा आविर्भाव आणल्यानं, आता का धमक दाखवत नाहीत, असा प्रश्न सरकारला विचारला जाणारच. त्यावर त्रागा करण्यात अर्थ नाही. टीव्ही चॅनलवर चर्चा करणारे आणि सोशल मीडियावर लढणारे यांच्या हाती निर्णय असता तर एव्हाना युद्ध सुरूच झालं असतं. अमेरिका करते ते आपण का करू नये, हा सवाल बिनतोड असला तरी तुलना अप्रस्तुत आणि अव्यवहार्यही आहे. पाकिस्तानला प्रत्युत्तर काय आणि कसं द्यायचं, हे ठरवणं हेच सरकारसमोरचं मोठं आव्हान आहे; तसंच दुसरं आव्हान आहे, ते राजकीय पातळीवरचं. प्रतिमा चमकवून सत्तेवर येणाऱ्यांसाठी ही नेहमीच निसरडी वाट असते. उरीतील हल्ल्यानं लष्कराच्या आणि देशाच्या प्रतिष्ठेलाच एका अर्थानं आव्हान दिलं गेलं आहे. अशावेळी 'निव्वळ इशारे देऊन आणि कडी निंदा' करण्यासारख्या प्रकारातून लोकांचं समाधान व्हायची शक्यता नाही. निवडणुकीपूर्वी जी भाषा मोदी बोलत होते, ती प्रत्यक्षात आणावी, या भावनेला सरकार कसा प्रतिसाद देणार, हा खरा मुद्दा आहे. सरकारमध्ये बसल्यानंतर निवडणुकीच्या वातावरणातली भाषणं आणि व्यवहार यातला फरक समजायला लागतो; पण तो लोकांनी का समजावून घ्यावा, हा प्रतिमेचा पेच आहे. मोदी निवडणुकीआधी सांगायचे, ते असल्यामुळं गुजरातकडं पाकिस्तानची वाकडी नजर जाऊ शकत नाही, सत्ता दिली तर पाकिस्तानला धडा शिकवायची धमक ते दाखवतील. तत्कालीन पंतप्रधान मनमोहनसिंग यांना पाकिस्तानसंदर्भात दुबळं ठरवणं, हा मोदींच्या प्रचारसूत्राचा भाग होता. एका मुलाखतीत त्यांनी, दहशतवादी हल्ला झाल्यानंतर निषेध खलिते पाठवण्याच्या प्रकाराची आणि पाकिस्तानला पुरावे देण्याची खिल्ली उडवताना म्हटलं होतं की, 'ये लव्ह लेटर लिखना बंद करो।' 'पाकिस्तानला त्यांच्याच भाषेत उत्तर द्यायला हवं,' असा त्यांचा उपाय होता. यासाठी आंतरराष्ट्रीय दबाव आडवा येतो, असं लक्षात आणून देणाऱ्यांना त्यांचं उत्तर होतं, १०० कोटींच्या देशावर कसला दबाव येतो, दबाव तर भारताचा असायला हवा. पाकिस्तानच्या आशीर्वादानं हल्ले होतात आणि आपण ओबामा ओबामा करत अमेरिकेकडे जातो हे बरे नाही. हे सारे त्या वेळचे शब्द पठाणकोट आणि उरीच्या हल्ल्यानंतर मोदींचा पाठलाग करत आहेत. आता पाकिस्तानला जागतिक स्तरावर एकटं पाडण्यासाठी भारतीय मुत्सद्दी पाठवले जात आहेत, त्यालाही आधीच्या भूमिकेनुसार रडणं म्हणावं काय? पठाणकोट हल्ल्यानंतर संरक्षणमंत्री मनोहर पर्रीकर असं म्हणाले होते, की हा हल्ला झाला तो शेवटचा, यापुढं माझ्या परवानगीशिवाय कुणी येऊ शकणार नाही, काय झालं त्या विधानाचं? दहशतवादी हल्ल्यातून देशाला अस्वस्थ करणाऱ्या पाकिस्तानविषयी मोदींच्या मनात संताप असेल, त्याला धडा शिकवण्याची त्यांची इच्छा असेल, यात शंकेचं कारण नाही. मात्र, त्यांच्या आधीच्या राज्यकर्त्यांनाही तसंच वाटत असेल यावरही विश्वास ठेवायला हवा. याच अडथळ्याचा सामना सर्वांना करावा लागतो.

एक तर पाकिस्तानच्याच भाषेत उत्तर म्हणजे पाकिस्तानविरोधात लष्करी बळाचा वापर करणं, थोडक्यात युद्ध करणं हा पर्याय मांडला जातो. युद्ध असो की आंतरराष्ट्रीय पातळीवर त्या देशाला एकाकी पाडणं, दहशतवादी देश घोषित करायला लावणं, ही अडथळ्यांची शर्यत आहे. उरीमधल्या हल्ल्यानंतर फ्रान्स वगळता कुठल्याही देशानं थेट पाकिस्तानकडं निर्देश करणाऱ्या प्रतिक्रिया दिलेल्या नाहीत. चीननं तर या हल्ल्याचा निषेध करताना काश्मीरचा अनाठायी उल्लेख केला आहे. अमेरिकेशी मैत्रीपर्व सुरू असलं तरी अमेरिका पाकिस्तानला सोडून देईल ही शक्यता नाही. भारत आणि पाकिस्तानच्या संघर्षात कुणाचीही बाजू न घेण्याच्या भूमिकेत राहणं सारे बडे देश पसंत करतात, हा नेहमीचा अनुभव आहे. साहजिकच राजनैतिक पातळीवर असो किंवा जमिनीवर जी काही लढाई करायची ती आपल्याच हिमतीवर करावी लागणार आहे. पेच देशासमोरचा असतो, तेव्हा लोक सारे भेद विसरून सरकारसोबत उभे राहतात, आताही राहतील. मुद्दा मोदी सरकार कुठला मार्ग अवलंबणार हा आहे.

२५ सप्टेंबर २०१६

■

सर्जिकल मास्टरस्ट्रोक...

> “पाकिस्तानपुरस्कृत दहशतवादी तळांवर भारतानं केलेल्या सर्जिकल स्ट्राइकच्या कारवाईनं देशातलं जनमानस आनंदून जाणं स्वाभाविक आहे. मात्र, सरकारनं रोज कारवाईच्या पवित्र्यात राहावं, अशी अपेक्षा करणं आणि त्यासाठीचा युद्धज्वर पसरविण्याचा प्रयत्न करणं हे अनाठायी होय. युद्धात पाकिस्तानच्या हाती काही लागण्याची शक्यता नाही. मात्र, चार वेळच्या युद्धांतल्या पराभवानंतरही पाकच्या कुरघोड्या संपलेल्या नाहीत. सर्जिकल हल्ल्यानं त्या संपतील, असं समजायचं कारण नाही. उलट या धाडसानंतर अधिक सावध राहण्याचीच गरज आहे.

भारतीय लष्कराच्या खास पथकानं पाकव्याप्त काश्मीरमध्ये हल्ला करून दहशतवाद्यांचे अड्डे उध्वस्त करण्याचं दाखविलेलं धाडस भारत-पाक संबंधातला नवा अध्याय लिहिणारी कारवाई आहे. या धाडसाबद्दल सरकारचं आणि लष्कराचं अभिनंदन करायला हवं. भारतीय लष्करानं प्रसंगोपात्त अनेकदा सीमा पार केली आहे. मात्र, बहुधा अशी कारवाई गोपनीयतेच्या आवरणात करायची बाब मानली जाते. पहिल्यांदाच कारवाई करून भारतीय लष्करानं त्याचा गाजावाजा होईल अशी व्यवस्थाही केली. यातून दोन गोष्टी घडल्या. एकतर उरीत लष्करी तळावर झालेल्या दहशतवादी हल्ल्यानंतर तापलेल्या जनभावनांना प्रतिसाद देण्याची तातडीची निकड पूर्ण झाली, जी सरकारसाठी अत्यावश्यक बाब होती. दुसरीकडं अत्यंत काळजीपूर्वक केलेली कारवाई आणि त्यानंतरचं व्यवस्थापन तातडीनं प्रतिहल्ला करता येणार नाही अशी पाकिस्तानची कोंडी करणारं होतं. या दोन्ही पातळ्यांवर यश मिळविण्यात लष्कर आणि सरकार यशस्वी ठरलं आहे. राजकीयदृष्ट्या सरकार आणि पंतप्रधान नरेंद्र मोदींच्या प्रतिमेचाच प्रश्न निर्माण झाला होता, तो या कारवाईनं तूर्त तरी मिटला. किंबहुना, कणखर नेतृत्वाच्या प्रचाराला नवं हत्यार मिळालं. भारतातल्या प्रचलित राजकीय वातावरणात हे होणार असं गृहीतच धरायला हवं. पाकिस्तानच्या ताब्यातल्या प्रदेशात केलेल्या कारवाईनं 'पाकमध्ये घुसून मारा' या लोकप्रिय मागणीला दाद मिळाली आहे. त्याचबरोबर या धाडसातून पाकिस्तानला फार मोठ्या प्रमाणात प्रतिक्रिया देणारी प्रतिकारवाई करण्याला वावही ठेवलेला नाही. लष्करानं दिलेली कामगिरी फत्ते केल्यानंतर आता या यशाचं युद्धज्वरात रूपांतर होणार नाही आणि पाकिस्तानची नाचक्कीसह कोंडी कायम राहील, असं वातावरण कायम ठेवणं ही आता मुत्सद्देगिरीतली कसोटी आहे.

पठाणकोट आणि त्यापाठोपाठचा उरीमधला लष्करी तळांवरचा दहशतवादी हल्ला भारतीय संयमाच्या मर्यादा संपल्याची जाणीव करून देणारा होता. पाकिस्ताननं कुरापती काढाव्यात, दहशतवाद्यांच्या आडून जखमी करत

राहावं, त्यावर निषेध-खलिते पाठवणं, आंतरराष्ट्रीय पातळीवर पाकला एकाकी पाडण्याचे प्रयत्न करणं आणि काही काळानं पुन्हा सारं मूळ पदावर येणं या आवर्तनाला पाकच्या ताब्यातल्या भागात जाऊन केलेल्या कारवाईनं ब्रेक दिला आहे. भारतीय लष्कर कुठवर पोहोचलं, किती दहशतवादी प्रत्यक्ष ठार झाले, याचे तपशील येत राहतील आणि त्या घोळात न पडताही या कारवाईचं वेगळेपण समजून घ्यायला हवं. भारतीय बाजूनं आंतरराष्ट्रीय सीमा किंवा पाकसोबतची नियंत्रणरेषा ओलांडण्याचा 'अधिकृत' प्रयत्न कधी झालेला नाही. अगदी कारगिलच्या युद्धात किंवा 'ऑपरेशन पराक्रम'मध्येही नियंत्रण रेषा ओलांडायची नाही ही मर्यादा भारतीय बाजूनं पाळली गेली होती. याचा अर्थ असाही नव्हे, की भारतीय लष्कर कधी नियंत्रण रेषेपलीकडं गेलंच नाही. अनेक सामरिक तज्ज्ञांनी आपल्या ताज्या कारवाईनंतर यापूर्वी अनेकदा पाकव्याप्त काश्मिरात दहशतवाद्यांवर कारवाई केल्याचे दाखले दिले आहेत. दुबळे म्हणून हेटाळणी झालेले तत्कालीन पंतप्रधान डॉ. मनमोहनसिंग यांच्या कारकीर्दीतही पाकविरोधी अशा कारवाया झाल्या होत्या.

अशा एका कारवाईत तर पाकिस्तानी सैनिकांनाही कंठस्नान घातल्याची माहिती नंतर बऱ्याच काळानं तत्कालीन लष्करप्रमुख जनरल विक्रमसिंह यांनी दिली होती. मुद्दा कारवाई होण्याचा नाही, तर कारवाई केल्याचं अधिकृतपणे मान्य करण्याचा, जगाला होय, 'आम्ही कारवाई केली' असं ओरडून सांगण्याचा आहे. हे पहिल्यांदाच घडतं आहे. साहजिकच त्याचा अर्थ 'उरी - पठाणकोट'चा बदला असाच लावला जाणार. मुत्सद्देगिरीच्या भाषेत कितीही पण परंतु वापरले तरी लोकांच्या दृष्टीनं उरीनंतर लष्करानं थेट पाकिस्तानच्या ताब्यातल्या क्षेत्रात जाऊन बदला घेतला. याआधीचे सर्जिकल हल्ले हे गोपनीय स्वरूपाच्या कारवाईचा आणि त्यातून दहशतावादी गट किंवा पाकिस्तानी लष्कराला इशारे देण्याच्या व्यूहरचनेचा भाग होते. या वेळी मात्र कारवाई करून ती केल्याचं पाकिस्तानी लष्काराला अधिकृतपणे कळविण्याचा शिष्टाचारही पाळला गेला, हे नवं आहे.

सर्जिकल मास्टरस्ट्रोक

» उरी हल्ल्यानंतर प्रतिचढाई (Counter Operation) करत भारतीय सैन्याने २८ सप्टेंबर २०१६ रोजी पाकव्याप्त काश्मीरमध्ये सर्जिकल स्ट्राईक केले.

» लष्कराच्या ध्रुव हेलिकॉप्टरमधून ४ व ९ पॅराशूट रेजिमेंटच्या जवानांनी पाकव्याप्त काश्मीरमधील दहशतवादी तळावर हल्ले केले.

» या हल्ल्यामध्ये सात दहशतवादी तळ उध्वस्त करण्यात आले, यामध्ये ५० दहशतवाद्यांचा व २ पाकिस्तानी जवानांचा अंत झाल्याचा अंदाज आहे.

» या हल्ल्यामध्ये भारतीय जवान सुखरूप आपल्या तळावर परत आले.

असं करण्यात नेहमीच सांगितला जाणारा धोका होता आणि अजूनही संपलेला नाही, तो म्हणजे पाकिस्तानकडून व्यापक प्रमाणात प्रतिक्रियेचा. म्हणजेच तिकडूनही लष्करी हल्ले होण्याचा. तसं घडलं तर सर्वंकष युद्धाला तोंड फुटेल आणि ते टाळण्याचा भाग म्हणूनच आजवर आपल्याकडून सर्जिकल हल्ले गोपनीयतेच्या आवरणात केले गेले, तर पाकिस्तानही भारताच्या विरोधात थेट लष्करी बळ न वापरता दहशतवाद्यांचा ढालीसारखा वापर करत आला. दहशतवाद्यांच्या आडून पाकिस्तानी लष्करच लढत आहे, हे उघड आहे. मात्र, या व्यूहनीतीतून थेट युद्ध टाळून भारताला अस्वस्थ ठेवण्याचा प्रयोग पाकिस्तानी लष्कर सातत्यानं चालवत आलं आहे. या हल्ल्याच्या निमित्तानं सीमा ओलांडताच पाक युद्धाला तोंड फोडेल, या आपण टाळत असलेल्या शक्यतेची कसोटी लागली आहे. हल्ल्याइतकंच हल्ल्यानंतरचं नियोजन सर्जिकल ठेवण्यात मिळालेलं यश लक्षणीय आहे. प्रत्येक वेळी पाकिस्ताननं दहशतवाद्यांकरवी कळ काढावी आणि पुन्हा आम्हीच दहशतवादाचे सर्वांत मोठे बळी आहोत असा कांगावा करावा, याला या नियोजनानं छेद दिला आहे. हल्ला झाल्यानंतर पाकिस्तानमधल्या गोंधळाचं वातावरण

न लपणारं होतं. 'असं काही घडलंच नाही', असा पवित्रा लष्करानं घेतला, तर हे आक्रमणच असं सुरुवातीला तरी मुलकी नेतृत्व सांगत होतं. आपल्या भूमीत येऊन कुणी एक कारवाई यशस्वी करतं आणि सुखरूप परततं, हे मान्य करणं कोणत्याही लष्करासाठी कठीणच. त्यातही पाकिस्ताननं लष्कराची प्रतिमा प्रत्यक्षाहून फारच उंच करून ठेवली आहे. 'दहशतवादी भारतात घातपाताच्या इराद्यानं घुसणार होते, याची खबर मिळाल्यानं प्रतिबंधात्मक उपाय म्हणून भारतीय लष्करानं ही कारवाई केली आणि घुसखोरीचा डाव उधळला', ही भारताची अधिकृत भूमिका आहे. भारतानं स्पष्टपणे नियंत्रणरेषा ओलांडूनही जगातल्या बड्या देशांनासुद्धा भारताला शांतिपाठाचे उपदेश करता आले नाहीत, याचं कारण या काळजीपूर्वक निवडलेल्या भूमिकेत आहे. देशाच्या संरक्षणासाठी अशा प्रतिबंधात्मक कारवाया अमेरिकेनं कित्येकदा केल्या आहेत. आता भारताला यासाठी कोणत्या तोंडानं दोष देणार? दुसरीकडं ज्या भागात कारवाई केली, तो पाकव्याप्त काश्मीर भारताचाच भाग आहे, हा आपल्याकडून दीर्घकाळचा दावा आहे. कायदेशीरदृष्ट्याही तो भारताचा भाग आहे. ही कारवाई भारतात घातपात करू पाहणाऱ्या दहशतवाद्यांविरुद्ध होती, पाकिस्तानचं किंवा पाकिस्तानी लष्कराचं नुकसान करणारी नव्हती, ही हवं ते घडवून नामानिराळं राहण्याची क्लृप्ती पाकिस्तानी प्रतिक्रियेवर मर्यादा आणणारी होती. साहजिकच पाकिस्तानकडून कारवाई झालीच नाही. उलट, उभय बाजूंनी झालेल्या गोळीबारात भारताचंच नुकसान झालं असा 'पडलो तरी नाक वर' थाटाचा कांगावा सुरू झाला. तो तिथल्या लष्कराची प्रतिष्ठा सांभाळण्यासाठीच होता.

या कारवाईचा एक भाग लष्करी स्वरूपाचा आहे. त्यात पूर्ण यश आल्याचं दिसतं. कोणतंही नुकसान न होता ३७ दहशतवाद्यांचा खात्मा अमेरिका किंवा इस्राईलच करू शकते, असं सांगितलं जाणाऱ्या सर्जिकल हल्ल्यांचा वापर जाहीरपणे तितक्याच ताकदीनं भारतही करू शकतो, हे या कारवाईनं लख्खपणे दाखवून दिलं. भारताचा अवकाशातला डोळा म्हटला जाणारा इस्रोच्या 'कार्टोसॅट' या उपग्रहानं दिलेल्या अचूक छायाचित्रांचाही वापर यात झाल्याचं सांगितलं जातं. या कारवाईचा दुसरा भाग आहे तो देशांतर्गत प्रतिसादाचा, राजकारणाचा. देशावरच्या संकटात सारे सरकारच्या बाजूनं उभे राहतात, याचं प्रत्यंतर हल्ल्यानंतर सर्वपक्षीयांच्या निःसंदिग्ध पाठिंब्यानं दिलं. मात्र, या हल्ल्याचं राजकारण होणार, हे आपल्या देशातल्या राजकीय रीतीला धरून आहे. पठाणकोटमधल्या हल्ल्यानं कणखरपणाचा प्रचार करत सत्तेवर आलेल्या मोदी सरकारपुढं प्रतिमेचं आव्हानं ठोसपणे उभं केलं होतं. उरीच्या हल्ल्यानंतर ते अधिकच गहिरं बनलं. पाकिस्तानशी दोस्तीचे सारे प्रयत्न केल्यानंतरही तिकडून येणारा प्रतिसाद घातपाताचाच राहिला. पठाणकोटच्या हल्ल्यानंतर सरकारच्या बाजूनं पाकमधल्या मुलकी सरकारला समजावून घेण्याचीच प्रतिक्रिया होती. इतकी की पाकच्या तपासपथकाला भारतीय हवाईतळावर पाहणीलाही अनुमती दिली गेली. मात्र, पाककडून पुन्हा उरीची जखम मिळाली. ती देशातल्या सर्वसामान्यांना 'आता पुरे झालं' असं वाटायला लावणारी. 'पाकिस्तानला अद्दल घडवा', ही आपल्याकडची नेहमीच लोकप्रिय मागणी असते. अगदी खेळाच्या मैदानातही पाकच्या संघाला धूळ चारल्यानंतर देशाला होणारा आनंद स्पर्धेतल्या यशापलीकडचा असतो. पाकिस्तान कागाळ्या करत असला तरी अखंड भांडत राहणं शहाणपणाचं नाही, त्यानं पाकचं नुकसान होईलच; पण भारतासारख्या - आशियात ताकद बनू पाहणाऱ्या, जगात

जगामधील महत्त्वाचे सर्जिकल स्ट्राईक

- » इस्राईलने १९८१ मध्ये इराक आण्विक भट्ट्यांवर हवाई हल्ला करत त्या उध्वस्त केल्या होत्या.
- » ऑपरेशन एंटीबी (Operation Entebbe) : १९७६ मध्ये इस्राईलने युगांडामध्ये कमांडो कारवाई करत अपहरण झालेल्या विमानातील नागरिकांची सुटका केली होती.
- » भारताने २०१५ मध्ये नागा बंडखोरांना मारण्यासाठी भारत-म्यानमार सीमेनजीक सर्जिकल स्ट्राईक

आर्थिक शक्ती म्हणून उदयाला येऊ पाहणाऱ्या देशाला त्याचा फटकाच बसेल, त्यामुळं पाकशी संबंध बरे ठेवावेत, चर्चा सुरू ठेवावी, असं सुचवणारा एक समंजस वर्ग नेहमीच भारतात आहे. यातल्याही बहुतेकांना उरीच्या हल्ल्यानंतर भारतानं काहीतरी निर्णायक केलं पाहिजे, असं वाटत होतं. याचा स्पष्ट दबाव मोदी सरकारवर होता. 'जे सांगत निवडणुकीचा प्रचार केला ते करून दाखवा', असा हा आग्रह होता. हे घडत नसल्यानं विरोधकांनी खिल्ली उडवणं स्वाभाविकच; पण ज्या एक मोठ्या समूहाचा मोदींना आणि भाजपला पाकिस्तानविषयक कणखर धोरणासाठी सातत्यानं पाठिंबा मिळत आला, त्यांनाही हेसुद्धा असेच निघाले असं वाटू लागलं होत. सोशल मीडियावरचे बदलते प्रवाह याचे निदर्शक होते. ही संतापाची जनभावना राज्यकर्त्यांना दुर्लक्षिता येण्यासारखी नव्हती. या भावनेचं समाधान सिंधू नदीच्या पाणीवाटपाचा फेरविचार करणं, 'मोस्ट फेव्हर्ड नेशन्स'चा पाकचा दर्जा काढून घेणं जगभर दूत पाठवून पाकविरोधात जागतिक मत बनवणं किंवा अगदी पाकमधली सार्क परिषद रद्दच करावी लागेल अशी फिल्डिंग लावणं यांसारख्या उपायांनी होणारं नव्हतं. जनमानसाच्या नाडीवर अचूक बोट ठेवणाऱ्या मोदींसारख्या नेत्याला हे समजत असेलच. मुद्दा पाकविरोधात दिसेल अशा कारवाईची गरज आणि त्यातून होऊ शकणारा युद्धाचा भडका यात संतुलन साधण्याचा होता. यात आजवर परिश्रमानं तयार केलेली प्रतिमाही पणाला लागणार होती. त्यातून अत्यंत चलाखीनं काढलेला मार्ग सर्जिकल हल्ल्यांचा, तितकाच सर्जिकल गाजावाजा करण्याचा आहे.

भारतीय लष्कर पाकिस्तानात घुसून दहशतवाद्यांना मारू शकतं आणि त्यासाठीची राजकीय इच्छाशक्ती सरकार दाखवतं हा कारवाईचा परिणाम या सरकारसाठी कारकीर्दीतला सर्वांत सकारात्मक टप्पा आहे. उरीतला हल्ला हा देशातल्या प्रत्येक नागरिकाच्या मनावरचा आघात होता. लष्करी तळावर दहशतवादी उत्पात माजवतात आणि प्रतिक्रियाच देता येत नाही, ही अपमानाची भावना होती. त्यावर मुत्सद्देगिरीच्या अधिक परिणामकारक आणि दीर्घकालीन उपायांच्या अमलानंही फरक पडला नसता. तो या कारवाईनं पडला. लष्कर आणि सरकार सक्षम आहे हे लोकांना दाखवून देण्याचीही गरज यानिमित्तानं पूर्ण झाली.

आता कारवाईनंतर काय? एकतर उरीसारख्या हल्ल्यांची किंमत मोजावी लागेल असा इशारा जाहीरपणे देण्याचं काम झालं आहे. देशातलं राजकीय आणि प्रतिमेचं व्यवस्थापनही झालं आहे. साहजिकच आता लक्ष असेल ते पाकिस्तानकडं. पाकिस्ताननं काही घडलंच नाही असा कितीही आव आणला तरी ताब्यातल्या प्रदेशात भारतीय लष्कर घुसतं आणि कामगिरी फत्ते करून जातं, हे जिव्हारी लागणारं आहेच. साहजिकच पाक नव्या कुरापतींची संधी शोधेल. कारवाई दहशतवाद्यांविरोधात आणि प्रतिबंधात्मक अशीच ठेवल्यानं युद्धाचा पर्याय पाकसाठी सोपा उरला नाही. त्यामुळं पुन्हा दहशतवाद्यांच्याच आश्रयानं कारवायांचा प्रयत्न होईल. 'युद्ध करू, अण्वस्त्र वापरू' यांसारखे तिकडच्या बोल बच्चन संप्रदायाचे इशारे सध्यातरी फार लक्ष देण्यासारखे नाहीत. दुसरीकडं कारवाईनं देशातलं जनमानस आनंदून जाणं स्वाभाविक आहे आणि त्यावर स्वार होऊन त्याचा इव्हेंट करण्याचा भाजपचा प्रयत्नही त्याच्या वाटचालीला धरून आहे. मात्र, सरकारनं रोज कारवाईच्या पवित्र्यात राहावं अशी अपेक्षा करणं आणि त्यासाठीचा युद्धज्वर पसरविण्याचा प्रयत्न करणं हे अनाठायी होय. युद्धात पाकिस्तानच्या हाती काही लागण्याची शक्यता नाही. मात्र, चार वेळच्या युद्धातल्या पराभवानंतरही पाकच्या कुरघोड्या संपलेल्या नाहीत. सर्जिकल हल्ल्यानं त्या संपतील, असं समजायचं कारण नाही. उलट, या धाडसानंतर अधिक सावध राहण्याचीच गरज आहे.

शपथविधीला पाकिस्तानच्या पंतप्रधानांना निमंत्रण देणं हा मोदींच्या परराष्ट्र धोरणातला मास्टरस्ट्रोक मानला गेला होता. त्यापासून संपूर्ण वळण घेत नियंत्रणरेषेपलीकडं केलेली लष्करी कारवाई हा भारत-पाक संबंधातला नवा मास्टरस्ट्रोक आहे.

२ ऑक्टोबर २०१६

■

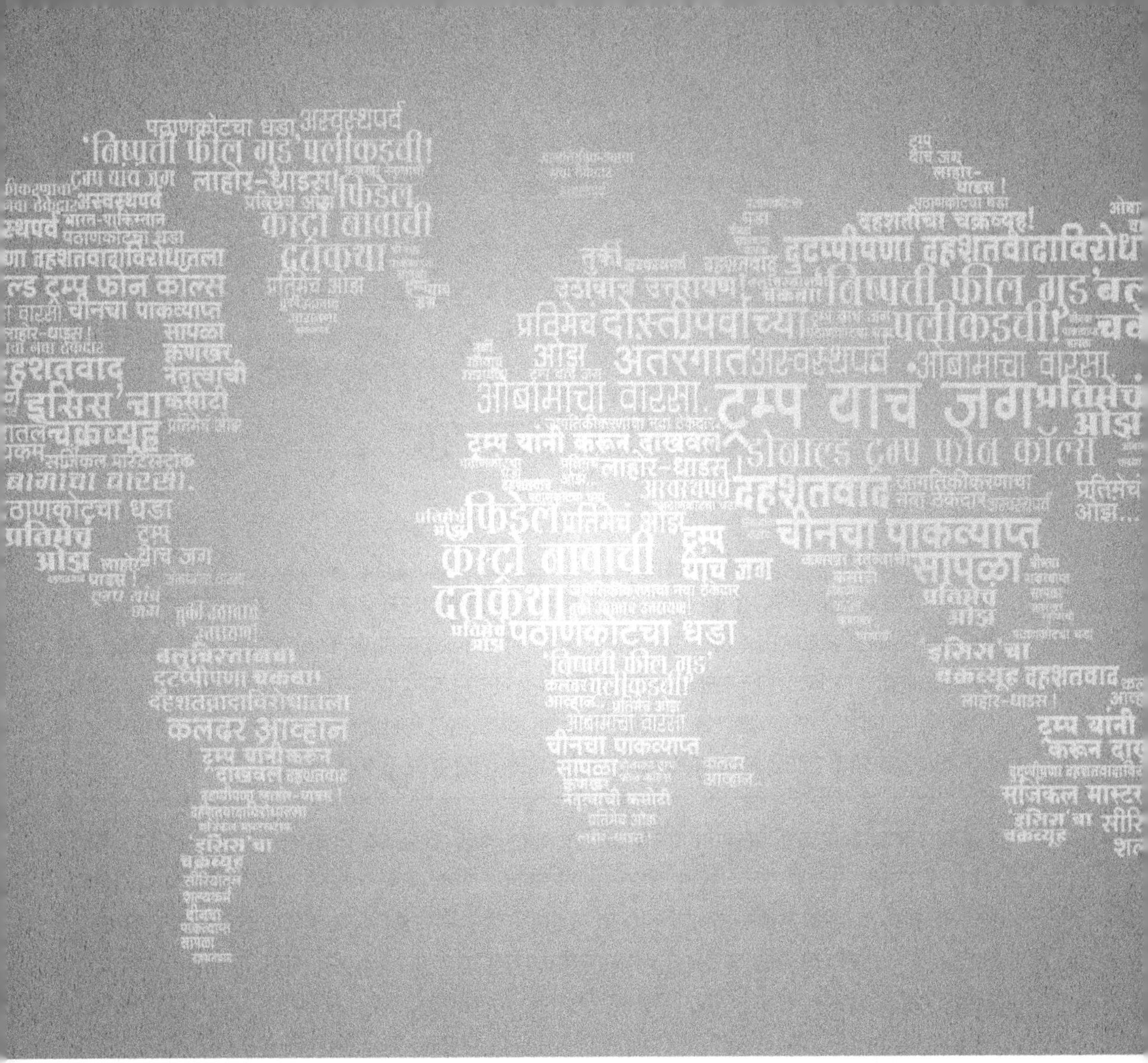

दहशतवाद
ट्रम्प यांच जग
डोनाल्ड ट्रम्प फोन कॉल्स
चीनचा पाकव्याप्त
पठाणकोटचा धडा
ओबामाचा वारसा
दहशतवादाविरोध
लाहोर-धाडस!

विभाग ३

दहशतवाद

दहशतीचा चक्रव्यूह!

> “देशाला धर्मांधतेच्या गुंगीत ठेवून आपले हितसंबंध राखणारी रचना कायम टिकवता येईल हा भ्रम असतो. दहशतीचा खेळ सुरू करता येतो; पण तो बंद करणं हाती उरत नाही, याची बोचरी जाणीव बाचाखान विद्यापीठातल्या दहशतवाद्यांच्या हल्ल्यानं पाकिस्तानला झाली असेल. टोकाच्या धर्मवादी गटांना दैनंदिन व्यवहारात, प्रशासनात आणि लष्करातही नको तेवढं महत्त्व देऊन हा भस्मासुर पोसल्यानंतर आता त्यावर मात कशी करायची, हा पाकिस्तानसमोरचा प्रश्न आहे.

दहशतवाद्यांना पाळता येईल हा भ्रमच असतो. कोणत्याही टोकाच्या विचारसरणीला खतपाणी घालणं अंतिमतः नाशाकडं नेणारं ठरतं, याचा अनुभव पाकिस्तान घेतो आहे. तालिबानचा पाकिस्तानी अवतार असलेल्या ‘तहरिक-ए-तालिबान-पाकिस्तान’च्या दहशतवाद्यांनी पेशावरच्या बाचाखान विद्यापीठात धुमाकूळ घातला आणि २१ जणांचा बळी घेतला, तेव्हा साप पाळण्याचा धंदा उलटतो याची स्पष्ट जाणीव पाकिस्तानला पुन्हा एकदा झाली असेल. काही दिवसांपूर्वीच भारताच्या हद्दीत पठाणकोट लष्करी विमानतळावर दहशतवाद्यांनी हल्ला केला तेव्हा आधीच्या तुलनेत काहीशी मवाळ भूमिका घेणाऱ्या पाकिस्तानचा एक दावा कायम होता, आम्हीही दहशतवादाचे बळी आहोत आणि याच विकृतीशी लढतो आहोत. पाकिस्तान दहशतवादी कारवायांच्या विळख्यात अडकतो आहे, हे खरंच आहे. गेल्या दशकात दहशतवादी कारवायांमध्ये आणि दहशतवादाशी लढताना पाकिस्तानमध्ये ६० हजार जणांनी जीव गमावला आहे. परराष्ट्र व्यवहारातलं हत्यार म्हणून दहशतवादी गटांना तयार करणं, प्रशिक्षण देणं, अर्थपुरवठा करणं, सांभाळणं आणि गरजेनुसार भारताच्या दिशेनं छू करून सोडणं हे अनेक दशकं केल्यानंतर याचे साइड इफेक्टही असतात; देशाला धर्मांधतेच्या गुंगीत ठेवून आपले हितसंबंध राखणारी रचना कायम टिकवता येईल हा भ्रम असतो. दहशतीचा खेळ सुरू करता येतो; पण तो बंद करणं हाती उरत नाही, याची बोचरी जाणीव पाकिस्तानला या हल्ल्यानं झाली आहे. मागच्याच वर्षी पेशावरमध्ये सैनिकांच्या मुलांच्या शाळेत याच ‘तहरिक- ए- तालिबान’नं अंदाधुंद गोळीबार करून १३१ कोवळ्या बालकांचा जीव घेतला होता. मुलांच्या डोक्यात गोळ्या घालताना आपण धार्मिक कृत्य करतो आहोत आणि यातला मृत्यू स्वर्गप्राप्तीकडं नेणारा आहे असा विश्वास ज्यांना वाटत होता त्यांचं कुठल्या प्रकारचं ब्रेनवॉशिंग झालं असेल याची कल्पना करता येऊ शकते. हेच तर पाकिस्तान भारतविरोधी गटांना हाताशी धरून करत होता. त्यामुळं पाकिस्तान दहशतवादाचा बळी आहे हे खरं आहे, पाकिस्तानला त्याच्याशी लढावं लागतं हेही खरं आहे; मात्र

ही लढाई सोयीची आहे, 'सिलेक्टिव्ह' आहे आणि या दुटप्पीपणातून देश म्हणून पाकिस्तान जोवर बाहेर पडत नाही तोवर भारतीय उपखंडात शांतता नांदणं कठीण आहे आणि त्याच्या झळा पाकिस्तानलाही लागल्याशिवाय राहणार नाहीत. पाळीव दहशतवादी आता पाळणाऱ्यांच्या नियंत्रणाबाहेर गेले आहेत.

बाचाखान विद्यापीठातल्या हल्ल्याचा धडा आहे की, दहशतवाद्यांवरील कारवाईत पाकिस्तानला दुसरा पर्याय नाही. तालिबान्यांत बरं-वाईट शोधणं, गुड टेररिस्ट-बॅड टेररिस्ट असली निवड देशाच्या मुळावर येणारी आहे. यातून भारतापुढं आव्हानं तयार होतातच; पण पाकिस्तानही फार काळ शेजारी आग लावून मजा पाहत राहू शकणार नाही. धर्मांधतेला खतपाणी घालून कडवे गट तयार करायचे आणि इसिसला धोका मानायचे, ही विसंगतीच आहे. कट्टरतावाद क्रमानं अधिक धारदार होत जातो, इसिस त्याचाच परिणाम आहे. त्यामुळं इसिस पाकिस्तानमध्ये शिरू नये असं वाटत असेल तरी त्याची पूर्वअट देशातील धर्मांधता पोसणारे कारखाने संपवणं हीच आहे. ते न करता प्रत्येक हल्ल्यानंतर होणारी काठाकाठाची कारवाई मलमपट्टीपलीकडं उपयोगाची नाही.

एका अर्थानं देशाच्या अस्तित्वाचा मूलाधार नव्यानं शोधावा अशा वळणावर पाकिस्तान आहे. ही गोष्ट जितकी पुढं ढकलली जाईल तेवढ्या हिंसेच्या झळा अधिक असतील. केवळ 'भारतद्वेषावर देश चालवता येणार नाही' असं तिथले शहाणेही आता सांगू लागले आहेत. पाकिस्तानची निर्मिती मुस्लिमांचं वेगळं राष्ट्र या कल्पनेतून झाली तरी ही कल्पना राजकीय कारणांसाठी वापरायची, प्रत्यक्षात नवा देश आधुनिक धर्मनिरपेक्ष तत्त्वांच्या आधारावर उभा करायचा, असा पाकिस्तानचे संस्थापक महंमद अली जीना यांचा मानस होता. त्यांच्यासाठी धार्मिक आधार केवळ स्वतंत्र देश मागण्यासाठीचं हत्यार होतं. मात्र, धार्मिक उन्माद हे प्रकरणच असं आहे, की एकदा त्यात गुरफटल्यानंतर सुटकेचा सोपा मार्ग नाही. जी चूक जीनांनी केली तीच क्रमानं पुढचे पाकिस्तानी

खान अब्दुल गफारखान यांच्याविषयी

» जन्म : ३ जून १८९०
(पेशावर, पाकिस्तान)

» मृत्यू : २० जानेवारी १९८८
(पेशावर, पाकिस्तान)

» त्यांच्या इच्छेनुसार मृत्यूनंतर त्यांना जलालाबाद (अफगाणिस्तानमध्ये) दफन करण्यात आले.

» सरहद्द गांधी या नावाने प्रसिद्ध असलेले खान अब्दुल गफारखान यांना बादशाह किंवा बच्चा (बाचा खान) म्हणूनही ओळखले जाते.

» स्वातंत्र्यपूर्व कालखंडातील ते वायव्य सरहद्द प्रांतातील बलुचिस्तानमधील सर्वांत प्रभावशाली स्वातंत्र्यसेनानी होते.

» त्यांच्यावर महात्मा गांधींच्या अहिंसा तत्त्वाचा प्रभाव होता.

» गफारखानांनी १९२९ मध्ये 'खुदा ई खिदमतगार' नावाची संघटना उभारली होती.

» ही संघटना 'सुर्ख पोश' या नावानेही ओळखली जाई.

» भारत-पाकिस्तान फाळणीनंतर त्यांनी पाकिस्तानमध्ये राहण्याचा निर्णय घेतला.

» १९८५ च्या काँग्रेस शताब्दी समारंभासाठी त्यांनी भारताला भेट दिली होती.

» पाकिस्तानमध्ये त्यांनी स्वायत्त पख्तुनिस्तान (पठाणीस्तान) प्रांतासाठी आंदोलन केले.

» याकरिता त्यांना पाकिस्तानमध्ये तुरुंगवास भोगावा लागला.

» यानंतर काही काळ त्यांनी अफगाणिस्तानमध्ये घालवला.

» स्वतंत्र पख्तुनिस्तान प्रांत आंदोलनामुळे त्यांना १९८८ मध्ये पाकिस्तान सरकारने नजरकैदेत ठेवले होते

» भारतरत्न पुरस्कार मिळालेले हे पहिले अभारतीय होते.

» 'माय लाइफ अँड स्ट्रगल' हे त्यांचे आत्मचरित्र प्रसिद्ध आहे.

राज्यकर्ते करत गेले. भारतविरोध हे राजकारणाचं सूत्र बनवलं गेलं. त्यासाठी अधिकाधिक कट्टर धार्मिक गटांना चुचकारण्याची खेळीच सुरू झाली. याचाच परिणाम पाकिस्तानमध्ये धर्मांधतेची विषवल्ली फोफावली. झियांच्या कारकीर्दीत लष्कर प्रशासन, शिक्षणव्यवस्था आणि सर्वच यंत्रणांमध्ये कट्टरतावाद पद्धतशीरपणानं रुजवायला सुरुवात झाली. त्याला भरभरून फळं आली आहेत. आज पाकिस्तानी लष्कर आपल्याच देशात जवळपास युद्ध पुकारून आणि बॉंबफेक करूनही दहशतवाद्यांची अभयारण्य पुरती संपवू शकत नाही, याचं कारण धर्मांध मानसिकतेनं साऱ्या देशाला घेरलं आहे. लष्करी कारवाईनं समोर दिसणाऱ्या दहशतवाद्यांचं कंबरडं कदाचित मोडताही येईल; पण दहशतवाद्यांसाठी नवी भरती सहजसाध्य करणारा कच्चा माल देशभर उपलब्ध आहे. जिहादी मानसिकता शाळकरी वयापासून पोसण्याची किंमत आता मोजावी लागत आहे. टोकाच्या धर्मवादी गटांना दैनंदिन व्यवहारात, प्रशासनात आणि लष्करातही नको तेवढं महत्त्व देऊन हा भस्मासुर पोसल्यानंतर आता त्यावर मात कशी करायची, यासाठीची फरपट सुरू झाली आहे. अगदी अलीकडं पाकिस्तानमधल्या सिंध प्रांतात शुक्रवारच्या प्रार्थनेवेळी शिकवणीच्या नावाखाली होणारा धर्मांधतेचा प्रचार रोखण्यासाठी विधेयक आणायचं जाहीर झालं. ही स्थिती एका टोकाला गेल्यानंतरची अगतिकता आहे.

पाकिस्तान जगभरातील दहशतवाद्यांचं आश्रयस्थान बनलं ते अचानक नाही. यात तिथल्या राज्यकर्त्यांचा आणि लष्करी नेतृत्वाचा सहभाग स्पष्ट आहे. हे सारं दिसत असूनही शीतयुद्धकालीन समीकरणांसाठी त्याकडं काणाडोळा करणाऱ्या अमेरिकेसारख्या महासत्तेचाही यात वाटा आहेच. तत्कालीन सोव्हिएत युनियनच्या विरोधात कथित मुजाहिद्दीनांची फौज तयार करताना जगातल्या अत्यंत खतरनाक दहशतवाद्यांना पाकिस्ताननं प्रशिक्षण दिल्याची कबुली मुशर्रफ यांनी दिली होती. ज्यांना एकेकाळी हीरो मानलं तेच पाकिस्तानसाठी खलनायक निघाले, अशी उपरतीही त्यांना झाली होती. असिफ अली झरदारी अध्यक्ष असताना त्यांनीही अशीच कबुली दिली होती. बाचाखान विद्यापीठातल्या हल्ल्यानंतर पाकिस्तानमधील अनेक राजकीय नेतेही हे आपलंच पाप असल्याचं सांगू लागले आहेत, माध्यमंदेखील हाच सूर आळवत आहेत. दहशतवाद्यांत कसलाही भेद न करता आरपारची लढाई लढणं हेच पाकच्या हिताचं असल्याची मांडणी कधी नव्हे ते पाकिस्तानमधल्या वृत्तपत्रांतूनही होत आहे. पाकिस्तानमधला हा बदल जरूर आहे; पण तेवढ्यानं त्यांनीच तयार केलेला गुंता संपत नाही. पाकिस्ताननं भारताविरोधात आणि अफगाणिस्तानात आपले हितसंबंध राखण्यासाठी दहशतवादी गटांना हाताशी धरण्याचा खेळ दीर्घकाळ चालवला. त्यातून तयार झालेलं रसायन केवळ पाकिस्तानच्या हेतूंपुरतं काम करून स्वस्थ बसण्याची शक्यता आता संपली आहे. ८०च्या दशकात पेटवलेली ही आग आता पेटवणाऱ्यांनाच भस्मसात करू पाहते आहे.

पाकिस्तानमधील गोंधळाला आंतरराष्ट्रीय शक्तींच्या सोयीच्या खेळांचाही एक आयाम आहे. दहशतीचा प्रत्येकाला सोयीचा अर्थ हवा असतो. सोव्हिएतविरोधात मुजाहिद्दीन उभे करताना आपण दहशतवादच पोसतो आहोत, असं अमेरिकेला वाटत नाही. पाकच्या तालिबाननिर्मितीला सढळ मदत करताना भारताविरोधातही हीच मदत वापरली जाते, याकडं डोळेझाक करावी लागते. लादेनला संपवल्यानंतर पाकिस्तान जाणीवपूर्वक चीनच्या जवळ जाऊ लागला, इथंही चीनला पाकिस्तानचा वापर मोहऱ्यासारखा करायचा असतो. साहजिकच लख्वीविरोधात संयुक्त राष्ट्रांत निर्बंधांची चर्चा होते तेव्हा चीन विरोध करतो. हेच हाफीज सईदबाबत घडतं. गेल्या काही वर्षांत पाकिस्तानमधल्या दहशतवाद्यांना आंतरराष्ट्रीय व्यासपीठावर उघडं पाडण्याच्या भारताच्या प्रत्येक खेळीआड चीन उभा राहिल्याचं दिसेल. परराष्ट्रनीतीत दहशतवादाचा सोयीचा वापर आणि पुन्हा दहशतमुक्त जगासाठी प्रवचनं झोडणं, हा दुटप्पीपणा जागतिक आहे. पाकिस्तानात तर तो पुरता मुरला आहे.

वर्षापूर्वी पेशावरच्या सैनिकी शाळेत हल्ला झाल्यानंतर दहशतवाद्यांविरोधात सर्वंकष लढाई जाहीर झाली. तेव्हा जगाला असं वाटलं होतं की, पाकिस्तानला आता कुठल्याही स्वरूपातला दहशतवाद पोसण्यातला धोका समजला आहे आणि आतातरी राजकीय व लष्करी नेतृत्व एकमुखानं दहशतवाद्यांची आश्रयस्थानं संपवेल, काही निर्णायक कारवाई करेल. त्यानंतर पाकिस्तानी लष्करानं कारवाई केलीही; मात्र ती प्रामुख्यानं पाकिस्तान-अफगाण सीमेवर लपलेल्या दहशतवाद्यांच्या विरोधातच राहिली. त्या हल्ल्यानंतरचा भावनांचा पूर ओसरल्यानंतर पुन्हा भारतविरोधी गटांना अभय देण्याचा उद्योग सुरू झाला. खरंतर केवळ दहशतवाद्यांना टिपून पाकिस्तानमधली समस्या संपत नाही. दहशतवादी निर्माण करणारी देशभर पसरलेली केंद्रं संपवणं, धर्मांधतेला प्रोत्साहन देणाऱ्या संस्था-संघटनांची दुकानं बंद करणं आवश्यक आहे. हेही करायचं ठरलं होतं; पण जसा वेळ गेला तशी यात ढिलाई आली. आता पाकिस्तानमधूनच दहशतवाद्यांविरोधातल्या राष्ट्रीय कृती आराखड्याचं काय झालं, असा प्रश्न विचारला जाऊ लागला आहे. हे प्रयत्न यशस्वी होत नाहीत याचं कारण आंतरराष्ट्रीय स्तरावर दहशतवादी कोणाला मानावं यावर जशा सोयीच्या भूमिका घेतल्या जातात, तशाच पाकिस्तानमधील सरकारच्या अनेक स्तरांमध्ये दहशतवाद्यांत आपले कोण, परके कोण याची गणितं वेगळी आहेत. लष्कराला 'तहरिक-ए-तालिबान'ला संपवणं म्हणजे पाकिस्तानपुरती समस्या संपवणं असं वाटतं. मात्र, त्या देशातल्या प्रत्येक प्रांतात याविषयीच्या धारणा वेगळ्या आहेत. पंजाबात 'सिपाह-ए-साहेबा' किंवा 'लष्करे तय्यबा'ला हात लावावं असं वाटत नाही. सिंध प्रांतात साऱ्याच राजकीय पक्षांचे सशस्त्र गट आहेत, त्यांना हात लागावा असं तिथं कुणाला वाटत नाही. बलुचिस्तानात तालिबान हे फार मनावर घ्यावं असं प्रकरण वाटत नाही. लष्कराला अफगाण सीमेवरचे सगळे गट संपवण्यात रस नाही. त्यांचा वापर अफगाणिस्तानातली उद्दिष्टं साध्य करण्यासाठी करायचं धोरण असतं. असा प्रत्येकाच्या मनातला दहशतवाद्यांचा प्रश्न वेगळा असेल तर या समस्येचा सर्वांगीण मुकाबला अशक्य बनतो. पाकिस्तानची खरी समस्या हीच आहे. कुठल्याही स्वरूपातला आणि कुणाच्याही विरोधातला दहशतवाद मोडलाच पाहिजे, अशी सुस्पष्ट भूमिका जोवर सरकार आणि लष्कर घेत नाही तोवर या चक्रव्यूहातून सुटका नाही.

खुदाई खिदमतगार

अब्दुल गफार खान यांनी इंग्रजांविरुद्ध भारतीय राष्ट्रीय काँग्रेसच्या समर्थनार्थ खुदाई खिदमतगार नावाने वायव्य सरहद्द प्रांतातील बलुचिस्तानमध्ये आंदोलन चालवले. हे आंदोलन 'लाल कुर्ती' आंदोलन या नावानेही प्रसिद्ध होते. गफार खान लाल रंगाचे कुर्ते वापरत त्यामुळे आंदोलन या नावाने ओळखले जात होते. हे आंदोलन एक ऐतिहासिक आंदोलन होते. खुदाई खिदमतगार हा पारशी शब्द आहे ज्याचा अर्थ ईश्वराने निर्मिलेल्या दुनियेचा सेवक होय.

दहशतवादी आता पाकिस्तानच्या सेनेला आणि राज्यव्यवस्थेलाच आव्हान देऊ लागले आहेत. मात्र, याची सुरुवात हळूहळू सारा देश धर्मांधतेकडं नेण्यातून झाली आहे. इस्लामपूर्व इतिहासाच्या खुणा जमेल तेवढ्या मिटवून टाकण्यातून याची सुरुवात झाली. अभ्यासक्रमही असेच एकारलेले तयार केले गेले. देशातील अल्पसंख्य म्हणजे हिंदूंच्या विरोधात वातावरण तयार करता करता शिया आणि अहमदियांवरही हल्ले करणं, त्यांना देशाबाहेर जावं लागेल असा विद्वेष पसरवणं, यातून पाकिस्तानातल्या पिढ्या घडवण्याचा प्रयत्न झाला. ही सगळी प्रक्रिया उलट फिरवल्याखेरीज दहशतवाद्यांच्या चक्रव्यूहातून पुरती मुक्ती नाही. हे समजलं तरी

प्रत्यक्षात आणणं सोपं नाही. दहशतवाद्यांचा ताजा हल्ला ज्या विद्यापीठावर झाला त्याला सरहद्द गांधी खान अब्दुल गफारखान यांचं नाव दिलं आहे. ते पाकिस्तानातले अपवादात्मक मानवतावादी, गांधीवादी आणि सर्वसमावेशकतेचा पुरस्कार करणारे नेते होते. त्यांची शिकवण ऐकायची की धर्मांधता आणि भारतविरोध हाच देश एकत्र ठेवण्याचा आधार बनवायचा, हे पाकिस्तानला कधीतरी निर्णायकपणे ठरवावं लागेल. मध्ययुगात जगायचं की जिथं धर्मांधतेला थारा नसेल अशा आधुनिक प्रगतीच्या मार्गावर चालायचं, याचाच हा फैसला असेल...

तोवर पाकिस्तानचा दुतोंडीपणा आणि त्याला तोंड देत चर्चेची गुऱ्हाळं सुरू ठेवणं हेच भारताच्या हाती आहे.

धार्मिक आधार हे केवळ स्वतंत्र देश मागण्यासाठीचं पाकिस्तानचे संस्थापक महंमद अली जीना यांचं हत्यार होतं. मात्र, धार्मिक उन्माद हे प्रकरणच असं आहे, की एकदा त्यात गुरफटल्यानंतर सुटकेचा सोपा मार्ग नाही. जी चूक जीनांनी केली तीच क्रमानं पुढचे पाकिस्तानी राज्यकर्ते करत गेले. यातूनच धर्मांधतेची विषवल्ली फोफावली.

२४ जानेवारी २०१६

■

दुटप्पीपणा दहशतवादाविरोधातला...

> “अमेरिकेमधल्या ट्विन टॉवरवरच्या दहशतवादी हल्ल्याला आज १५ वर्षं पूर्ण झाली. या १५ वर्षांत अमेरिकेवर असा हल्ला झाला नाही, हे खरं असलं तरी जगभरातला दहशतवाद संपला नाही. नाव बदलून नव्या नव्या संघटना तयार होत राहिल्या आणि त्यांचा क्रूरपणा वाढतोय. दहशतवादाविरुद्धच्या लढाईत आपली सोय महत्त्वाची असं मानणाऱ्या पाश्चात्त्य देशामुळं ही समस्या अधिक गंभीर झाली आहे.

अमेरिकेतल्या ट्विन टॉवरवरच्या दहशतवादी हल्ल्याला (११ सप्टेंबर २००१) आजच्या दिवशी १५ वर्षं पूर्ण झाली. 'अल् कायदा'नं घडवलेल्या त्या हल्ल्यानं पहिल्यांदाच जगाला म्हणजे खरंतर अमेरिका आणि तिच्या पठडीतल्या पाश्चात्त्य देशांना दहशतवादाचा भस्मासुर उलटतोच याची बोचरी जाणीव झाली. अमेरिकेनं तर हा देशाच्या प्रतिष्ठेवरचा घाला मानला, सार्वभौमत्वाला आव्हान मानलं आणि 'अमेरिका ऍट वॉरची घोषणा करून, तालिबानी आश्रयानं आणि मध्यपूर्वेतल्या पैशानं पोसलेल्या अल् कायदाच्या साम्राज्याला धक्का देणारं युद्ध छेडलं गेलं. अशा युद्धात अमेरिकेसारख्या महासत्तेविरुद्ध लढणं जिहादी गटांना एका मर्यादेपलीकडे शक्य नव्हतं. 'अल् कायदा'चा अफगाणिस्तनातला पराभव अटळ होता. तसं एकेकाळी आपणच पोसलेलं तालिबानी राज्य अमेरिकेला आणि या युद्धात जवळपास मांडलिकांचा दर्जा वाट्याला आलेल्या पाकिस्तानला बरखास्त करावं लागलं. अमेरिकेवरचा तो हल्ला

> **जागतिक दहशतवाद निर्देशांक**
>
> **(Global Terrorism Index)**
>
> » जागतिक दहशतवाद निर्देशांक सन २००० सालापासून जगातील दहशतवादाचे चित्र मांडण्यासाठी प्रकाशित केला जातो.
>
> » इन्स्टिट्यूट ऑफ इकॉनॉमिक्स ॲण्ड पीस (IES), ऑस्ट्रेलिया यांच्यातर्फे हा निर्देशांक प्रकाशित केला जातो.
>
> » **पुढील घटकांवरून हा निर्देशांक काढला जातो :**
>
> १. एका वर्षातील दहशतवादी हल्ल्यांची संख्या
> २. दहशतवादी हल्ल्यातील मृत्यू
> ३. दहशतवादी हल्ल्यातील जखमी
> ४. मालमत्तेचे नुकसान
>
> » २०१६ च्या जागतिक दहशतवाद निर्देशांकात भारताचा ७ वा क्रमांक आहे, भारतामध्ये जगातील एकूण ७% दहशतवादी हल्ले होतात.
>
> » इराक हा देश प्रथम क्रमांकावर आहे.

जगात कुणीच सुरक्षित नाही, अशी भावना निर्माण करणारा होता आणि त्यानंतर पाश्चात्त्य देशांनी खासकरून अमेरिकेनं सुरक्षा व्यवस्थेचं अजस्र जाळं विणत आपल्या भूमीवर हल्ला होण्याच्या साऱ्या शक्यता संपवण्याची जमेल ती व्यवस्था केली. ती करताना टीकेची कसलीही फिकीर अमेरिकेनं केली नाही, त्याचा परिणाम म्हणून अमेरिकेत गेल्या १५ वर्षांत फार मोठा दहशतवादी हल्ला कुठल्याही जिहादी संघटनेला करता आलेला नाही. हे खरं असलं तरी ज्या जिहादी दहशतवादाला निखडून काढण्याच्या इराद्यानं अमेरिकेची कारवाई सुरू झाली तो संपायचं दूरच; पण तो फोफावतोच आहे आणि जगभरातल्या सभ्य, विवेकी समाजासमोर या मध्ययुगात जगू पाहणाऱ्या आणि धर्मांधतेतून कत्तली करायला सोकावलेल्या दहशतवादी गटांचं आव्हान उभं राहिलं आहे. '९/११'ला १५ वर्षं पूर्ण होतानाही या आव्हानाला कसं सामोरं जायचं, यावर जग दुभंगलेलं आहे. आपापले हितसंबंध जोपासण्यासाठी आंतरराष्ट्रीय व्यवहारात दहशतवाद्यांना आणि त्याला प्रोत्साहन देत वापरण्याचा परिणाम म्हणून दहशतवादाच्या विरोधात सर्वांनी लढायला हवं. ही केवळ आंतरराष्ट्रीय व्यासपीठावरून बोलायची सदिच्छा उरली आहे. १५ वर्षांत दहशतवादही अधिकाधिक संघटित बनतो आहे. तिथंही आधुनिकता अचंबा वाटावी इतक्या गतीनं येते आहे. लष्करी बळानं दहशतवादी मोडणं हा एक मार्ग आहे, मात्र केवळ तेवढ्यानं जिहादी दहशतवाद संपत नाही. किंबहुना धर्म, संस्कृती असल्या ओळखीवर आधारित टोकाच्या विचारांचा मुकाबला, त्यातून होणाऱ्या अतिरेकी कृत्यांपेक्षा अधिक महत्त्वाचा ठरतो. त्या आघाडीवर जगभर आनंदीआनंदच आहे. उलट आम्ही विरुद्ध ते अशा धार्मिक, वांशिक फाळण्या वाढतच आहेत.

जी-२० (G-20) :

» G-20 हा २० देशांचा समूह आहे. जागतिक आर्थिक स्थिरता मिळवण्याच्या उद्देशाने १९९९ मध्ये या गटाची स्थापना करण्यात आली. या गटाचे अध्यक्षपद फिरते असून, सध्या ते चीनकडे आहे.

» G-20 गटामध्ये अर्जेंटिना, ऑस्ट्रेलिया, ब्राझील, कॅनडा, चीन, फ्रान्स, जर्मनी, भारत, इंडोनेशिया, इटली, जपान, दक्षिण कोरिया, मेक्सिको, रशिया, सौदी अरेबिया, दक्षिण आफ्रिका, तुर्कस्तान, ब्रिटन, अमेरिका आणि युरोपियन युनियन यांचा समावेश आहे.

» या परिषदेसाठी होंगझाऊ येथे गेलेल्या पंतप्रधान नरेंद्र मोदी यांनी दोन दिवसांत आठ देशांच्या प्रमुखांबरोबर द्विपक्षीय चर्चा केली. या आठ देशांच्या प्रमुखांमध्ये चीनचे अध्यक्ष शी जिनपिंग (Xi Jinping), अर्जेंटिनाचे अध्यक्ष मॉरिशिओ मार्सी (Mauricio Macri), अमेरिकेचे अध्यक्ष बराक ओबामा (Barack Obama), ऑस्ट्रेलियाचे पंतप्रधान माल्कन टर्नबूल (Malcolm Turnbull), सौदी अरेबियाचे राजपुत्र महम्मद बीन सलमान (Mohammed Bin Salman), ब्रिटनच्या पंतप्रधान थेरेसा मे (Theresa May) आणि फ्रान्सचे अध्यक्ष फ्रान्स्वा ओलाद (Francois Hollande), तुर्कस्तानचे अध्यक्ष रेसिप एर्दोगन (Recep Erdogan) यांचा समावेश होता.

अफगाणिस्तानातली तालिबानी राजवट संपली किंवा अल् कायदाचा म्होरक्या ओसामा बिन लादेन याला टिपल्यानं दहशतवादाची लढाई संपत नाही. याची जाणीव आता जगाला इसिस, बोको हराम यांपासून ते आपल्या शेजारी देशाच्या कृपाछत्राखाली चालणाऱ्या लष्करे तैयबा आणि हिज्बुल मुजाहिद्दीन यांपर्यंतच्या संघटनांच्या कारवायांतून झाली आहे. गमतीचा भाग म्हणजे यातल्या बहुतेक दहशतवादी गटांना पोसणारे स्रोत मध्यपूर्वेत आहेत आणि ही सारी राष्ट्रे याच दहशतवादाच्या विरोधात लढण्याची भूमिका घेणाऱ्या अमेरिकेची दोस्त राष्ट्रेही आहेत. इराकमधलं सद्दाम हुसेनचं राज्य असो की, अफगाणिस्तानातलं तालिबानी राज्य हे याच विसंगतीतून तयार झालं. हे कळूनही अमेरिकेची धोरणं बदलत नाहीत. अमेरिकेवर हल्ला होऊ नये, आमच्या नादी लागेल त्याला संपवून टाकू इतकीच खरंतर दहशतवादाविरोधातल्या जागतिक लढाईची मर्यादा आहे. हेच आता नव्यानं शक्ती म्हणून उदयाला आलेल्या चीनबाबतीतही लागू पडतं. पाकिस्तानच्या आश्रयाखालच्या दहशतवाद्यांची आंतरराष्ट्रीय व्यासपीठांवर पाठराखण करणं हा अशाच विसंगतीचा नमुना. यामुळंच अमेरिकेवरच्या हल्ल्यानं जग हादरलं, दहशतवाद कुठंही घुसू शकतो, कुणालाही वेठीला धरू शकतो, हे दिसलं तरी प्रत्यक्ष व्यवहारात दहशतवादाविरोधातली लढाई ही सोयीनंच लढायची बाब उरते. साहजिकच १५ वर्षांनंतरही धोका वाढलेलाच दिसतो.

अमेरिकेवरील हल्ल्यानंतर त्याच प्रकारचा हल्ला होणार नाही याची सारी दक्षता तिथं घेतली गेली, त्याला यशही आलं. याचं कारण अमेरिकेनं आपल्या लष्करी आणि आर्थिक सामर्थ्याचा पुरेपूर वापर केला. अफगाणिस्तानातला तालिबानी दहशतवाद मोडला. अल् कायदाचाही बऱ्याच अंशी सफाया झाला, हे खरं असलं तरी मागच्या १५ वर्षांत दहशतवादी हल्ले आणि दहशतवादानं ग्रस्त झालेला भूगोल यांचा परीघ सातत्यानं वाढतोच आहे. एका वर्षातच दहशतवादी कृत्यांनी जगात १८ हजारांवर बळी घेतल्याची नोंद 'ग्लोबल टेररीझम इंडेक्स'मधून समोर आली आहे. ही वाढ जवळपास ६० टक्क्यांच्या घरात आहे. अल् कायदा आणि तालिबान यांच्या पलीकडं जिहादी दहशतवादाचं नेटवर्क जगभर पसरतं आहे. अफगाणिस्तानातही तालिबानच्या पतनानंतरची व्यवस्था लावण्यात अजून यश आलेलं नाही आणि तालिबानी तिथं पराभूत झाले तरी संपले नाहीत. अफगाणिस्तानातल्या अमेरिकापुरस्कृत व्यवस्थेला सातत्यानं धक्के द्यायचं काम सुरूच आहे. या युद्धात अमेरिकेला पाकिस्तानचा वापर अनिवार्यच होता. याच दोन देशांनी तयार केलेला तालिबानी भस्मासुर उलटला होता. सोव्हिएत संघाच्या विरोधात लढणारे तथाकथित धर्मयोद्धे नंतर पोसणाऱ्यांनाच वाकुल्या दाखवू लागले. युद्धानं हे चित्र बदललं तरी तेही तात्पुरतंच. अमेरिकेचा प्राधान्यक्रम बदलला तसं पुन्हा पाकिस्तानच्या आश्रयानं तालिबानी डोकं वर काढू लागले. पाकिस्तानच्या परराष्ट्रनीतीमध्ये दहशतवादी गट हे एक हत्यार बनल्यानं तालिबानी पूर्णतः संपलेले नाहीत. उलट याच तालिबान्यांची लागण झालेले पाकिस्तानमधले कडवे धर्मांध गट आता त्या देशाची डोकेदुखी बनले आहेत, इतकी की त्यांच्याविरोधात थेट लष्करी कारवाई करायची वेळ येते. पाकिस्तान हा जगातला सर्वाधिक दहशतग्रस्त पाच देशांमधला एक देश बनतो आहे. यातून दहशतवादाचा त्रास पाकिस्तानही

जी-२० (G-20) विषयी

» G-20 हा जगातील २० प्रमुख देशांचा एक गट आहे. या गटात १९ देश व युरोपियन संघाचा सहभाग आहे.
» युरोपीय परिषदेचे अध्यक्ष व युरोपियन मध्यवर्ती बँकेचे अध्यक्ष युरोपियन संघाचे G-20 मध्ये प्रतिनिधित्व करतात.
» G-20 सदस्य देशांचा एकत्रित जीडीपी जगाच्या ८५% आहे.
» G-20 मधील राष्ट्रे जगातील एकूण ८५% टक्के व्यापारासाठी कारणीभूत आहेत.

भोगतो, असा कांगावा करायची सोय असली तरी मुळात हे प्रकरण उभं करणारं वातावरण याच देशानं पुरवलं. कडव्या धर्मांधांना शिक्षणात मनमुराद हुंदडू देण्यातून झालेली तालिबानीकरणाची सुरुवात पाकिस्तानला या वळणावर आणून सोडणारी ठरत आहे. तरीही दहशतवाद्यांमध्ये बरे-वाईट निवडण्याचा कदाचित तात्पुरत्या लाभाचा पण दीर्घकाळात उलटणारा धोका पोसण्याची वाट पाकिस्तान सोडत नाही. पाकिस्तानला हे 'कळतं पण वळत नाही अशा टोकाला हा देश गेला आहे. जगात दहशतवादाची निर्यात करणाऱ्या प्रदेशात पाकिस्तानचं नाव घेतलं जातं. पाकिस्तानशी जवळिकीचे प्रयत्न फसल्यानंतर पंतप्रधान नरेंद्र मोदी यांनी याविरोधात आंतरराष्ट्रीय व्यासपीठांवरून संधी मिळेल तिथं तोफा डागायला सुरुवात केली आहे. नुकत्याच झालेल्या 'G-20' गटाच्या बैठकीदरम्यान त्यांनी हा विषय मांडला. तसाच 'आसियान'च्या निमित्तानं व्हिएतनाममध्येही दहशतवादी पोसणाऱ्या शेजाऱ्याला एकटं पाडण्याचं आवाहन केलं. दहशतवादाविरोधातल्या लढाईत खरा मुद्दा आंतरराष्ट्रीय पातळीवरच्या ढोंगीपणाचा आहे. मोदी सांगतात ते नवं नाही आणि ते जगातल्या सगळ्या मोठ्या शक्तींना दिसत नाही असंही नाही. भारतात होणाऱ्या दहशतवादी कारवायांत पाकिस्तान गुंतलेला आहे याचे ढीगभर पुरावे कित्येकदा देऊन झाले आहेत. मात्र, एखाद्या मोठ्या हल्ल्यानंतर निषेध करायचा, पाकिस्तानला खडसावल्यासारखं करायचं, जाता जाता दहशतवादाला धर्म नसतो असली फोडणी द्यायची आणि काही काळ जाताच भारतानं पाकिस्तानशी बोलायला हवं असले सल्ले देण्याचा शहाजोगपणा करायचा हेच या बड्या शक्तींकडून घडत आलं आहे. ९ सप्टेंबरचा चटका बसूनही दहशतवादी कृत्य कुठंही झालं तरी त्याची पाळंमुळं निखडून काढलीच पाहिजेत आणि अमेरिकेवरच्या हल्ल्यात जबाबदार असलेल्यांना शोधून संपवणारा न्याय करण्याचा अधिकार अमेरिकेला असला तर अशाच कृत्यांचा ताप भोगणाऱ्या अन्य देशांनाही असायला हवा हे मात्र मान्य केलं जात नाही.

आजमितीला जगात जिहादी करवाया मोठ्या प्रमाणात करण्याची क्षमता बाळगून असलेल्या इसिस, अल् कायदा, बोको हराम आणि तालिबान या चार संघटना अस्तित्वात आहेत. याखेरीज कित्येक गटांचा जिहादचं नाव घेत रक्तरंजित खेळ सुरूच आहे. यातला इसिसचा धोका स्पष्ट आणि सर्वांत मोठा आहे. मध्ययुगीन काळात वावरणाऱ्यांची कथित खिलाफत इसिसनं सीरिया आणि इराकच्या काही भागांत उभी केली आहे. अल् कायदानं भूमिगत कारवाया पसरवण्याचा हाच आधार ठेवला होता आणि लादेनची ही संघटना प्रामुख्यानं पाश्चात्यांच्या मुजोरीला उत्तर आणि असलं खेळणं हाती असायला हवं, अशा मानसिकतेनं पछाडलेल्यांच्या मध्यपूर्वेतल्या आर्थिक पाठबळावर उभी आहे. अमेरिकेच्या कारवाईनंतर आणि लादेनच्या मृत्यूनं या संघटनेचा दबदबा कमी झाला, आर्थिक ओघही आटला आणि नव्या भरतीवरही मर्यादा आल्या तरीही संघटनेचं जाळं पूर्णतः मोडीत निघालेलं नाही. इसिसनं मात्र सीरिया आणि इराकच्या काही भागांत आपलं राज्यच तयार केलं आहे आणि अपहरण, खंडणी यापलीकडं राजरोस कर गोळा करणं, तेलाची बेकायदा विक्री करणं यांसारख्या माध्यमातूनही इसिसचे खिसे भरले जातात. इसिससारखी संघटना जगाच्या सुरक्षेला आव्हान देऊन उभी राहते, तेव्हा तिचा तातडीनं खात्मा करणं हा प्राधान्याचा मुद्दा असायला हवा; मात्र बराक ओबामांच्या नेतृत्वाखालील अमेरिकेला इराक आणि अफगाणिस्तानातल्या युद्धानंतर त्या प्रकाराचा संघर्ष टाळायचा आहे. दुसरीकडं सीरियातल्या बशर अल असद यांचं काय करायचं यावर रशियाचे अमेरिका आणि पाश्चात्त्य देशांसोबत मतभेद आहेत. यातून निर्णायक कारवाई होत नाही. मात्र, इसिसला मोडण्याचे जे काही प्रयत्न झाले त्याचे परिणाम दिसायला लागले आहेत. आधुनिक शस्त्र सज्ज जगाशी कायमस्वरूपी लढता येणार नाही याची जाणीव असलेल्या बगदादीच्या इसिसनं आता ताब्यात ठेवलेल्या भूमीच्या पलीकडं एकांड्या दहशतवादाचा वापर करून हल्ले करण्याची

आणि चर्चेत राहण्याची खेळी सुरू केली आहे. इराकमध्ये ढीगभर माणसं मारण्यापेक्षा लंडन, पॅरिस, ब्रुसेल्स यांसारख्या शहरात मोजके बळी घेतले तरी त्याचे परिणाम जगभर होतात हे या दहशतवाद्यांना उमगलं आहे.

दहशतवादाविरोधातल्या युद्धानं हे प्रकरण संपायचं दूरच; पण रोखताही आलेलं नाही. जगाला हादरवणाऱ्या अमेरिकेवरील अल् कायदाच्या हल्ल्यानंतर १५ वर्षांनी स्थिती बिघडतच निघालेली दिसते. २००१ पासून दहशतवादी कृत्यातच बळी पडलेल्यांची संख्या लाखाहून अधिक असल्याचं 'ग्लोबल टेररिझम इंडेक्स' सांगतो. यातले ८० टक्के बळी इराक, अफगाणिस्तान, पाकिस्तान, नायजेरिया आणि सीरिया या पाच देशांत पडले आहेत; तर विकसित देशांतील बळींची संख्या ५ टक्के आहे. मात्र, दरवर्षी दहशतवादी कृत्यांची नोंद होणाऱ्या देशांच्या संख्येत वाढ होताना दिसते. सर्वाधिक दहशतवादी कारवाया होणाऱ्या पाच देशांपलीकडं अंगोला, बांगलादेश, बुरुंडी, मध्य आफ्रिकन प्रजासत्ताक, आयव्हरी कोस्ट, इथिओपिया, इराण, इस्राईल, माली, मेक्सिको, म्यानमार, श्रीलंका आणि युगांडा या १३ देशांत दहशतवाद वेगानं पसरत असल्याचं दिसतं. दहशतवादाचा फटका जगाच्या अर्थव्यवस्थेलाही मोठ्या प्रमाणात बसतो आहे. अमेरिकेचे माजी अध्यक्ष जॉर्ज बुश यांनी दहशतवादाच्या विरोधातल्या युद्धाची घोषणा २००१मध्ये केली तेव्हापासून या युद्धांवर अमेरिकेनं चार ट्रिलियन डॉलरहून अधिक खर्च केला आहे. ही रक्कम भारतीय अर्थव्यवस्थेच्या वार्षिक आकाराच्या दुप्पट आहे. प्रचंड लष्करी मोहिमांनी इराक आणि अफगाणिस्तानात यश मिळवलं असं वाटत असलं तरी खऱ्या अर्थानं कुठलाच प्रश्न संपलेला नाही आणि दहशतवादी तयार होण्याचंही थांबलेलं नाही. संघटनांची नावं बदलली, म्होरके बदलले; पण जिहादच्या नावाखाली शांततेला आणि सुसंस्कृत समाजाला वेठीला धरायचे प्रकार कायम आहेत. उलट ते वाढलेच आहेत. त्यामुळंच केवळ बंदूक हेच दहशतवादाला कायमची मूठमाती देणारं उत्तर आहे का? यावरही विचार करायची वेळ आली आहे.

इसिससारखी संघटना कथित खिलाफतच उभी करते किंवा तालिबान्यांनी अफगाणिस्तान बळकावून देशालाच दहशतवाद्यांचं नंदनवन बनवलं तेव्हा कारवाईला पर्यायच उरत नाही हे खरं आहे. मात्र केवळ दहशतवादी टिपून इतिहासातच जगणाऱ्या आणि दहशतवादी कृत्यानंच स्वर्गाची व्यवस्था होत असल्याचं सांगणाऱ्या व्यवस्था मोडत नाहीत. एका अभ्यासानुसार सर्वांत मोठ्या चार दहशतवादी संघटनांकडील प्रशिक्षित हत्यारबंद मनुष्यबळ दीड लाखाहून अधिक नाही. मात्र, हात रिकामे असलेल्या आणि धर्मासाठी मरण पत्करण्याचं ब्रेन वॉशिंग झालेल्या तरुणांचा लागेल तेवढा फौजफाटा सतत कच्चा माल म्हणून उपलब्ध आहे. त्यामुळंच एक दहशतवादी संघटना मोडली तर दुसरी तयार होते, ती अधिक ताकदीनं उभी राहते असंच सतत घडताना दिसतंय. त्यातही प्रत्येक नवा अवतार अधिक क्रूर, अधिक आक्रमक, अधिक अन्यवर्जक असतो. हल्ले, खूनबाजीच्या पलीकडं आधुनिक तंत्रज्ञानाचा वापर करून देशादेशांची गोपनीय माहिती चोरण्याचा आणि लुटमारीचा मार्ग अवलंबण्याचा धोकाही तज्ज्ञ दाखवत आहेत. अमेरिकेवरील हल्ल्यावेळी सोशल मीडिया बोकाळला नव्हता. आता तरुणांना आकर्षित करणारं हे नवं साधनही इसिससारख्या संघटना अत्यंत प्रभावीपणानं वापरताना दिसतात. या साऱ्या पार्श्वभूमीवर अनिवार्य लष्करी पर्याय वापरताना त्यापलीकडच्या दहशतवादी तयारच होणार नाही, अशा व्यवस्थेकडं नेणाऱ्या उपाययोजनांकडं जावं लागेल.

१९६० पासून आतापर्यंत दुकान बंद कराव्या लागलेल्या दहशतवादी संघटनांपैकी ८० टक्के संघटना राजकीय उपाययोजना आणि प्रतिबंधात्मक पोलिसिंगचा प्रभावी वापर यातून बंद पडल्या. केवळ सात टक्के दहशतवादी गट निव्वळ लष्करी बळाचा वापर करून संपवता आले तर दहा टक्के गटांनी आपलं राजकीय ईप्सित साध्य केलं. म्हणजेच दहशतवाद्यांचा पुरवठाच होणार नाही यासाठीचे उपाय अधिक महत्त्वाचे ठरतात. ते

प्रामुख्यानं राजकीय आणि आर्थिक असू शकतात. लष्करी कारवाई असो की असे उपाय, त्यासाठी दहशतवाद या मुद्यावरचा दुटप्पीपणा सोडावा लागेल. तो सोडण्याची तयारी कुणाचीच नाही, हा खरा मुद्दा. हा ढोंगीपणा सीरियात सुरू आहे, काश्मिरातल्या दहशतवादी कारवायांबाबत सुरू आहे, तसाच अफगाणिस्तानातल्या नव्या रचनेतही सुरू आहे. जग बदलून टाकणाऱ्या, ९ सप्टेंबर २००१च्या अमेरिकेवरच्या हल्ल्याला १५ वर्षं होताना दहशतवादाचा विळखा तर वाढतोच आहे; मात्र तो निखडून काढणाऱ्या खऱ्या उपायांकडं दुर्लक्षही तेवढंच वाढतं आहे.

अमेरिकेच्या अध्यक्षपदाच्या निवडणुकीत हिलरी क्लिंटन उतरल्या होत्या, त्यांनी २०१४ मध्ये पाकिस्तानला दहशतवाद्यांचे सारे अड्डे उध्वस्त करायचा सल्ला दिला होता. आपल्या परड्यात विषारी साप पाळून ते केवळ शेजाऱ्यालाच डसतील असं मानणं चुकीचं असल्याचं त्यांचं पाकिस्तानला सांगणं होतं. याच हिलरी क्लिंटन यांनी या वर्षाच्या सुरुवातीला सोव्हिएतविरोधात तालिबान मुजाहिद्दीन तयार करणं, हा अमेरिकेच्या स्ट्रॅटजीचा भाग होता एवढंच सांगितलं नाही तर ही व्यूहनीती यशस्वी असल्याचा दावाही केला. आता जागतिक सुरक्षेच्या मुद्यावर असं तुकड्या-तुकड्यानं पाहिलं जाणार असेल तर दहशतवादाविरोधात झालेल्या युद्धाचं काय होईल हे उघड आहे.

सप्टेंबर २०१६

■

भयराज्याच्या अंताचा आरंभ...

"दहशतवादाचा आतापर्यंतचा सगळ्यात 'क्रूर चेहरा अशी ओळख असणाऱ्या इसिस या दहशतवादी संघटनेच्या बीमोडाला सुरुवात झाली आहे. इसिसची कोंडी करण्याचे प्रयत्न सन २०१६ च्या सुरुवातीपासूनच सुरू झाला. हे वर्ष अस्ताकडं जात असताना इसिसचा जोर कमी होऊन त्याविरुद्ध लढणाऱ्यांचा जोर वाढतो आहे, हे सुचिन्हच. इसिसचा पराभव अटळ असला तरी तिच्या पाडावानंतरही या संघटनेचे टोकाचे दहशतवादी स्वस्थ बसणार नाहीत. ते भूमिगत होतील आणि अन्य दहशतवादी संघटनांप्रमाणं जगभरात कारवाया करून लक्ष वेधून घ्यायचा प्रयत्न करतील. मात्र, भूमी आणि नेता गमावल्यास इसिसचा प्रभाव लक्षणीयरीत्या संपेल.

इराकी फौजांनी पाश्चिमात्य देशांच्या हवाई पाठबळावर अन्य लढाऊ गटांसमवेत इसिसच्या दहशतवादी राज्यावर निर्णायक हल्ल्याला सुरुवात केली आहे. या कारवाईला येत असलेलं यश पाहता इसिसच्या भयराज्याच्या शेवटाचा आरंभ झाल्याचं दिसतं. मोसूल हा स्वतःला खलिफा घोषित करणाऱ्या अल् बगदादीच्या कथित खिलाफतीचा बालेकिल्ला आहे. आतापर्यंत इसिसचा मुकाबला कसा करावा आणि त्यात कुणाचा किती सहभाग असावा, यावरून असलेल्या इसिसविरुद्धच्या जगभरातल्या शक्तींमधल्या मतभेदांचा पुरता लाभ घेत बगदादीचं राज्य सुरू आहे. दहशतवादाचा अत्यंत क्रूर चेहरा दाखवलेल्या इसिसचा बीमोड कधीतरी होणार हे उघडच आहे. यात अमेरिका निर्णायक हल्ल्याची तयारी कधी करणार याला महत्त्व होतं. आता अमेरिकी हवाई संरक्षणाखाली इराकी फौजा, शियापंथीय अल्आणि कुर्दांच्या फौजा एकत्रितपणे मोसूलवर चालून गेल्या आहेत. मोसूलमध्ये या संयुक्त सैन्याला इसिसचे दहशतवादी सर्वांत कडवा प्रतिकार करतील, यात शंका नाही. सुमारे दोन आठवडे चाललेल्या चकमकींनंतर मोसूललगत पाऊल ठेवणं या सैन्याला शक्य झालं आहे. ही लढाई शहरातल्या रस्त्या-रस्त्यावर लढली जाईलच. बगदादीला संपवणं हा आता इसिसविरुद्ध लढणाऱ्यांचा समान अजेंडा बनला आहे. बगदादीचा शेवट हा इसिसवरचा कुठाराघात असेल. मात्र, आतापर्यंतच्या दहशतवादी संघटनांविरुद्धच्या लढ्यांचा अनुभव पाहता मोसूल पडलं किंवा बगदादी संपला तरी दहशतवाद संपण्याची चिन्हं नाहीत. अल् कायदाप्रमाणं इसिसचा बंदोबस्त ही तातडीची गरज आहे. मात्र, दीर्घ काळात प्रत्येक वेळी नवं रूप, नवा म्होरक्या घेऊन येणाऱ्या इस्लामी दहशतवादाचा मुकाबला लष्करी कारवाईपलीकडं अनेक पातळ्यांवर करावा लागेल.

इसिस नावाचं जगासमोर उभं राहिलेलं, मध्ययुगीन मानसिकतेत जगला ढकलू पाहणारं अतिशय खतरनाक असं प्रकरण २०१४मध्ये सातत्यानं यश मिळवत होतं. याचा मुकाबला कसा करावा, हे जगातल्या धुरिणांना पडलेलं कोडं होतं. २०१५ मध्ये इसिसच्या कारवायांत खंड नव्हता आणि यंदाही त्या कमी झालेल्या नाहीत. किंबहुना दहशतवाद्यांच्या परिचित असा हल्ला करून लक्ष्य वेधण्याच्या कार्यपद्धतीपेक्षा एका भागात आपलं राज्यच स्थापन करणाऱ्या इसिसनं फार विस्तार शक्य नाही असं दिसू लागताच प्रत्येक मोठ्या दहशतवादी हल्ल्याची जबाबदारी स्वीकारण्याची चाल सुरू केली. अर्थात, इसिसच्या नावानं हल्ले करणाऱ्या अशा एकांड्या दहशतवाद्यापेक्षा कुणी मान्यता दिली नसली तरी एका भूभागावरचं राज्य हीच इसिसची ताकद आणि ओळख आहे. इसिसचं वैशिष्ट्य असलेलं तथाकथित खिलाफतीचं प्रत्यक्ष भूभागावरचं राज्य हाच आता गळफास ठरू लागला आहे. यात नवलही काही नाही. इसिस किंवा जिहादी सामर्थ्याचा, त्यातल्या कथित धार्मिक अपिलाचा कितीही आव आणला तरी असा दहशतवाद हेच अस्तित्वाचं कारण असलेलं राज्य एकविसाव्या शतकात कायम नांदणं अशक्यप्राय बाब आहे. साहजिकच इसिसच्या कारवायांचा बोलबाला वाढत राहिला आणि आता 'इसिस अमक्या तमक्या देशाच्या उंबरठ्यावर अशा सनसनाटी हेडलाइन सजत असल्या तरी जगाला खिलाफत बनवायचं स्वप्न पाहणाऱ्या बगदादीच्या अंताची सुरुवात झाली आहे. त्यासोबत इसिस नावाच्या राज्याच्या अंताचीही ती सुरुवात असेल. इराक आणि सीरियातला इसिसनं जिंकलेला बराचसा भाग आता या दहशतवाद्यांच्या तावडीतून मुक्त होऊ लागला आहे. एका अंदाजानुसार, ताज्या संयुक्त कारवाईपूर्वीच इराकमधला ४० टक्के, तर सीरियामधला २० टक्के भाग इसिसकडून खेचून घेण्यात तिथं लढणाऱ्या फौजांना यश आलं आहे. इसिसचं आव्हान पेलायचं कसं, याविषयीचा जागतिक गोंधळ अजून पुरता संपलेला नाही. प्रत्येक देशाचे वेगळे हितसंबंध लक्षात घेता तो तसा संपायची चिन्हंही नाहीत. रशियाच्या कारवाईला अमेरिका आणि सौदीचा विरोध आहे. अमेरिकेला थेट आपलं सैन्य इसिसव्याप्त प्रदेशात धाडायची इच्छा नाही. अफगाणिस्तानातल्या ओसामा बिन लादेनला आश्रय देणारी तालिबानी राजवट उलथून टाकताना अमेरिकेनं सर्वंकष युद्धाचा मार्ग निवडला, तसा तो सीरियात वापरण्याची तयारी या देशाची अजून तरी नाही. सौदी आणि इराणकडून होणाऱ्या प्रयत्नांमधली विसंगती जगजाहीर आहे. अशा स्थितीत इसिसचा मुकाबला एकजिनसीपणे केला जाणं संभवत नाही. तरीही हा राक्षस गाडला पाहिजे, यावर सर्वांचं एकमत आहे. तो गाडताना जागतिक पातळीवरचे आपले व्यूहात्मक हितसंबंध राखले जातील, याची काळजी घेण्याच्या प्रयत्नात सारे आहेत.

मोसूलचे भौगोलिक स्थान

» उत्तर इराकमधील महत्त्वाचे शहर व इराकमधील दुसरे मोठे शहर
» मोसूल हे तैग्रीस (Tigris) नदीच्या पश्चिम किनाऱ्यावर वसले आहे.
» ८ जुलै २०१७ रोजी मोसूल शहर इस्लामिक स्टेटच्या तावडीतून मुक्त करण्यात आले.

ही स्थिती इसिसच्या पथ्यावर पडणारी असली तरी इसिस आणि आतापर्यंतच्या दहशतवादी संघटनांच्या कार्यपद्धतीतला एक प्रमुख फरक इसिससाठी आता अडचणीचा ठरू पाहतो आहे. इसिसची स्थापना जिहादी

उद्दिष्ट समोर ठेवून झाली आहे. यात इसिसच्या कल्पनेतल्या इस्लामला न मानणारा कुणीही शत्रू; त्यातही सलाफी विचारसरणीचे तेवढेच राज्य करायला लायक; बाकी सारे नापाक असला भोंगळ मामला आहे. जिहादी ब्रँडच्या दहशतवादात सर्वाधिक झगमगाट पाहिला तो अल् कायदानं. लादेनसारख्या थंड डोक्याच्या सौदी उद्योजकाच्या नेतृत्वाखाली चालवली गेलेली ही संघटना अमेरिकेवरच्या हल्ल्यानं जगाच्या नजरेत भरली. दहशतवाद नावाचं काहीतरी मानवजातीला ग्रासणारं प्रकरण अस्तित्वात आहे, याची जाणीव अमेरिका आणि पाश्चात्त्य जगाला त्या हल्ल्यानंतर झाली. दहशतवाद खासकरून इस्लामी दहशतवाद हा आपला प्रश्नच नाही, असा आविर्भाव असणाऱ्या पाश्चात्यांना किंवा दहशतवादी कारवायांच्या वेळी भारतासारख्या देशांना सबुरीचे सल्ले देणाऱ्यांना आणि त्याकडं केवळ कायदा-सुव्यवस्थेचा मुद्दा म्हणून पाहणाऱ्यांना हा दहशतवाद जगाच्या शांततेला आणि स्थैर्याला गिळायला निघाला आहे, याची जाणीव झाली होती. ती करून देणाऱ्या अल् कायदाचं दहशतीचं मॉडेल हे जगभरात अनुयायांची साखळी तयार करून त्यामार्फत घातपात घडवायचं असंच होतं.

अफगाणिस्तानातल्या बजबजपुरीनं लादेनला आश्रय दिला आणि पाकिस्तानसारखा दुटप्पी देश एका बाजूला अमेरिकेचं युद्ध लढतानाच दुसरीकडं लादेनलाही सांभाळत होता. मात्र, लादेनचं दहशतीचं तंत्र हे राज्य तयार करण्याचं नव्हतं. आर्थिक गणितही प्रामुख्यानं टोकाच्या धर्मांधांकडून आणि ज्यांना याच मार्गानं जगात इस्लामी सत्ता तयार होईल असा आशावाद वाटतो, अशा दहशतवाद्यांच्या सहानुभूतिदारांकडून मिळणाऱ्या देणग्यांवर आधारलेलं होतं. बगदादीच्या नेतृत्वाखालच्या इसिस किंवा इसिल किंवा दहेश अशा अनेक नावांनी ओळखल्या जाणाऱ्या मॉडेलचं आर्थिक गणित यापेक्षा वेगळं आहे. ते दहशतवादाच्या पाठीराख्यांच्या देणग्यांवर अवलंबून आहेच. मात्र, त्याशिवाय थेटपणे एखाद्या भूभागात सत्ता स्थापन करून तिथं करवसुलीपासून तिथल्या नैसर्गिक स्रोतांच्या वापरापर्यंत आणि खंडणीखोरीसारख्या मार्गांपर्यंत अनेकपदरी आहे. इसिसचं वेगळेपण स्वतंत्र राज्य स्थापन करण्यात आहे. बगदादीनं कथित खिलाफत तयार करून स्वतःला खलिफा ठरवलं. जगभरात या भयराज्याच्या अशाच कथित विलायती आणि अमिराती कशा असतील, याचे नकाशेही बनवले. इसिसच्या या दहशती राज्याला जगातल्या कोणत्याही देशानं किंवा संयुक्त राष्ट्रांसारख्या संघटनांनी मान्यता दिलेली नाही, देण्याची शक्यताही नाही. दुसरीकडं, असलं दहशती राज्य सभ्य-सुसंस्कृत समाजाच्या मान्यतेची फिकीर करत नाही. मध्ययुगीन कालबाह्य कल्पनांना न मानणाऱ्यांना संपवणं आणि त्यासाठी अखंड युद्ध करत राहण्याची जबाबदारी खलिफावर टाकणाऱ्या या विचारसरणीसाठी आधुनिक राष्ट्र-राज्य आणि त्यांच्यातला परस्परसंबंध यांना तसाही काही अर्थ नाही. मात्र, साधारणतः इंग्लंडच्या आकाराच्या भूभागावर इसिसनं कब्जा केला होता. दहशतवाद्यांनी चालवलेलं राज्य अस्तित्वात आलं आणि या खिलाफतीनं तेलाचं उत्पादन, त्याची बेकायदा विक्री, करवसुली आदी माध्यमातून पैसा गोळा करायला सुरुवात केली होती. एका बाजूला अल् कायदाचा ऱ्हास होत असताना जिहादच्या कल्पनेनं पेटलेल्या धर्मांधांसाठी खिलाफत हा नवा आशेचा किरण बनला. साहजिकच देणग्यांचा ओघही इसिसकडं सुरू झाला. मध्ययुगीन मानसिकतेत वावरणाऱ्या या संघटनेनं जगाची रचना आपल्या कल्पनेनुसार करायचं ठरवलं आहे. त्यात जिहादी इस्लामखेरीज अन्य कोणत्याही प्रवाहाला स्थान नाही; टोकाच्या हिंसेचा विचार न मानणाऱ्या मुस्लिमांनाही नाही, हे या संघटनेचं सूत्र आहे. २०१६च्या सुरुवातीपासूनच इसिसची कोंडी करण्याचे प्रयत्न सुरू झाले होते. त्यासाठी प्रयत्न करणाऱ्यांमधील परस्परांच्या विरोधातले हितसंबंध जमेला धरूनही या प्रयत्नांना यश येताना दिसत आहे.

इसिसविरुद्धच्या कारवाईच्या मर्यादा या अमेरिकेची थेट हस्तक्षेपाची अनिच्छा आणि कारवाई करणाऱ्यांमधले मतभेद, वंशभेद यातून आल्या आहेत. मात्र, २०१६ हे वर्ष अस्ताकडं जात असताना इसिसचा

जोर कमी होऊन त्याविरुद्ध लढणाऱ्यांचा जोर वाढतो आहे, हे सुचिन्हच. इराक आणि अफगाणिस्तानातल्या अमेरिकी कारवाईचं नेतृत्व करणाऱ्या जनरल डेव्हिड पेट्रॉस यांच्या मते, २०१७मध्ये इसिसचा जमिनीवर पराभव होऊ शकतो. हे कधी घडेल, यावर मतमतांतरं असू शकतात; पण इसिसचा पराभव अटळ आहे, यात शंका नाही. मुद्दा त्यानंतर काय हा आहे आणि ज्या कारणांसाठी इसिसविरुद्धची निर्णायक लढाई लांबत चालली आहे, तिचं कारण पुढं काय हे ठरवण्यात महत्त्वाची भूमिका बजावणार आहे. इसिसच्या तावडीतून इराक आणि सीरियाचा भाग मुक्त केल्यानंतर त्यावर वर्चस्व कुणाचं, यावरून होणाऱ्या हाणामाऱ्या हा पुढं काय, या प्रश्नाचा एक पैलू आहे. असा पराभव झाल्यानंतरही इसिस पूर्णतः संपेल असं कुणी मानत नाही. या संघटनेचं पुढचं स्वरूप कसं असेल आणि दहशतवादाविरुद्धच्या व्यापक लढाईचा हा शेवट असेल की, केवळ एक तात्पुरता विराम, हा तितकाच महत्त्वाचा दुसरा पैलू आहे.

ज्या सीरियात इसिसनं राज्य तयार केलं, तो भाग शिया इराण आणि सुन्नी सौदी यांच्यातल्या वर्चस्व संघर्षासाठीची सुपीक जमीन आहे. अमेरिका आणि साथीदारांना इसिसच्या पराभवाइतकाच रस सीरियातली बशर अल् असद यांची राजवट संपवण्यात आहे. तुर्कस्तानलाही तेच हवं आहे. मात्र, रशियाचा असद यांच्या राजवटीला पाठिंबा आहे. असद यांची राजवट कमजोर झाली की, इसिससारख्या कडव्या संघटनांना जोर येतो, हे दिसत असलं तरी असद नको ही भूमिका इसिसविरुद्धच्या निर्णायक कारवाईत नेहमीच मुद्दा बनून येत राहिली. इसिसच्या पराभवानंतरही तो संपलेला नसेल. इतरांसोबत लढणाऱ्या कुर्दांचं स्वतंत्र राज्याचं स्वप्न आहेच. त्याला तुर्कस्तानचा विरोध असेल. असद असोत की इराकचे सत्ताधारी, इसिसशी लढत असल्याच्या नावाखाली त्यांनी आपापल्या देशातल्या तितक्याच प्रखर विरोधाला नियंत्रणात ठेवलं आहे. एकदा इसिसचा पाडाव झाला की, हे आतले विरोधक पुढं येतील. म्हणजेच इसिसच्या पाडावानं या भागात शांतता नांदेल, ही शक्यता कमीच.

इसिसच्या पाडावानंतरही या संघटनेचे टोकाचे दहशतवादी स्वस्थ बसणार नाहीत. ते भूमिगत होतील आणि अन्य दहशतवादी संघटनांप्रमाणं जगभरात कारवाया करून लक्ष वेधून घ्यायचा प्रयत्न करतीलच. इस्तंबूल, ढाका, बगदाद अशा ठिकाणी अलीकडं झालेल्या कारवायांमधून ही चाल दिसायला लागलीच आहे. मात्र, भूमी आणि नेता गमावल्यास इसिसचा प्रभाव लक्षणीयरीत्या संपेल. त्यापुढचा मुद्दा आहे, तो हा की जिहादी मानसिकतेतून दहशतवादी गट तयार होणं या पराभवानं तरी संपेल काय? याचं उत्तर कुणी सकारात्मक देत नाही. दहशतवादाला बळ मिळण्याचं कारण बड्या जागतिक शक्तींच्या राजकारणातही आहे. दहशतवादाविषयीच्या त्यांच्या दुटप्पी भूमिकेत आहे. दहशतवादी टिपून दहशतवाद संपत नाही, हा अनुभव आहे. रूप बदलून तो दुसरीकडं कुठंतरी डोकं वर काढतो. त्याची मुळं अर्थकारणात, राजकारणात आणि धर्मांधतेतून जीव द्यायला तयार करणारं ब्रेन वॉशिंग करण्यात आहे. मुद्दा त्यावरच्या इलाजाचा आहे.

६ नोव्हेंबर २०१६

■

कलंदर आव्हान...

> “हजरत लाल शाहबाज कलंदर या सूफी दर्ग्यातल्या ‘धमाल’वर झालेल्या हल्ल्याची जबाबदारी इसिसनं स्वीकारली आहे. पाकिस्तानातल्या सिंध प्रांतातल्या सेहवान या ठिकाणी गेल्या आठवड्यात झालेल्या या दहशतवादी हल्ल्यानं ८८ जणांचे बळी घेतले. सूफी परंपरेत संगीताच्या नादात गोल गोल फिरत ईश्वराशी तादात्म्य पावण्याची कल्पना म्हणजे धमाल. ही आध्यात्मिक अनुभूती असल्याचं सूफी मानतात. मात्र, यातलं नृत्य-संगीत कट्टरपंथीयांना खुपतं. ‘धर्माच्या आणि जीवनशैलीच्या आपल्याला मान्य नसलेल्या कल्पना जगायचा अधिकार कुणालाही नाही... त्यांना संपवलंच पाहिजे, हा मानवताविरोधी दहशतवादी विचार या हल्ल्यामागं आहे. मात्र, आदल्या दिवशी ज्या ठिकाणी रक्ताचा सडा दहशतवाद्यांनी घातला त्याच ठिकाणी दुसऱ्या दिवशी भाविकांची धमाल आधीच्याच सहजतेनं रंगली. ‘आम्ही अशा हल्ल्यांना भीक घालत नाही, हेच ‘धमालकर्त्यांनी दाखवून दिलं. ही ऊर्मी हत्यारानं, हिंसेनं संपणारी नाही, ही जाणीवच पाकिस्तानातल्या कट्टरतावादानं झाकोळल्या वातावरणात आशेचा किरण असू शकते.

पाकिस्तानातल्या सिंध प्रांतात हजरत लाल शाहबाज कलंदर दर्ग्यासमोर पारंपरिक धमाल सुरू असताना आत्मघातकी दहशतवादी हल्ल्यानं ८८ जणांचे बळी घेतले. हा हल्ला घडवल्याची जबाबदारी ‘इसिसनं स्वीकारली आहे. पाकिस्तान यासाठी अफगाणी दहशतवादी गटांकडं बोट दाखवतो आहे. इतकंच नव्हे, तर त्याला अफगाणिस्तानचा पाठिंबा असल्याचंही सांगितलं जात आहे. यात पाकिस्तानविरोधी शक्तींचा हात असल्याची बोंब पाकिस्ताननं ठोकली आहेच. नेहमीच्या कांगाव्यापलीकडं यात काही नाही. ‘आम्ही दहशतवादाचे बळी आहोत, असं गळा काढून रडायची आणखी एक संधी पाकिस्तानच्या राज्यकर्त्यांना मिळाली. आपल्याकडं पाकिस्तान सुधारणारच नाही... कराची हाच दहशतवाद्यांचा अड्डा बनला आहे. हाफिज सईद, दाऊदवर्गीय गणंग असे सगळे तिथंच आसऱ्याला आहेत आणि पाकिस्तान असे साप पोसत कुणीतरी डंख मारल्याचा कांगावा करतो, अशा प्रकारचं निदान जोरात आहे. दोन्हीकडच्या प्रतिक्रिया जवळपास ठरल्यासारख्या आहेत. मात्र, त्यानं दहशतवादी घटनांमध्ये खंड पडत नाही. हा हल्ला इसिसच्या दाव्याप्रमाणं त्यांच्या गटानंच केला की तालिबान्यांनी, की आणखी कुणी, हा सुरक्षा यंत्रणांसाठी महत्त्वाचा मुद्दा असू शकतो. मात्र, कुणीही केला असला तरी या हल्ल्यात मुद्दा आहे, की त्यासाठी सूफी दर्गा का निवडला? याचं उत्तर अधिकाधिक एकारलेला आणि

खतरनाक बनत चाललेला जिहादी दहशतवादी विचार हे आहे. सगळ्या मुस्लिम जगाची आणि दहशतवादाची सांगड घालायची गरज नाही हे खरं आहे. मात्र, इस्लामचा आधार घेऊन दहशतवाद माजवणारे या धर्मातीलही अन्य कोणती परंपरा मानायला तयार नाहीत. इतरांचं अस्तित्व मान्य करणारं, सर्वसमावेशकतेचा धूसर प्रयत्न करणारंही काही शिल्लक ठेवायचं नाही, हे इसिससारख्या झापडबंद धर्मांधांचं आणि त्याला कळत-नकळत साथ देणाऱ्यांचं सूत्र आहे. नावं वेगळी असली तरी अल् कायदा, तालिबान, बोको हराम, टीटीपी ते लष्कर-ए-तोयबा या सगळ्यांची चौकट एकच आहे. हे कडवेपण आधी अन्यधर्मीय आणि नंतर अहमदिया, शिया असं करत करत जो कथित खिलाफती वहाबी विचार मानत नाही अशा प्रत्येकाला संपवण्याकडं जातं. हाच मूळ इस्लाम असल्याचं सोयीनं सांगायचा प्रयत्न होत आहे.

खरंतर धर्म कोणताही असो, स्थलकालानुसार त्यातल्या प्रथा, रीतिरिवाज बदलत राहतात. मूळ तत्त्वज्ञान कायम राहूनही हे व्यवहारातले बदल होऊ शकतात, होत असतात. हेच मानवी वाटचालीत नैसर्गिक आहे. म्हणूनच त्याला विरोध करणारे कितीही कडवे असले, भारलेले असले तरी मानवी वर्तनव्यवहाराच्या विविध छटा संपवता येत नाहीत. ज्या लाल शाहबाज कलंदर दर्ग्यासमोर दहशतवाद्यांनी रक्ताचा सडा टाकला तिथं दुसऱ्याच दिवशी पुन्हा धमाल रंगली. हे संपवता येत नाही, हे जगातल्या सगळ्या दहशतवादी विचारसरणींचं खरं दुखणं आहे आणि उत्क्रांत होत असलेल्या संस्कृतीतून आलेलं हे संचित तसं संपवताही येत नाही. इसिसची अडचण हीच आहे. हा हल्ला शियांच्या स्थानावरचा हल्ला म्हणून सांगितला जातो. इसिसनं हल्ल्याची जबाबदारी स्वीकारताना जाणीवपूर्वक तसा उल्लेख केला आहे. मात्र, केवळ शियांचा दर्गा म्हणून रक्तपात घडवला असं नाही, तर तिथं मुस्लिमांमधले सगळे पंथ आणि हिंदूही जमतात. सूफी परंपरेत संगीताच्या नादात गोल गोल फिरत ईश्वराशी तादात्म्य पावण्याची कल्पना म्हणजे धमाल. ही आध्यात्मिक अनुभूती असल्याचं सूफी मानतात, तर यातलं नृत्य-संगीत कट्टरपंथीयांना खुपतं. धमालची प्रथा थोड्याफार फरकानं पाकिस्तानात अनेक भागांत चालते आणि धर्मापलीकडं जाऊन तिथं लोक सहभागी होतात. अशा लोकपरंपरा आणि त्यातलं धर्मापलीकडं जाऊन लोकांचं एकमेकांत मिसळणं इसिस किंवा त्यासारख्या दहशतवादी संघटनांना मानवणारं नाही. 'कलंदर'चा एक अर्थ सीमारेषा न मानणारा, 'चौकटीपलीकडचा' असाही आहे. ही चौकट धर्मांधांच्या विरोधात जाणारी आहे.

सूफी संप्रदायाबाबत

- » सूफी संप्रदाय हा इस्लाम धर्मामधील एक गूढ संप्रदाय मानला जातो.
- » सूफी संप्रदाय धार्मिक वितंडवादाला विरोध करत मानवसेवा व ईश्वरभक्तीला मुख्य स्थान देतो.
- » इराकमधील बसरा हे शहर सूफी चळवळीचे मुख्य केंद्र मानले जाते.
- » अकराव्या शतकात अरबस्तानमध्ये सूफी संप्रदायाचा विकास घडून आला.

हल्ला केल्यानंतर शियांच्या कार्यक्रमावर हल्ला केल्याचा इसिसनं लावलेला सूर हे अर्धसत्य आहे. लाल शाहबाज कलंदर हे सूफींचं महत्त्वाचं स्थान आहे. लाल शाहबाज कलंदरचा दर्गा असलेलं सेहवान हे प्रस्थापितविरोधी विचारांचं ठाणं आहे. इसिस ज्या रीतीनं जगाकडं वहाबी इस्लाम आणि इतर सगळे या चौकटीतून पाहतो, त्यात लाल शाहबाज कलंदर मावणारं प्रकरण नाही. बाराव्या शतकात होऊन गेलेल्या या अवलियानं धर्मापलीकडं जाऊन लोकांना भूल पाडली. सिंधमधल्या हिंदूंसाठी शाहबाज कलंदर पीर आहे आणि मुस्लिमांसाठीही. यात सुन्नी-शिया असा मुद्दा नाही, की हिंदू-मुस्लिम असाही. हा संत सिंधी आणि पंजाबी सूफी परंपरांना जोडणाराही होता. शाहबाज कलंदरच्या परिसरात फाळणीनंतरही शांतता ढळली नव्हती आणि धमाल

थांबले नव्हते. क्रमाक्रमानं संकुचित आणि कडवा बनत गेलेल्या पाकिस्तानात हे एक आगळंच ठिकाण आहे. कधीतरी ती फाळणीपूर्व अखंड भारताची ओळख होती. ती द्विराष्ट्रवादाच्या बुडाशी असलेल्या संकुचितपणालाही छेद देणारी आहे. असली ठिकाणं दहशतवादाचा फैलाव करू पाहणाऱ्यांसाठी नेहमीच आव्हानं देत आली आहेत. हे आव्हान पेलणं सोपं नाही. अन्यवर्ज्यक बहुसंख्याकवादी एकारलेल्या राष्ट्रवादाला भिडण्याची क्षमता तिथं आहे. इसिससारख्यांचं दुखणं तेच तर आहे. लाल शाहबाज कलंदर किंवा त्यांच्यासारखे सूफी एकारलेल्या इस्लामी मूलतत्त्ववाद्यांना नेहमीच खुपत राहिले आहेत. सूफी हा इस्लाममधला मवाळ प्रवाह मानला जातो. सूफी मंडळी धर्मापलीकडं बंधुभावाचं बोलतात, ही साचेबद्ध दृष्टिकोन असलेल्या दहशतवाद्यांसाठी अडचण आहे. लाल शाहबाज कलंदर म्हणून प्रसिद्ध असलेल्या या सूफी संताचं मूळ नाव सय्यद महंमद उस्मान मरवंदी. ते रुमी यांचे समकालीन सूफी संत. तुर्की, पुश्तू, अरबी, सिंधी, संस्कृत अशा अनेक भाषांवर प्रभुत्व असलेला हा अवलिया आठ-नऊ शतकं उलटून गेल्यानंतर आजही मूलतत्त्ववाद्यांना अडचणीचा वाटतो, यातच त्याचं मोठेपण अधोरेखित होतं. सूफींमधल्या सगळ्यात लोकप्रिय संतांपैकी असलेले लाल शाहबाज कलंदर यांचे संदर्भ सूफी गीतांमधून येतात, शाहबाज कलंदर म्हणूनही आणि झुलेलाल म्हणूनही.

भारतातील सूफी संप्रदाय

» भारतामध्ये सूफी संप्रदायाची सुरुवात बाराव्या शतकाच्या सुरुवातीला झाली.

» सूफी संप्रदाय दोन प्रकारच्या सिलसिलामध्ये विभागला आहे.

» बा-सारा (शरीया कायदा मानणारे) व बे-सारा (शरीया कायदा न मानणारे)

» चिश्ती, सुरावर्दी हे सिलसिले बा-सारा प्रकारातील आहेत, तर कलंदर हा सिलसिला बे-सारा प्रकारातील आहे.

» मध्ययुगीन भारतामध्ये सुफी - भक्ती चळवळीमध्ये धार्मिक सौहार्दाचा पाया घातला गेला.

लाल शाहबाज कलंदर दर्ग्यावरचा हल्ला म्हणजे जी तत्त्वं सूफी प्रस्थापित करू पाहतात, त्या तत्त्वांवरचा हल्ला होय. पाकिस्तानचं सरकार हा पाकिस्तानवरचा हल्ला आहे, असं सांगून दहशतवाद्यांच्या विरोधात मोहीम चालवू इच्छित आहे. हल्ल्यानंतर पाकिस्तानी सुरक्षा यंत्रणांनी १००च्या वर दहशतवाद्यांना ठारही केलं. पाकिस्तानच्या सुरक्षा यंत्रणांना इतक्या नेमकेपणानं दहशतवादी माहीत होते तर त्या यंत्रणा कारवाईसाठी हल्ल्याची वाट पाहत होत्या काय, असा प्रश्न विचारला जाणं स्वाभाविक आहे. हल्ला पाकिस्तानवर आहे, असा तिथला सरकारी दावा असला तरी हा कोणत्या पाकिस्तानवरचा हल्ला, हा खरा प्रश्न आहे. हल्लेखोरांची भूमिका आणि पाकिस्ताननं अधिकृतपणे पोसलेली, दुही माजवणारी, धर्माधर्मांत तेढ तयार करणारी व्यवस्था यांत तसं कोणतं अंतर आहे? दहशतवादी उघड हिंसेचा आधार घेऊन विरोधी किंवा पर्यायी विचार, जीवनशैली बळानं नष्ट करू पाहत आहेत, तर पाकिस्तानचे राज्यकर्ते आणि लष्कर गेली काही दशकं पद्धतशीरपणे विविधतेला मारणारी, सर्वसमावेशकता नाकारणारी व्यवस्था आणते आहे. 'पाकिस्तान हे दहशतवाद्यांचं अभयारण्य काही उगाच बनलं नाही. पाकिस्तानच्या निर्मात्यांनी फाळणी धर्माच्या आधारे मागितली तरी आधुनिक, धर्मनिरपेक्ष राष्ट्राचं स्वप्न पाहिलं होतं. मात्र, पाकिस्तान हे धर्मांधता पोसणारं राष्ट्र बनलं ते धर्ममार्तंडांच्या आणि राज्यकर्त्यांच्या सक्रिय युतीमुळंच. त्यामुळं इसिसचा हल्ला पाकिस्तानात असला तरी त्या देशानं पोसलेल्या कल्पनांशी तो सुसंगतच आहे. पाकिस्तानात अजूनही सेहवानसारखे काही अपवाद शिल्लक आहेत, त्या पाकिस्तानवरचा हा हल्ला आहे. तसं त्यावरचं आक्रमण ही नित्याची बाब आहे. धर्माच्या आणि जीवनशैलीच्या आपल्याला मान्य नसलेल्या कल्पना जगायचा अधिकार कुणालाही नाही... त्यांना संपवलंच पाहिजे, हा मानवताविरोधी दहशतवादी विचार त्यामागं

आहे. सेहवानमधला हल्ला त्यामुळंच एका धर्मस्थळापुरता मुद्दा उरत नाही. इसिसला तो सुन्नी किंवा सलाफी वहाबींनी शियांवर केलेला हल्ला म्हणून दाखवायचा आहे. मात्र, इतकीही त्याची मर्यादा नाही. समन्वयाचं, माणसामाणसांमधले संबंध सुधारण्याचं बोलणाऱ्या कुणालाही संपवलंच पाहिजे, हा विचार घेऊन जाणाऱ्या मध्ययुगीन मानसिकतेत जगणाऱ्यांचं हे पुढारलेल्या आणि समन्वयवादी समाजाशी युद्ध आहे. याआधीही सूफी गायक अमजद साबरी यांना पाकिस्तानातच गोळ्या घालून ठार केलं गेलं. बलुचिस्तानातल्या शाह नूरानी दर्ग्यावर अशाच हल्ल्यात ५० जणांचा बळी गेला. तो हल्ला करणारे पाकिस्तानी तालिबानी होते. त्याआधी गुलाम शाह गाजी, कराचीतलं अब्दुल्ला शाह गाजी, बाबा फरीदगंज सरकार, लाहोरचा दाता दरबार, इस्लामाबादमधलं बारी इमाम, फतेहपूरचा पीर राखेल शहा अशा अनेक धार्मिक स्थळांवर हल्ले झाले. ही सगळी ठिकाणं कट्टरपंथीयांना सलणारी आहेत. इसिस असो, तालिबान असो किंवा तहरिक-ए-तालिबान पाकिस्तान असो, हे सगळे सूफींच्या मागं लागले आहेत.

सूफीवाद हे मुळात बंडाचं प्रतीक आहे. सूफींचे काद्री, चिश्ती, सुऱ्हावर्दी, नक्शबंदी हे आणि असे अनेक प्रकार आहेत. बहुतेक सूफींचं कार्य मूलतः प्रस्थापितविरोधीच होय. यातल्या काही परंपरा तर कायम त्या त्या काळातल्या राज्यकर्त्यांच्या विरोधात लोकांच्या बाजूनं उभ्या राहिल्याचं जाणकार सांगतात. भारतीय उपखंडातली ही परंपरा सातत्यानं राजे-सुलतान आणि धर्ममार्तंडांच्या आघाडीविरुद्ध राहिली आहे. धार्मिक-आध्यात्मिकदृष्ट्या सूफी कोणत्या ठरावीक साच्यात बसणारा नाही. आंध्र प्रदेश, कर्नाटक, महाराष्ट्र या राज्यांपासून ते पंजाबपर्यंत भक्तिपरंपरेशी जोडणारी अनेक साधनं यात आहेत. शांतता-सहअस्तित्वाच्या सूत्रावर आधारलेलं आणि सत्याच्या शोधात निघालेलं तत्त्वज्ञान, असं सूफीवादाचं मुळात स्वरूप आहे. सूफींमधल्या वहादत-अल्-वजूदचं सांगणं आहे : ईश्वरापासून कुणी वेगळं नाही, तो सगळ्यांमध्ये आहे. अधिक मोकळा विचार आणि झापडबंद विचार यांतली स्पर्धा भारतीय उपखंडात अनेक शतकांची आहे. झापडबंद विचार राज्यकर्त्यांनीच स्वीकारला आणि बळाच्या जोरावर कितीही लादला तरी मुक्तपणे फुलणारी सूफी परंपरा कायम राहिली.

सेहवानमधल्या या हल्ल्याची जबाबदारी इसिसनं स्वीकारल्यानं केवळ पाकिस्तानसाठीच नव्हे, तर भारतासह संपूर्ण उपखंडासाठी हा हल्ला दखलपात्र ठरतो. इसिसचं सीरियातलं साम्राज्य आक्रसत चाललं आहे. हळूहळू का असेना; पण या दहशतवाद्यांविरुद्ध लढणाऱ्यांना यश येतं आहे. इसिसच्या प्राधान्यक्रमात पाकिस्तान किंवा दक्षिण आशिया असल्याचं मानलं जात नव्हतं. मात्र, सीरियातून पीछेहाट होत असताना

भारतातील प्रमुख धर्मस्थळे

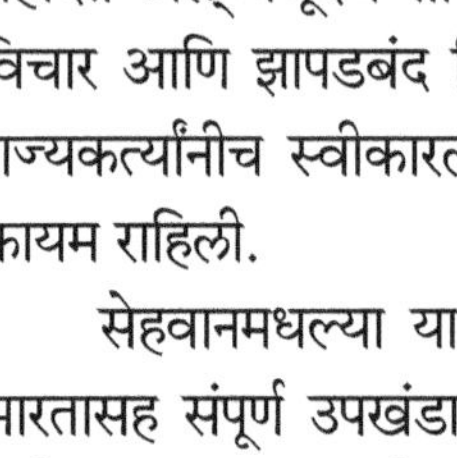

ख्वाजा मोईनुद्दीन चिश्ती दर्गाह (अजमेर-राजस्थान)

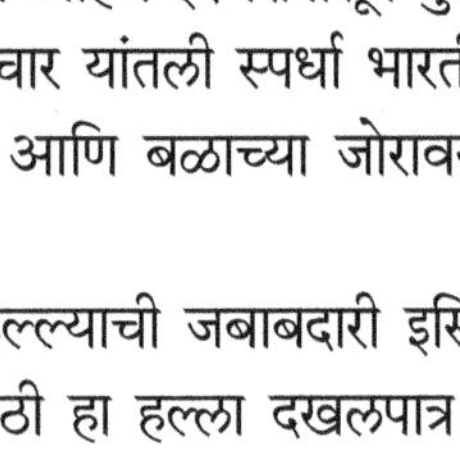

दस्तगीर साहिब दर्गाह (श्रीनगर-जम्मू काश्मीर)

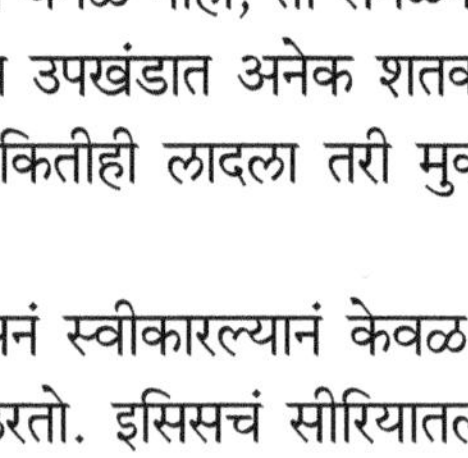

हजरतबल दर्गाह (श्रीनगर-जम्मू काश्मीर)

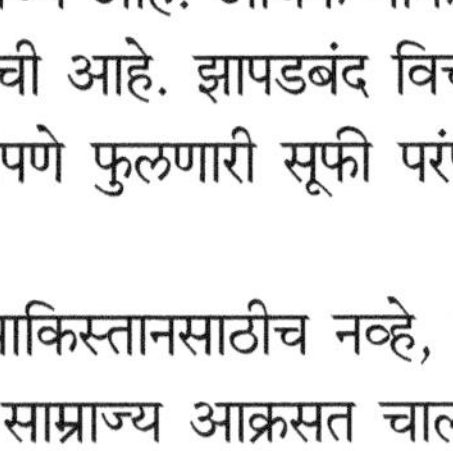

हाजी हौद दर्गाह (पाटण-गुजरात)

कदाचित सगळ्या प्रकारच्या दहशतवाद्यांचं आश्रयस्थान बनत चाललेल्या पाक-अफगाण सीमावर्ती भागात इसिसही बस्तान ठोकू पाहत आहे काय, हा चिंतेचा मुद्दा आहे. या हल्ल्यानंतर पाकिस्तानची दहशतवाद्यांवरची कारवाई आणखी गती घेईल, तीत अनेक दहशतवादी टिपले जातील... हे नेहमीप्रमाणे यथासांग घडेल. हल्ल्यानंतर लोकांमध्ये विश्वास तयार करण्यासाठीही अशा बाबी राज्यकर्त्यांना आवश्यक असतात. 'झर्ब-ई-अज्ब' नावाची दहशतवादविरोधी युद्धमोहीम तशीही पाकिस्ताननं सुरू केली आहेच. तीत जवळपास नऊ हजार ५०० दहशतवाद्यांना संपवल्याचा लष्कराचा दावा आहे. तरीही लष्करी शाळेतल्या कोवळ्या मुलांना गोळ्या घालणं थांबलं नव्हतं आणि सूफी दर्ग्यांवरचे हल्लेही बंद झाले नाहीत. लष्करी कारवाई हा दहशतवाद्यांशी करायच्या युद्धाचा एक भाग आहे. मात्र, अशा विचारांना कच्चा माल पुरवणारी व्यवस्था पोसत राहून तो संपेल असं समजणं भाबडेपणाचं आहे. दहशतवाद्यांशी लढताना पाकिस्ताननं नेहमीच यात दुटप्पी व्यवहार ठेवला आहे. दहशतवाद्यांचा व्यूहनीतीत वापर करणाऱ्या पाकिस्तानसाठी हे त्रांगडं आहे. पाकनं अफगाणिस्तानकडं केलेला निर्देश वाढत्या अफगाण-भारत मैत्रीकडंही आहे. हा कांगावा असला तरी भारताला सावध राहावंच लागेल. पाकिस्तानमधला रिवाज पाहता, तिथं काही मोठं घडलं की लक्ष दुसरीकडं वळवण्यासाठी भारतात घातपाती कारवाया घडवून आणल्या जातात.

लाल शाहबाज कलंदर दर्गा टिकवून असलेली परंपरा पाकिस्तानी भूमीच्या इतिहासाचा भाग आहे. हा जोडणारा धागा तोडून द्वेषावर आधारलेली बहुसंख्याकवादी व्यवस्था आणणं हे दुखण्याचं मूळ आहे. पाकनं अफगाणिस्तानच्या राजदूताला पाचारण करून हल्ल्यानंतर ७८ दहशतवाद्यांना सोपवण्याची मागणी केली. अशा प्रकारचे मुत्सद्देगिरीचे खेळ आणि लष्करी कारवाई तर होतच राहील. दहशतवाद्यांमध्ये भेदाभेद अमंगळ मानून मूळचं दुखणं दुरुस्त करण्याची तयारी आहे का, हा मुद्दा आहे. लाल शाहबाज कलंदर दर्ग्यात सगळ्या पंथांमधले, मुस्लिम-हिंदू-शीख-ख्रिश्चन-पारशी असे विविध धर्मांमधले स्त्री-पुरुष आणि तृतीयपंथीही सहभागी होतात, हे कट्टरपंथीयांना न रुचणारं आहे. हा हल्ला त्यावरचा आहे. मात्र, हल्ला झाल्यानंतर लगेच पहाटे साडेतीन वाजता तिथं नित्याचे कार्यक्रम सुरू झाले. इतकंच नव्हे, तर रात्रीची धमालही नेहमीप्रमाणं रंगली. ही ऊर्मी हत्यारानं, हिंसेनं संपणारी नाही, ही जाणीवच पाकिस्तानातल्या कट्टरतावादानं झाकोळल्या वातावरणात आशेचा किरण असू शकते. आमिर खुस्रोनं लिहिलेल्या, बुल्लेशाहनं सिंधी रंग चढवलेल्या 'दमा दम मस्त कलंदर'चे सूर लोकांना जोवर मोह पाडत राहतील तोवर कट्टरपंथीयांचा सर्वसमावेशकतेवर विजय अशक्य आहे.

२६ फेब्रुवारी २०१७

■

'इसिस'चा चक्रव्यूह

" मध्यप्रदेशात उज्जैनमधल्या स्फोटानंतर लखनौमध्ये जो दहशतवादी मारला गेला, तो इसिसचा किंवा त्यापासून प्रेरणा घेतलेला असला तरी या दुखण्याकडं पाहताना व्यापक भारतीय सुरक्षेसोबतच आंतरराष्ट्रीय पातळीवर चालणाऱ्या राजकारणाच्या चौकटीतूनही पाहायला हवं. इसिसचा धोका आहेच; मात्र आजघडीला पाकिस्तान पोसत असलेल्या दहशतवाद्यांचा धोकाही तेवढाच मोठा आहे. उत्तर प्रदेशातल्या निवडणुकांच्या प्रचाराची रणधुमाळी आणि त्यानंतरची संभाव्य राजकीय समीकरणं यांच्याकडं सगळ्या देशाचं लक्ष असताना या स्फोटाच्या घटनेकडं काहीसं दुर्लक्षच झालं आहे. मात्र, तसं करून चालणार नाही. हा स्फोट म्हणजे धोक्याची घंटा आहे, हे लक्षात घ्यायला हवं.

लखनौमध्ये पोलिसांनी दहशतवाद्याला चकमकीत टिपला, त्याचे बरेचसे साथीदार पकडले ही एक दहशतवादी घटना असली तरी तिला व्यापक पार्श्वभूमी आहे. इसिसची बदलती रणनीती, अफगाणिस्तानच्या भवितव्यासाठी चाललेल्या वाटाघाटीत रंगलेले शह-काटशह असे अनेक कंगोरे इसिसच्या भारतातल्या कारवायांशी आणि इसिसच्या प्रभावाविषयी जाणीवपूर्वक केल्या जाणाऱ्या प्रचारासोबत जोडले आहेत. एका भूभागावर राज्य स्थापन करून ते विस्तारायचं ही मूळ कल्पना असलेल्या इसिसच्या कथित खिलाफतीनं अलीकडं कुठंही दहशतवादी हल्ला होताच त्याची जबाबदारी स्वीकारायला सुरुवात केली आहे. हे इसिस रंग बदलू लागल्याचं द्योतक आहे. इसिसच्या सीरियातल्या कथित खिलाफतीभोवती फास आवळत चालला आहे. सीरिया-इराकची बगदादीच्या खिलाफतीतून मुक्तता होणं आता जवळपास निश्चित बनलं आहे. गेल्या वर्षाच्या सुरुवातीपासूनच इसिसच्या सीरियातल्या पाडावाची पार्श्वभूमी तयार होत होती. वर्ष सरताना इसिसची ताकद त्या भागातून खच्ची झाल्याचं दिसत होतं. इसिसचं राज्य पराभूत होणार यात शंका नव्हतीच, ते कधी होणार, इतकाच मुद्दा होता.

मात्र, तिथं पराभव होत असताना जगभरचे स्लीपर सेल कार्यान्वित करून इसिसचा विचार जिवंत ठेवायची धडपड सुरू होईल, याचे संकेत मिळू लागले आहेत. इसिसचं प्रचंड चर्चेत आलेलं राज्य संपवणं जेवढं आवश्यक आहे तेवढंच इसिसच्या बदलत्या रणनीतीकडं आणि त्यासाठी निवडल्या जात असलेल्या ठिकाणांकडं लक्ष देणं गरजेचं आहे. इसिस आपला अड्डा बदलण्याची शक्यता दिसू लागली आहे. यात एक अत्यंत स्पष्ट कारण आहे व ते म्हणजे इसिसला सीरियात पराभव झाला तरी संघटन जिवंत आहे, असं दाखवायचं आहे. दुसरीकडं लढाईच्या नव्या आघाड्या उघडून दहशतवाद्यांची नवी भरती करणं, त्याद्वारे सीरियातल्या

पराभवावरून लक्ष वळवणं हाही हेतू आहे. गेल्या काही महिन्यांत इसिसकडून सातत्यानं चीनच्या विरोधात गरळ ओकणारे व्हिडिओ किंवा ऑडिओ जारी केले जात आहेत. प्रचारी व्यूहनीतीत इसिस अन्य जिहादी गटांहून कितीतरी आघाडीवर आहे. अगदी पाश्चात्त्य देशांनाही या प्रचाराला तोंड देणं आव्हान बनलं आहे. अलीकडंच इसिस किंवा इसिसप्रणीत खोरासनच्या प्रवक्त्यांनी चीनमध्ये रक्ताच्या नद्या वाहतील असा इशारा दिला आहे. चीनमधल्या उघूर बंडखोरांचा वापर इसिस करू पाहत आहे. चीनच्या विरोधातलं हे प्रचारयुद्ध, पाकिस्तानमध्ये क्वेट्टाचा हल्ला किंवा सेहवानमधला हल्ला किंवा अगदी ताजा भारतामध्ये मध्य प्रदेशातल्या रेल्वेत घडवून आणला गेलेला स्फोट या सगळ्या घडामोडी इसिसचा धोका भारतीय उपखंडाच्या दरवाजावर आल्याची जाणीव करून देणाऱ्या आहेत.

उत्तर प्रदेशात मारला गेलेला दहशतवादी सैफुल्ला याचा थेट इसिसशी संबंध असल्याचे पुरावे नाहीत, असं उत्तर प्रदेशाच्या पोलिसांनी सांगायला सुरुवात केली आहे. ते खरंही असू शकतं. मात्र, पाकिस्तानचा प्रभाव आणि मदतीविना उभं राहू पाहत असलेलं दहशतवाद्याचं हे नवं प्रकरण दखलपात्र आहे. त्याची प्रेरणा इसिस हीच असू शकते. यात इसिसशी थेट संबंध आणि आर्थिक किंवा अन्य साधनांची मदत दिली की नाही, यापेक्षा इसिस ज्या विखारी विचारसरणीचं प्रतिनिधित्व करते, ती प्रमाण मानणारे स्वतंत्र गट तयार होत असतील तर ते तेवढंच खतरनाक आहे. साहजिकच सैफुल्ला आणि त्याचे साथीदार इसिसचे आहेत की नाहीत, यावर वाद घालण्यापेक्षा वहाबी विचारांनी भारावलेलं मॉड्यूल तयार झालं, याकडं लक्ष द्यायला हवं. भारतात इसिसनं अद्याप उघड कारवाया केल्या नाहीत हे खरं आहे, तसंच जलालाबादमधल्या भारतीय वकिलातीवर हल्ला करू पाहणाऱ्या इसिसच्या हल्लेखोराला अफगाणिस्तानच्या गुप्तहेरांनी पकडलं होतं, हेही खरं आहे. या स्थितीत इसिसचं आव्हान समजून घ्यायला हवं, त्याचबरोबर इसिसचा मोठा धोका दाखवून भारतीय उपखंडातला पाकपुरस्कृत दहशतवादाचा धोका त्याहून कमी आहे, असं सांगायचं आणि अफगाणिस्तानात तालिबान्यांना मोकाट सुटायची संधी देण्यासाठी जगाला राजी करायचं, हा व्यापक व्यूह समजून घ्यायला हवा. इसिस हे आजतरी आकार आणि सामर्थ्य या दोन्ही बाजूंनी भारतीय उपखंडातलं फार मोठं संघटन नाही. मात्र, त्याची भारावून टाकण्याची क्षमता प्रचंड आहे. त्याला भुलणाऱ्यांची जगभर कमतरता नाही. इसिसमध्ये अरब देशांबाहेरून सामील झालेल्यांमध्ये निम्म्याहून अधिक जण चांगली शैक्षणिक आणि आर्थिक स्थिती असलेल्या कुटुंबातले आहेत. अफगाण-पाक सीमेलगत तर असल्या कामासाठी वाटेल तेवढा

इसिसचा चक्रव्यूह –

इस्लामिक स्टेट ऑफ इराक अँण्ड सीरिया (ISIS) ही दहशतवादी संघटना १९९९ पासून कार्यरत आहे. २०१४ मध्ये इसिसने कब्जा केलेल्या प्रदेशांमध्ये खिलाफतीचे राज्य स्थापन झाल्याचे घोषित केले होते.

» अबु-बक्र-अल् - बगदादी हा या संघटनेचा प्रमुख असून, त्याने स्वतःला खलिफा म्हणून घोषित केले होते. अमेरिका व इराकने केलेल्या संयुक्त कारवाईमध्ये तो मारला गेल्याची शक्यता आहे.

» २०१५ मध्ये प्रकाशित झालेल्या जागतिक दहशतवाद निर्देशांकामध्ये इसिसला जगातील सर्वांत क्रूर व बलाढ्य दहशतवादी संघटना म्हणण्यात आले. इसिसचा सर्वाधिक प्रभाव पश्चिम आशिया, पूर्व आफ्रिका, लीबिया, अफगाणिस्तान (खोरासन) सोमालिया, येमेन या प्रदेशांमध्ये आहे. लोन वुल्फ (Lone wolf) हल्ल्याद्वारे इसिसने साऱ्या जगभर आपले जाळे पसरले. ताब्यात असलेल्या प्रदेशातील खनिज तेल विकून इसिस आर्थिक स्त्रोत उभे करते.

» जुलै २०१७ मध्ये अमेरिका व इराकच्या संयुक्त फौजांनी इसिसच्या ताब्यातील मोसूल या सर्वांत मोठ्या शहराची सुटका करून इसिसला पिछाडीवर ढकलले आहे.

कच्चा माल उपलब्ध आहे. आतापर्यंत पाकिस्ताननं धूर्तपणे त्याचा आंतरराष्ट्रीय व्यूहनीतीत वापर केला, तोच आता इसिसविरोधातल्या लढाईत कच्चा दुवा बनतो आहे.

इसिसचा भारतात थेट धोका नसल्याचं मानलं जात असतानाच इसिसप्रणीत विलायत खोरासन या नावानं सक्रिय झालेले दहशतवादी पाक-अफगाण सीमेवर एकवटत असल्याची चिन्हं आहेत. तूर्त हा मध्य आशिया आणि भारतीय उपखंडातला सगळ्यात मोठा दहशतवादी धोका नसला तरी सीरियातून पळून जावं लागेल तसं जगभरातून खिलाफतीच्या आकर्षणापायी तिथं जमलेले कडवे दहशतवादी नवी आश्रयस्थानं शोधू लागतील आणि अशी ठिकाणं पाकिस्तानच्या नादानपणामुळं तिथं भरपूर तयार झाली आहेत. हे जिहादी दहशतवाद्यांचं अधिक कडवं स्वरूप पाकच्या नियंत्रणात राहण्याची शक्यता नाही.

काश्मिरातही पाकिस्तानच्या तालावर नाचणाऱ्या दहशतवाद्यांना इसिसचा विरोध आहे. वहाबी-सलाफी विचारसरणी न मानणाऱ्यांना संपवणं हाच अजेंडा असलेल्या इसिससाठी काश्मीरमधले पाकिस्तानचे हितसंबंधही धर्मविरोधी ठरतात. पाकिस्तान ज्या वाटेवरून चालत आला त्यात वहाबी विचारसरणीचं फारसं वावडं नाही. मात्र, पाकला लष्कर-ए-तोयबापासून ते अफगाण तालिबान्यांपर्यंत सगळे चालतात; पण टीपीपी किंवा इसिसचा शिरकाव नको असतो. याचं कारण वरवर विचारसरणी एकसारखीच असली तरी तहरीक-ए-तालिबान पाकिस्तान (टीटीपी) आणि इसिस यांना पाकमधलं राज्य पुरेसं इस्लामी वाटत नाही. ते संपवणं आणि खिलाफत स्थापन करणं हेच त्यांचं ध्येय आहे. हे पाकच्या आतापर्यंत सोयीनं दहशतवाद पोसणाऱ्या राज्यकर्त्यांसाठी आणि लष्करासाठीही अडचणीचं आहे. भारतासाठी या दोन्हींत काही फरक नाही. त्यांचा मुकाबला अनिवार्य आहे. कुणाचा आज, कुणाचा उद्या इतका प्राधान्यक्रमातला बदल फारतर असू शकतो.

'विलायत खोरासनच्या नावानं जमलेले दहशतवाद्यांचे गट भारताला शत्रू मानतातच; पण चीन, रशिया, इराण, अफगाणिस्तान आणि पाकिस्तानलाही शत्रूच मानतात. आता अशा स्थितीत इसिस सगळ्यांचा समान शत्रू ठरतो आणि निदान इसिसला या भागात पाय ठेवता येऊ नये, यासाठी सगळ्यांनी एकत्र येणं हा समान कार्यक्रम असायला हवा. ही मांडणी तर्कशुद्ध असली तरी त्यामागं पाक-रशियाचं, अफगाणिस्तानातल्या हितसंबंधांचं राजकारणही आहे. दहशतवाद नेहमीच आंतरराष्ट्रीय राजकारणात सोंगटीसारखा वापरला जातो. सीरियातही इतका वेळ खिलाफत तग धरू शकली ती त्याविरोधातल्या कारवाईत अमेरिका-रशिया, इराण-अरब देश यांच्यातल्या मतभेदांमुळंच. इसिसनंतर त्या भागात वर्चस्व कुणाचं हा तिथं मुद्दा आहे, तर आता अफगाणिस्तानात वर्चस्व कुणाचं हा इकडं मुद्दा आहे. इसिसविरोधात एकत्र यायचं आवाहन करणारे त्याआडून आपलं अफगाणिस्तानातलं महत्त्व कायम ठेवायचं राजकारण रेटत आहेत. साहजिकच इसिसचा आज फार मोठा नसलेला धोका वाढवून सांगत पाकिस्तानला-रशियाला अफगाणिस्तानातले आपले हितसंबंध राखायचे आहेत. या मुद्याकडं पाहण्याचा प्रत्येकाचा एक दृष्टिकोन आहे. तोच रास्त मानून चाललेला व्यवहार मूळ दुखण्याकडं दुर्लक्ष करणारा आहे.

इसिसचा या भागातला शिरकाव सगळ्या भागाच्याच शांततेला वेठीला धरणारा ठरू शकतो हे खरंच आहे. अलीकडंच नजिबुल्लाह कुरेशी नावाच्या पत्रकारानं अफगाण सीमेलगत जमलेल्या विलायत खोरासनच्या तळांवर आधारित चित्रफीत बनवली आहे. असं करणारा तो पहिलाच. 'अल् जझीरा'नं प्रसिद्ध केलेली ही चित्रफीत खोरासनचे समर्थक पिढ्यान्‌पिढ्या दहशतवाद पोसणारं विष कसं पेरत आहेत, याचं दर्शन घडवते. पाच-सहा वर्षांच्या मुलांना पिस्तूल, बंदुका आणि बॉम्बचं प्रशिक्षण दिलं जातं. आत्मघाती हल्लेखोर बनण्याची

त्यांची मानसिकता घडवली जाते. हे सगळं धर्मासाठी आवश्यकच हे बिंबवलं जातं. असं अत्यंत घातक, धर्मांध विचारांचं बाळकडू देण्याचा प्रयत्न होत असल्याचं या चित्रफितीतून पुढं आलं आहे. हे सगळं घडतं तो परिसर अफगाण-पाक सीमेवरचा आहे. ही पद्धतशीर सुरू असलेली पेरणी जगानं दखल घ्यावी अशीच आहे.

यातून पाकच्या आसपास तयार होत असलेलं संघटन पाकची डोकेदुखी ठरणारं आहे. पाकिस्ताननं जिहादी गटांना हाताशी धरलं ते राजकीय उद्दिष्ट साध्य करण्यासाठी. पश्चिम आशियातून या विचारांना आणि त्यासाठीच्या हिंसक कृत्यांना समर्थन मिळत राहिलं ते प्रामुख्यानं विचारसरणीच्या अंगानं. हा वहाबी विचार इस्लाममधलीच अन्य कोणतीही परंपरा मानायला तयार नाही. दहशतवादी पोसण्याचा पाकचा प्रयत्न, पश्चिम आशियातला वैचारिक वेडाचार याचा परिणाम अधिकाधिक खतरनाक, एकारलेली आणि अनियंत्रित दहशतवादी संघटना तयार होण्यात झाला आहे. अमेरिकेनं बरबाद करून सोडून दिलेल्या इराक आणि सीरियात इसिसनं बस्तान बसवल्यानंतर जिहादी दहशतवादाचं केंद्र बनण्याचा जाणीवपूर्वक प्रयत्न केला. इसिसच्या जागतिक नकाशात खोरासन नावाची विलायत आहे.

मध्ययुगात जगणाऱ्यांची परिभाषाही त्याच काळातली आहे. हे खोरासन नावाचं प्रकरण त्यातूनच तयार झालं आहे. यात पूर्वाश्रमीच्या पर्शियाच्या पूर्वेकडचा सारा भाग खोरासन नावाच्या विलायतीत समाविष्ट होतो. अफगाणिस्तान-पाकिस्तान-इराण, तसंच रशिया-भारत-चीनच्या काही भागासाठी ही कथित विलायत असल्याचं इसिसनं जानेवारी २०१५मध्ये जाहीर केलं होतं. पाक-अफगाण सीमेवरची दहशतवादाची अभयारण्यंच या नव्या गटासाठीही आश्रयस्थानं बनली. यात सामील झालेले अनेकजण आधीच कुठल्या ना कुठल्या दहशतवादी गटांशी संबंधित होतेच. खासकरून टीटीपीचे दहशतवादी मोठ्या प्रमाणात इसिसच्या या शाखेत सामील झाले.

स्लीपर सेल (Sleeper Cell)

» स्लीपर सेल म्हणजे अशा दहशतवादी व्यक्तींचा समूह जे इतरवेळी निष्क्रिय असतात; परंतु दहशतवादी हल्ल्याच्या अगोदर पूर्वसूचनेवरून कार्यान्वित होतात.

» भारतामधील असंख्य बॉम्बस्फोटांमागे या स्लीपर सेलचा मुख्य वाटा होता.

» एरवी निष्क्रिय असल्यामुळे हे स्लीपर सेल शोधणे फार कठीण असते.

या विलायतेचा कथित आमीर किंवा गव्हर्नर सय्यद हाफिज खान हा टीटीपीचा म्होरक्याच आहे. कधीतरी या भागावर काळ्या झेंड्यांचं म्हणजे इसिसचं राज्य येईल, या स्वप्नासाठी हा गट कार्यरत आहे. हे राज्य अंतिमतः इस्रायल, इराक, सीरिया, लेबनॉन या भागात विजय मिळवेल, असा आशावाद पेरत दहशतवाद्यांची भरती इसिसकडून केली जाते. इसिसनं एकदा खोरासन भागात तळ उभारायला सुरुवात केल्यानंतर अनेक मूळच्या तालिबान्यांनी निष्ठा इसिसकडं वळवल्या. यातून तालिबान विरुद्ध इसिस असाही संघर्ष छेडला जातो आहे.

इसिसचा किंवा इसिसप्रणीत खोरासनचा धोका केवळ भारतापुरता नाही, याची जाणीवही सगळ्यांना आहे. मात्र, आजघडीला या भागातला सगळ्यात कळीचा प्रश्न आहे तो अफगाणिस्तानातून अमेरिकी सैन्य पुरतं माघारी गेल्यानंतरच्या सत्तवाटपाचं काय? यात ज्या तालिबानविरोधात अफगाणयुद्ध झालं, त्याच तालिबानला वाटाघाटीच्या टेबलवर बोलवावं, यासाठी पाकिस्तानचा आटापिटा सुरू आहे. रशियालाही यात रस आहे.

यातून इसिसचा वापर अधिक खतरनाक आव्हान म्हणून केला जातो आहे. मांडणी सोपी आहे. या भागात कमी खतरनाक असलेल्या तालिबानशी जुळवून घ्यावं आणि अधिक मोठा धोका असलेल्या इसिसला

पिटाळून लावावं. पाकिस्तान खेळात मुरलेला खेळाडू आहे. अफगाण तालिबानला अफगाणी राष्ट्रवादाचं प्रतीक ठरवायचा पाकचा प्रयत्न आहे. मुळात या तालिबानला पोसणारा पाकच होता. अमेरिकी कारवाईतही हे प्रकरण पुरतं मोडू नये, याची काळजी पाकच्या लष्करानं घेतली. आता अफगणिस्तानचं भवितव्य ठरवताना तालिबानला विचारात घेतलं पाहिजे, असा सूर लावण्यात पुन्हा पाकच पुढं आहे. इसिसला भारत आणि अफगाणिस्तान बळ देत असल्याचंही निदान पाकमध्ये जोरात आहे. हे तिथल्या प्रत्येक समस्येत भारत पाहण्याच्या जुनाट रोगाचं लक्षण आहे. इसिसशी लढण्यावरून रशियाचे अमेरिकेशी मतभेद आहेत, त्याचं दर्शन खोरासनचा धोका किती याविषयीच्या रशियन भूमिकेत घडतं. आपल्याकडं आणि अफगाणिस्तानात इसिसप्रणीत दहशतवाद्यांना बळ देण्यातही पाकचाच हात असल्याचं निदान मध्यवर्ती आहे. म्हणजेच धोका आहे यावर एकमत आहे; पण त्याचं स्वरूप काय, यावर प्रत्येकाची सोयीची भूमिका आहे.

उज्जैनमधल्या स्फोटानंतर लखनौत मारला गेलेला दहशतवादी इसिसचा किंवा त्यापासून प्रेरणा घेतलेला असला तरी या दुखण्याकडं पाहताना व्यापक भारतीय सुरक्षेसोबतच आंतरराष्ट्रीय पातळीवर चालणाऱ्या राजकारणाच्या चौकटीतही पाहायला हवं. इसिसचा धोका आहेच. मात्र, आजघडीला पाकिस्तान पोसत असलेल्या दहशतवाद्यांचा धोकाही कायमच आहे. तालिबानी म्हणजे अफगाणिस्तानातले राष्ट्रवादी, लष्कर-ए-तोयबा, जैश-ए-महंमद या काश्मिरात धर्मयुद्ध लढणाऱ्या संघटना आणि टीटीपी-इसिस दहशतवादी. कारण, या संघटना पाकिस्तानचं राज्यच मानत नाहीत, हा पाकचा सोयीचा शब्दच्छल आहे. यातले सगळेच भारताच्या विरोधात आहेत. या दहशतवाद्यांशी लढणं, त्यांना संपवणं हा या लढाईतला एक भाग आहे. खरा मुद्दा सुस्थितीत, सुशिक्षित तरुणांनाही विखारी, धर्मांध विचारांचं आकर्षण वाटतं त्याचा मुकाबला करण्याचा आहे. कडवेपणावर विरुद्ध टोकाचा कडवेपणा हे उत्तर नसतं. त्या विचारातला पोकळपणा दाखवून देणं हे असतं. प्रत्येक चकमकीचं राजकारण करण्याच्या, त्यात ध्रुवीकरण शोधण्याच्या सहजसाध्य मार्गापेक्षा हा विचारांचा लढा अधिक खडतर आणि गुंतागुंतीचा आहे.

१२ मार्च २०१७

■

सीरियातलं शल्यकर्म...

“सीरियात झालेल्या रासायनिक हल्ल्याला क्षेपणास्त्रांचा भडिमार करून अमेरिकेनं दिलेलं उत्तर लगेचच सीरियातल्या युद्धाची स्थिती बदलणारं नाही. मात्र, मी अमेरिकेचा अध्यक्ष आहे; जगाचा नव्हे', असं सांगत जगाच्या प्रश्नांचं, युद्धांचं ओझं वागवायचं नाकारणारे आणि त्यासाठी पाठिंबा मिळालेले अध्यक्ष डोनाल्ड ट्रम्प यांनी एकतर्फी हल्ला करून आपल्याच भूमिकेला दिलेली बगल व्यापक परिणाम घडवणारी ठरू शकते. जगाच्या कटकटींपासून अमेरिका सहजी बाजूला होऊ शकत नाही, हे या हल्ल्यांनी स्पष्ट झालं, तसंच ट्रम्प हे बेभरवशाचे गृहस्थ आहेत, या प्रतिमेवरही शिक्कामोर्तब झालं. यानिमित्तानं ट्रम्प आणि रशियाचे अध्यक्ष व्लादिमिर पुतिन यांच्यातल्या भाईचाऱ्यासमोर मात्र प्रश्नचिन्ह लागलं आहे. त्यातून होणारे परिणाम जगासाठी लक्षवेधी असतील. सीरियातलं हे शल्यकर्म अमेरिकेच्या परराष्ट्र धोरणात नवं वळण आणणारं आहे. म्हणूनच आणखी एक 'क्षेपणास्त्र हल्ला' यापलीकडं ते महत्त्वाचं आहे.

'सीरियातला रासायनिक हल्ला निष्पापांचेही क्रूरपणे जीव घेणारा म्हणून भयानकच आहे. 'रासायनिक शस्त्रांचा वापर करू नये', या संकेतांना तिलांजली देणाराही आहे, यात शंकाच नाही. मात्र, त्यावर अमेरिकेचे अध्यक्ष डोनाल्ड ट्रम्प यांनी शोधलेला उपायही आंतरराष्ट्रीय संकेत धाब्यावर बसवणारा आहे. ज्याच्या हाती ताकद, तो काहीही करायला मोकळा', हे तत्त्व सीरियातल्या आततायी प्रवृत्तींनी विषारी वायूच्या हल्ल्यात शंभरावर बळी घेऊन दाखवलं, तसंच सीरिया हा युद्धग्रस्त देश असला तरी स्वतंत्र, सार्वभौम देश आहे, याची पत्रास न बाळगता अमेरिकेनं टॉमहॉक मिसाइलची बरसात करून 'बळी तो कान पिळी' याच तत्त्वाचा अवलंब केला आहे. या हल्ल्यानंतर अमेरिकेनं पुढं कसलीच कारवाई केली नाही. मात्र, अमेरिका आणि ट्रम्प यांच्या परराष्ट्र धोरणात एक निर्णायक वळण यानिमित्तानं आलं आहे. या वळणावर अमेरिका आणि रशिया एकमेकांच्या विरोधी बाजूला दिसण्याच्या शक्यतेनं ते जगासाठीही लक्षवेधी आहे.

सीरियात बशर अल् असद यांची राजवट पाश्चात्त्य देशांना खुपणारी आहे. काहीही करून सीरियात असद यांना सत्ताभ्रष्ट करण्याला अमेरिका आणि मित्रराष्ट्रांची पसंती आहे. तसे प्रयत्न हस्ते-परहस्ते अनेकदा झाले आहेत. असद हे प्रकरणही भ्रष्ट आणि हुकूमशाही वृत्तीचं; प्रसंगी आपल्याच प्रदेशातल्या लोकांवर लष्करी बळाचा बिनदिक्कत वापर करणारं आहे. आपल्या विरोधातल्या बंडखोरांना ठेचण्यासाठी असद यांना मानणाऱ्या

फौजांनीच इडलिबलगत रासायनिक हल्ला केल्याचा संशय आहे. रासायनिक हत्यारांचा हल्ला मानवताविरोधी आहे, या अर्थानं त्याचा जगानं केलेला धिक्कार योग्यच होता. हा हल्ला नेमका कुणी केला, हे अजून स्पष्ट झालेलं नाही. मात्र, त्यानं सीरियातली गुंतागुंत वाढली आहे. ज्याचा परिणाम इसिसविरोधातल्या मोहिमांवर होऊ शकतो, तसाच अमेरिका-रशिया संबंधांवरही. इसिसविरोधातल्या लढाईत असद हाच एक प्रमुख घटक आहे. त्यातच असद यांच्या राजवटीला रशियाचा भक्कम आधार आहे. शिवाय, इराणचाही पाठिंबा आहेच; इसिसच्या पाडावानंतरच्या स्थितीत या भागात वांशिक तणाव न टळणारा आहे. याला शिया-सुन्नी वादाची किनारही आहे. इराण असद राजवटीच्या पाठीशी उभा राहतो, याचमुळं आणि अरब देश एकमुखानं आधी असद यांचा बंदोबस्त करायला हवा, असं पाश्चात्त्यांच्या सुरात सूर मिसळून म्हणतात तेही त्याचमुळं. सीरियातल्या रासायनिक अस्त्रांच्या वापरानंतर ट्रम्प यांचा संयम सुटला. छोट्या मुलांच्या वेदनादायी मृत्यूची दृश्यं पाहून त्यांनी कारवाईचा निर्णय घेतल्याचं सांगितलं जातं. ट्रम्प यांच्या एका हल्ल्यानं त्यांच्याविषयी नेहमी टीकेचा सूर लावणारे अमेरिकेतले अनेक प्रस्थापित त्यांची प्रशंसा करू लागले. अर्थात, दुसऱ्या बाजूला मुळात अमेरिकेच्या अध्यक्षांना अशा प्रकारे दुसऱ्या देशात हस्तक्षेपाचा अधिकार कुणी दिला, याचीही चर्चा जगाच्या पटलावर सुरू झाली आणि अमेरिकेतही अशा बाह्य हस्तक्षेपासाठी काँग्रेसची मंजुरी आवश्यक असल्याचं सांगितलं जात आहे.

यात खरा मुद्दा ट्रम्प-पुतिन यांच्यातला भाईचारा पुढं सुरूच राहणार, की सीरियातल्या हस्तक्षेपावर रशिया तशीच प्रतिक्रिया देणार हा आहे. हे दोन्ही नेते बेभरवशाचे आहेत, तसंच आपापल्या देशात अत्यंत सामर्थ्यसंपन्न आहेत. आतापर्यंत ट्रम्प यांनी पुतिन यांच्याशी मिळतंजुळतं घ्यायची भूमिका घेतली होती. तिचा कस सीरियात लागणार आहे. पुतिनही अमेरिकेच्या नव्या अध्यक्षांविषयी जाहीर ममत्व दाखवत होते. इतकं की ट्रम्प अधिकारारूढ होण्याच्या काही दिवस आधी रशियाच्या राजनैतिक अधिकाऱ्यांची ओबामा यांच्या मावळत्या प्रशासनानं गठ्ठ्यानं हकालपट्टी केली. संकेतानुसार तितक्याच अधिकाऱ्यांची रशियानं हकालपट्टी करणं ही जवळपास गृहीत बाब होती. मात्र, पुतिन यांनी अमेरिकेतला सत्ताबदल लक्षात घेऊन शांत राहणं पसंत केलं. ट्रम्प यांनाही पुतिन यांच्यामध्ये एक कणखर जागतिक नेता दिसत होता. 'बराक ओबामा यांच्यापेक्षा पुतिन हे कणखर नेते आहेत आणि त्यांनी महान कामगिरी करून दाखवली आहे', असं प्रशस्तिपत्रही ट्रम्प यांनी दिलं होतं. ट्रम्प विजयी व्हावेत, यासाठी रशियानं निवडणुकीत हेराफेरी केल्याचे आक्षेपही आहेत. या आक्षेपांविषयी अमेरिकेत चौकशीही सुरू आहे. अशा मैत्रीत टॉमहॉकचा सीरियातला वर्षाव तात्पुरता तणाव आणणार की कायमचा तडा देणार, हा जगासमोरचा प्रश्न आहे. अमेरिकेनं पुन्हा सीमारेषा ओलांडायच्या भानगडीत पडू नये, असा दम रशिया आणि इराणनं तातडीनं दिला आहेच. पुतिन आपले 'बेस्ट फ्रेंड' बनतील, असा आशावाद ठेवणाऱ्या जागतिक राजकारणात नवख्या ट्रम्प यांच्यासमोर पुतिन हे सगळ्यात कडवा प्रतिस्पर्धी म्हणून उभे ठाकण्याचा धोका सीरियातल्या हल्ल्यानं तयार झाला आहे.

सीरियाचे भौगोलिक स्थान

» सीरिया हा पश्चिम आशियामधील एक देश असून, भूमध्य समुद्राच्या किनाऱ्यावर वसलेला आहे.

» सीरियाच्या पश्चिमेस लेबनॉन, उत्तरेस तुर्कस्तान, दक्षिणेस जॉर्डन आणि दक्षिण पूर्वेस इस्राईल हे देश आहेत.

» दमास्कस हे सीरियाच्या राजधानीचे शहर आहे.

रासायनिक शस्त्रांचा धोका जगातल्या शहाण्यांनी फार आधीच ओळखला होता. एका झटक्यात प्रचंड मनुष्यहानी करून युद्धात निर्णायक बाजी मारण्याचे मनसुबे नवे नाहीत. अण्वस्त्रं काय किंवा रासायनिक अस्त्रं काय, जगात सामर्थ्य दाखवण्यासाठीच त्यांचा वापर करण्याकडं कल असतो. रासायनिक अस्त्रं वापरण्याचा

सीरियातला हा काही पहिला प्रसंग नाही. १९१५पासून असे प्रयोग झाल्याच्या नोंदी आहेत. जर्मनीनं विषारी वायू हे युद्धातलं शस्त्र बनवलं होतं. पहिल्या महायुद्धात दोन्ही बाजूंनी असे प्रयोग झाले, त्यात हजारो जणांचे बळी पडले होते. इटली, जपान, इराक यांनीही कधीतरी विषारी वायूचे प्रयोग केले आहेत. आता या वायूनं झालेली हानी पाहून व्यथित झालेल्या अमेरिकेनंही असा वापर केल्याचे आरोप झाले आहेत.

व्हिएतनामच्या युद्धात अमेरिकेनं केलेले प्रयोग याविषयीच्या 'जीनिव्हा समझोत्या'चं उल्लंघन करणारेच होते. 'सामर्थ्यवंतांचं सगळं खपतं', या तत्त्वानुसार तेव्हाही अमेरिकेचा उद्योग खपून गेला. व्हिएतनाममध्ये नामुष्की पत्करावी लागली तरी विषारी वायूंसाठी अमेरिकेला कुणी शिक्षा केली नाही. आता असद राजवटीनं आपल्याच नागरिकांवर विषारी वायूचा वापर केल्याचा आक्षेप आहे. याच असद यांनी २०१३ मध्येही विषारी वायूचा वापर केला होता. त्यात सुमारे दीड हजार जण बळी पडले होते. आता बळींची संख्या शंभराच्या घरात आहे. असद यांचा हा इतिहास असतानाही रशिया त्यांना पाठीशी घालतो आहे. यात रशियाचे या प्रदेशातले हितसंबंध गुंतले आहेत. संयुक्त राष्ट्रांच्या पुढाकारानं सीरियाच्या या उद्योगांवर नियंत्रण आणण्याच्या सर्व प्रयत्नांत रशियानं नेहमीच खोडा घातला आहे. आताही अमेरिका, ब्रिटन आणि फ्रान्सनं विषारी वायूचा हल्ला करणाऱ्या विमानांच्या उड्डाणांचे तपशील, वैमानिकांची नावं आणि अन्य तपशील देण्यास सीरियाला बाध्य करावं, असा ठराव सुरक्षा परिषदेत आणला आहे. मात्र, इथंही रशिया व्हेटो वापरेल, यात शंका नाही. कदाचित हे ध्यानात घेऊनच ट्रम्प यांनी एकतर्फी कारवाईचा निर्णय घेतलेला असू शकतो.

असद यांच्या राजवटीला अमेरिका आणि नाटो देशांचा, तसंच अरब देशांचा विरोध जगजाहीर आहे. मात्र, ट्रम्प यांच्या विजयानंतर असद यांना हटवण्यात अमेरिकेला रस उरल्याचं दिसत नव्हतं. अमेरिकेकडून असद यांच्यासह इसिसच्या विरोधात लढ्याला मान्यता देण्याची भूमिका मांडली जात होती. किंबहुना जगाच्या सुरक्षेची धुणी अमेरिकेनं का धुवावीत, अगदी नाटो देशांनीही सुरक्षेसाठी किंमत चुकवली पाहिजे, असं ट्रम्प यांचं अलीकडेपर्यंत सांगणं होतं. एक खरं आहे, की ट्रम्प यांच्याविषयी अंदाज बांधणं कठीण जावं, असं ते व्यक्तिमत्त्व आहे. त्यांच्या धोरणाला नेमकी एकच एक दिशा असेल, हे संभवत नाही.

रासायनिक हल्ल्याचा घटनाक्रम

- ४ एप्रिल २०१७ रोजी सीरियामधील खान शहकून (Khan Shaykhun) या प्रांतामध्ये रासायनिक हल्ला झाला. या हल्ल्यामध्ये ७४ लोकांचा बळी गेल्याचा अंदाज आहे. बशर-अल-असद यांच्या फौजेने हा हल्ला घडवून आणल्याचा संशय व्यक्त केला जातोय.
- दुसरी बैठक २२ जानेवारी - १५ फेब्रुवारी २०१७ दरम्यान पार पडली. या बैठकीत भारतानेही सहभाग नोंदविला.
- तिसरी बैठक १ ते ३ फेब्रुवारी २०१७ दरम्यान पार पडली, ज्यामध्ये शस्त्रबंदी करण्यात आली, जी पुढे लवकरच संपुष्टात आली.
- २३ फेब्रुवारी २०१७ रोजी शेवटची बैठक पार पडली, ज्यामध्ये सीरियामधील संभावित सत्ता हस्तांतरणावर चर्चा करण्यात आली.
- या हल्ल्यामध्ये सरीन गॅस या रासायनिक अस्त्राचा वापर केला गेल्याचा अंदाज आहे.
- सीरियामध्ये यापूर्वी २०१३ मध्ये रासायनिक हल्ला करण्यात आला होता.

सत्तेवर येता येता तैवानच्या अध्यक्षांशी संभाषण करून त्यांनी चीनच्या विरोधात जाण्याचे संकेत दिले. पुढं हा मामला तसाच सोडून देत चीनच्या 'वन चायना' धोरणाला संमती दिली. त्यांच्या बाबतीत धरसोड' हेच कायमचं लक्षण ठरण्याची शक्यता आहे. या स्थितीत पुतिन आणि ट्रम्प यांच्यातली मैत्री आटेल. फक्त काही निमित्त घडायला हवं, असं ट्रम्प यांचा मागोवा घेणारे सांगत होते. सीरियातल्या हल्ल्यानं असं निमित्त पुरवलं आहे. रशियाचा सीरियाला पूर्ण पाठिंबा असताना ट्रम्प यांनी सीरियात क्षेपणास्त्रं डागून रशियाला डिवचलं आहे. रशियाच्या सामर्थ्याची किंवा पुतिन यांच्याशी मैत्रीची पत्रास ट्रम्प बाळगत नाहीत, हेच या हल्ल्यातून दाखवून देण्यात आलं आहे. दुसरीकडं पुतिन हेही असेच अहंमन्य नेते आहेत, तेही अमेरिकेची पत्रास बाळगतील, ही शक्यता नाही. आर्थिकदृष्ट्या अडचणीत असूनही जागतिक राजकारणात रशिया आक्रमक चाली खेळतोच आहे. ट्रम्पयुगात रशिया- अमेरिका जवळ येतील, त्यातून चीनच्या विरोधात आघाडी तयार होईल. पूर्वाश्रमीचा सोव्हिएत संघ भरात असताना अमेरिकेनं चीनला रशियापासून तोडलं आणि शीतयुद्धात निर्णायक बाजी मारण्यात ती एक महत्त्वाची चाल ठरली, त्याच धर्तीवर आता रशियाला चीनच्या कच्छपी लागण्यापासून अमेरिका रोखेल आणि त्याबदल्यात चीनचं वाढतं महत्त्व रोखण्याचे प्रयत्न होतील', असं ट्रम्प यांच्या विजयानंतर सांगितलं जात होतं. या सगळ्या समीकरणांनाच सीरियातल्या घडामोडींनी तडा जाऊ शकतो. अमेरिकेचा हस्तक्षेप मान्य नाही, अशी स्पष्ट भूमिका रशियानं घेतलीच, पुन्हा असं धाडस करू नका, अशी दमबाजीही केली आहे. अमेरिकेच्या परराष्ट्रमंत्र्यांच्या भेटीनंतरही मॉस्कोतले मुत्सद्दी असद यांच्या बाजूनंच आहेत आणि असद यांना घालवलंच पाहिजे', असं अमेरिका सांगते. यात तडजोडीची शक्यता नसल्याचंच सूचित होतं. असद यांना पदभ्रष्ट केलं, तर सीरियाचं भवितव्य काय, हा प्रश्न उरतोच. असद नसतील तर तिथं धर्मांध सुन्नी गट सत्ता ताब्यात घेतील, अशीच शक्यता आहे. हे इराण सहजी मान्य करणार नाही. सद्दाम यांच्यानंतरचा इराक आणि गडाफी यांच्यानंतरचा लीबिया अस्वस्थतेच्या खाईत लोटला गेला, तशीच अवस्था सीरियातही येऊ शकते. हे टाळायचं कसं, याचं उत्तर कुणाकडंच नाही.

अमेरिका आणि रशिया पुन्हा एकमेकांसमोर उभे ठाकले, तर ट्रम्प-पुतिन यांची मैत्री समोर ठेवून मांडले जाणारे सगळे अंदाज कोलमडतील. याचा

अमेरिकेचा क्षेपणास्त्र हल्ला

- ४ एप्रिलच्या रासायनिक हल्ल्यांना प्रतिउत्तर म्हणून अमेरिकेने ७ एप्रिल २०१७ रोजी सीरियाच्या शायरात (Shayrat) वायुदल तळावर क्षेपणास्त्र हल्ले केले.
- भूमध्य समुद्रात उभ्या असलेल्या यू.एस.एस. रॉस व यू.एस.एस. पोर्टर या युद्धनौकांतून टॉमहॉक क्षेपणास्त्रांद्वारे हा हल्ला करण्यात आला.
- या हल्ल्याची पूर्वसूचना रशियाला देण्यात आली होती.

जीनिव्हा बैठका (Geneva Conference)

- सीरियामधील गृहयुद्धावर तोडगा काढण्यासाठी संयुक्त राष्ट्रसंघाच्या पुढाकाराने सीरिया सरकार, बंडखोर गट व प्रमुख जागतिक राष्ट्र यांच्यामध्ये जीनिव्हा (स्वित्झर्लंड) येथे बैठका घेण्यात आल्या.
- पहिली बैठक ३० जून २०१२ रोजी पार पडली, यामधून काहीही ठोस निष्पन्न झाले नाही.

परिणाम जगभरात, अगदी आपल्याकडं दक्षिण आशियातही होईल. सीरियात रशियाचा पाठिंबा असूनही एकतर्फी कारवाईचं धाडस करणारे ट्रम्प हाच कित्ता चीनच्या बळावर जगाला वाकुल्या दाखवणाऱ्या उत्तर कोरियाबाबत गिरवणार काय, हा आता विचारला जाणारा प्रश्न आहे. उत्तर कोरियाचे अध्यक्ष किम जोंग उन हे असंच जगाला डोकेदुखी बनलेलं खोडसाळ बेणं आहे. त्याचा समाचार कधीतरी जगाला घ्यावाच लागणार आहे. चीनचे अध्यक्ष शी जिनपिंग यांच्याशी द्विपक्षीय बोलणी सुरू असतानाच सीरियात हल्ला करून ट्रम्प यांनी योग्य तो संदेश द्यायचं काम केलं आहे. उत्तर कोरिया असो की इराणचा अणुकार्यक्रम, रशिया आणि चीनचा पाठिंबा असूनही अमेरिका प्रसंगी कारवाई करू शकते, असा सीरियातल्या हल्ल्याचा अर्थ लावला जाऊ शकतो. जगाच्या व्यवहारात अमेरिकेवर बोजा टाकून नाक न खुपसण्याच्या व अमेरिकेला पुन्हा महान बनवण्याच्या ट्रम्पप्रणित रेसिपीच्या विरोधात ही कृती असेल. मात्र, ट्रम्प कधीही यू टर्न घेऊ शकतात. त्यांनी असद यांच्या विरोधातली, पर्यायानं रशियाच्या विरोधातली भूमिका कायम ठेवली. दुसरीकडं उत्तर कोरियाच्या विरोधात कारवाईची पावलं उचलून चीनलाही डिवचलं, तर ट्रम्प यांची कारकीर्द नवी जागतिक समीकरणं लिहिणारी ठरेल.

टॉमहॉक क्षेपणास्त्र
(Tomahawk Missile)

- » टॉमहॉक हे अमेरिकी नौदल व वायुदलाकडून वापरले जाणारे अवस्वनातीत (SubSonic) क्रूझ क्षेपणास्त्र आहे.
- » १९८३ पासून हे क्षेपणास्त्र वापरात आहे.
- » क्षेपणास्त्राचे वजन १६०० कि.ग्रॅ. असून, उंची ६.२५ मी. आहे.
- » टॉमहॉक क्षेपणास्त्राची भारवाहक क्षमता ४५० किलो असून, मारक क्षमता १३००-२५०० कि.मी. एवढी आहे.
- » टॉमहॉक क्षेपणास्त्राचा वापर आखाती युद्धामध्ये, इराक व अफगाणिस्तान युद्धामध्ये करण्यात आला होता.

१६ एप्रिल २०१७

■

लेखक परिचय

श्रीराम पवार
बी.एस्सी., एम.जे.सी., एम.ए.

- पत्रकार, राजकीय विश्लेषक. पत्रकारितेत विविध पदांवर २४ वर्षे कार्यरत. सध्या सकाळ माध्यम समूहाचे संपादक संचालक
- राज्य आणि राष्ट्रीय स्तरावरील महत्त्वाच्या घटना, घडामोडींचे दीर्घ काळ वार्तांकन, देशभरातील निवडणुकांचे वार्तांकन
- राजकीय, सामाजिक, सहकार, आर्थिक क्षेत्रांसह नागरीकरण, पर्यावरण, दहशतवाद आदी विषयांवर सातत्याने लेखन. शोधपत्रकारिता आणि विश्लेषणात्मक लेखनासाठी परिचित
- भारताचे परराष्ट्र धोरण आणि आंतरराष्ट्रीय राजकारणाचे अभ्यासक, तंत्रज्ञानावर आधारित नवमाध्यमांतील आशयनिर्मितीचा विशेष अभ्यास
- 'मंथन', 'जागर', 'पॉवर पॉइंट', 'करंट-अंडरकरंट' इत्यादी वृत्तपत्रीय स्तंभांसाठी स्तंभलेखन. अनेक विषयांवरील शास्त्रीय मतचाचण्यांचे संयोजन, निवडणूकपूर्व आणि मतदानोत्तर मतचाचण्यांत सहभाग आणि विश्लेषण यांचा दीर्घ अनुभव
- पर्यावरण संवर्धनासाठीच्या अनेक उपक्रमांचे आयोजन आणि नेतृत्व

www.ingramcontent.com/pod-product-compliance
Lightning Source LLC
LaVergne TN
LVHW082042051026
849532LV00011B/3447
* 9 7 8 9 3 8 7 4 0 8 2 0 3 *